அம்மாவின் மகள்

ஸீரோ டிகிரி இலக்கிய விருது 2023

நான்காம் பரிசு பெற்ற நாவல்

அம்மாவின் மகள்

ஸீரோ டிகிரி இலக்கிய விருது 2023

நான்காம் பரிசு பெற்ற நாவல்

ராகேஷ் கன்யாகுமரி

எழுத்து பிரசுரம்

Title: Ammavin Magal
Author's Name: Rakesh Kanyakumari

Published by Ezutthu Prachuram

Ezutthu Prachuram
(An imprint of Zero Degree Publishing)
No. 55(7), R Block, 6th Avenue,
Anna Nagar,
Chennai - 600 040

Website: www.zerodegreepublishing.com
E Mail id: zerodegreepublishing@gmail.com
Phone: 89250 61999

Ezutthu Prachuram First Edition: October 2023
ISBN: 978-93-95511-52-0
TITLE NO EP: 455

Cover Design & Layout: Vijayan, Creative Studio

1990-க்கு முந்தைய தலைமுறை தாய்மார்கள் அனைவருக்கும்
இந்த நாவல் சமர்ப்பணம்.

பகுதி–I

அம்மா அன்று வாங்கிய மீனை தென்னையின் நிழலில் உட்கார்ந்து கழுவிக்கொண்டே, பாம்பைப் போல தலையைச் சுழற்றிப் பக்கத்தில் நின்ற பூனையின் மேலும், கொஞ்சம் தூரத்தில் விளையாடிய என்னையும் அவ்வப்போது பார்த்துக்கொண்டே, கைகளால் லாகவமாக மத்தி மீன்களின் தலையை அரிவாள்மணையால் துண்டித்து, அங்கேயே சுற்றிக்கொண்டிருந்த கோழிகளுக்குத் தூக்கி வீசினாள். அதை விரட்டிப் பிடிக்கும் முனைப்பில் அவளையும், கோழிகளையும் மாற்றி மாற்றிப் பார்த்துக்கொண்டே பூனை உட்கார்ந்திருந்தது. எதிர்பாராத ஏதோ ஒரு நொடியில் தென்னையிலிருந்து தேங்காய் ஒன்று அவளின் நடுமண்டையில் விழுந்து தெறித்து பூனையின் அருகில் விழுந்தது.

‘அம்மோ...’ என்ற அலறல் கேட்டு நான் திரும்பிய நொடியில் தலை முழுவதும் ரத்தத்தில் குளித்து முனகியபடியே சரிந்தாள். சத்தத்தால் பக்கத்து வீட்டிலிருந்தவர்கள் ஓடிவந்து மருத்துவமனைக்குத் தூக்கிச் செல்ல ஆயத்தமானபோதும் அழ வேண்டுமா, அல்லது என்ன செய்ய, எனக் கூர்ந்து யோசித்தபடி நின்றிருந்தேன். பின்னர் அழவேண்டும் எனத் தோன்றவுமில்லை. ஆனால் பக்கத்தில் இருந்தவர்கள் அழுவதைக் கண்டபோது அம்மாவுக்கு ஏதோ பிரச்சினை என உணர்ந்து, யோசித்து கொஞ்சமாக முனகத் தொடங்கினேன்.

அப்போதும் எனக்கு உண்மையாக என்ன பிரச்சினை என்பது பிடிபடவில்லை. திரும்பிப் பார்த்தேன். சட்டியில் கழுவாமல் இருந்த மீன்களையும் தலையில்லாமல் கழுவி அடுக்கப்பட்டவையையும் அழகாக நிதானமாக நின்று கோழிகளுக்குக் கொடுக்காமல் பூனை தின்று கொண்டிருந்தது. அம்மாவைத் தூக்கிக்கொண்டு ஓடியவர்களின் பின்னால் எனது மூன்று வயதுக்கே உரிய சிறிய விரல்கள் கொண்ட கால்களுடன் கல், மண், முள்ளைத் தாங்கிக்கொண்டே முடியுமட்டும் வேகமாக ஓடி, அழைத்து வரப்பட்ட ஆட்டோவின் உள்ளே ஏற வழி கிடைக்காமல், நீராக மாறுமுன் இருக்கும் மூலக்கூறின் ஏக்கம் போலத் தவித்தபடி வெளியே நின்றிருந்தேன்.

அடுத்த வீட்டு மாமி எனது தோளைப் பிடித்துப் பின்னோக்கி இழுத்தாள். என்னை அந்த ஆட்டோவில் போக வேண்டாம் என்றே அங்கே கூடியவர்கள் சொன்னார்கள். எதுவும் செய்ய முடியாமல் அம்மாவுடன், ஆட்டோ கிளம்பிச் செல்வதைப் பார்த்துக்கொண்டே விழித்தபடி திரும்பி அந்தப் பூனையைப் பார்க்கப் போனேன்.

இரண்டு நாட்கள் ஆனபிறகும் அம்மா திரும்ப வரவேயில்லை. மூன்றாம் நாள் வந்தபோது தலையில் பெரியதாக வெள்ளை நிறக் கட்டு. வந்தவள் கண்டவுடன் எதுவும் பேசாமல் எனது தாடையை மட்டும் தடவிக்கொண்டே வீட்டின் உள்ளே சென்றாள். காரணமேயில்லாமல் ஒரு மனம் ஒரே நாளில் ஒருவரை விரும்புவதும், வெறுப்பதும் போலவே அம்மாவை விரும்பியும் வெறுத்தும் அங்கேயே நின்றிருந்தேன். அந்த வீடு ஒரே ஒரு அறை மற்றும் அதில் சேர்ந்தாற்போல ஒரு சிறிய அடுக்களையும். அடுக்களையில் நிற்க வேண்டும் என்றால் கூட ஒருவரால்தான் முடியும்.

உள்ளேயிருந்து மெல்லிய குரலில் அம்மா என்னை அழைத்தாள். மெதுவாக நடந்து சென்று வாசலில் நின்று, அவளையே பார்த்துக்கொண்டு நின்றேன். எனக்குக் கண்ணீர் முட்டி நின்றது. அம்மா என அழைக்கவும் பயம் உள்ளுக்குள். என்னை கை அசைத்து அருகில் வரச் சொன்னாள். நான் தயங்கியும் அதேநேரம் என்னைத் தாண்டி பாயத் தொடங்கிய கண்ணீரைப் பின் கையால் துடைத்துக்கொண்டு ஒரு நூல் பிரிந்த புத்தகத்தின் பக்கங்கள் கழன்று செல்வது போல அவள் அருகில் வேகமாகச் சென்றேன். என் இரு கைகளையும் பிடித்தவளின் முகம் முழுவதும் அழுகையாய்

மாறி சட்டென சப்போட்டாவின் நிறம் போல மங்கிப்போனது. அழுதுகொண்டே இருந்தாள். எவ்வளவு நேரம் அழுதாள் என நினைவில்லை. ஆனால் அந்த அழுகையின் இடையில் எப்போதோ நான் தூங்கிப் போயிருந்தேன். நெடுநேரம் கழிந்து கண் விழித்துப் பார்க்கும்போதும் சுவரில் தலை சாய்த்து கண் மூடிக்கொண்டு, அங்கேயே தான் அமர்ந்திருந்தாள். கண்ணீர் அப்போதும் பாய்ந்தபடியே இருந்தது.

சில நாட்களுக்குப் பின்னர் தலையிலிருந்த கட்டை மருத்துவமனையில் நீக்கியதும் கருமை நிறைந்த முடிகளின் இடையே, கற்றை அளவுக்கான முடிகள் மட்டும் வெள்ளை நிறமாக மாறியிருந்தது. இரண்டு வாரம் கழித்து ஒருநாள் என்னை அழைத்துக்கொண்டு பேருந்து நிறுத்தம் நோக்கிச் சென்றாள். அதிக நேரம் கடந்த பின்னர் வந்த பேருந்து ஒன்றில் ஏறினோம். நினைவு தெரிந்த நாள் முதலாய், அதுதான் முதன்முதலான பேருந்துப் பயணம் எனக்கு. நுரை தளும்பக் காத்திருக்கும் குலுக்கி வைத்த சோடா புட்டி போல நினைவில் நிற்கும் உற்சாகமான பயணமது. மிகுந்த மகிழ்ச்சியில் உள்ளம் பூரித்து வெளிக் காட்சிகளை ஆச்சரியமாகப் பார்த்துக்கொண்டே அமர்ந்திருந்தேன். எங்கே, எதற்கு...? போகிறோம் என அம்மா எதுவும் சொல்லவுமில்லை. அப்படிக் கேட்க வேண்டும் என்று அந்த நிலையில் தோன்றவுமில்லை.

நெடுநேரம் பயணித்த பின்னர் நிறையப் பேருந்துகள் நிற்கும் இடத்துக்குப் போய்ச் சேர்ந்தோம். அங்கிருந்து வேறு ஒரு பேருந்தில் மீண்டும் பயணம். அந்தப் பயணம் உண்மையில் நீண்டுகொண்டே சென்றது, மதியம் தாண்டியும். அன்று, வழியில் அம்மாவும் நானும் சாப்பிடவில்லை என்பது இன்றும் நல்நினைவாக நெஞ்சில் உள்ளது. மதியம் முடியும் வேளையில் மரங்கள் குறைந்த, வெயிலின் அனல் காற்றின் வெப்பத்தின் இடையே இருவரும் பேருந்தை விட்டு இறங்கி நடக்கத் தொடங்கினோம். நடந்து நடந்து கடைசியில் ஒரு கட்டிடத்தின் முன்னால் போய் நின்றோம். அம்மா என் கையை கொஞ்சம் முறுக்கிப் பிடித்துக்கொண்டாள். அந்தப் பெரிய வாசலை தட்டவும் உள்ளிருந்து ஒருவர் கதவைத் திறந்து யாரைப் பார்க்க என கேட்டு, உள்ளே அனுமதித்தார்.

உள்ளே, குளுமையாக மயில் தோகை போல மரங்கள் நிறைந்திருந்தன.

“அம்மா...”

“ம்ம்...”

“அம்மா...”

“என்ன...?”

“இங்கே எதுக்கு வந்திருக்கோம்...?”

“வா... சொல்றேன்” என்றவாறே, அம்மா என் முகத்தை நோக்காமல் முன்னேறிச் சென்றாள்.

வேறு வழியில்லாமல்... அமைதி காத்தேன். சர்க்கரைப் படிகத்தில் விழும் சொட்டு நீர் கரைவதைப் போல மனம் தத்தளித்துக் கிடந்தது. கொஞ்ச நேரம் கடந்த பின்னர் வேறொரு கட்டிடத்தின் முன்னால் போட்டிருந்த பெஞ்சில் உட்காரச் சொன்னவள் இதோ வருகிறேன் என்று வாசல் வழியாக உள்ளே சென்றாள்.

சிறிது நேரம் கழிந்த பின்னர், அம்மா வெளியே வருவது தெரிந்தது. பின்னால் இரண்டு பேர், ஒரு ஆணும், ஒரு பெண்ணும். அருகில் வந்ததும் இருவரும் என்னை நோக்கிச் சிரித்தார்கள். அருகில் வந்த அம்மா... இதுதான் உன் பெரிய அக்கா... பானுமதி. இவன் அண்ணன், பாஸ்கர் என்றாள். வாழ்வில் அப்போதுதான் முதன்முதலாக, முன்னமே அம்மாவுக்கு இரண்டு பிள்ளைகள் இருக்கிறார்கள் என்பதையும், அவர்கள் அங்கே படிப்பதற்காக அம்மாவால் ஏற்கனவே அனுப்பி வைக்கப்பட்டிருக்கிறார்கள் என்பதையும் அறிந்தேன்.

ஏன் இப்போது சட்டென இங்கே அழைத்து வந்து இதை என்னிடம் சொல்கிறாள் என்றே புரியவில்லை. அக்காவைப் பார்த்து, இவளைக் கூட்டிச் சென்று விளையாடு என்றாள். அக்கா, கன்னத்தை வருடியபடி பொய்யாகக் கிள்ளினாள். அண்ணன்தான் சொன்னான்... பாவம் கிள்ளாதே. அவள் நிறத்துக்கு உடனே சிவந்து விடும் என்று. உள்ளேயிருந்த இன்னொரு கட்டிடத்தின் ஊடு வழியே அழைத்துச் சென்று அங்கே கிடந்த பந்துகளில் சிலதை அக்காவே எடுத்து என்னிடம் தந்தாள். வேகமாக அவளிடமே திருப்பிக் கொடுத்தேன். அவள் கீழே உட்கார்ந்துகொண்டு என்னைக் கொஞ்சம் தூரமாக விலகி உட்காரச் சொன்னாள். பின்னர் என்னை நோக்கி அந்தப்

பந்தை உருட்டினாள்.

நேரம், சென்று கொண்டே இருந்ததால் அம்மாவை மறந்திருந்தேன். நெடுநேரம் தாண்டியபோது அம்மாவின் நினைவு வரவே, அம்மாவைக் காண வேண்டும் என்றேன். “வருவாங்க... நாம விளையாடலாம்” என்றாள், அண்ணனின் முகத்தைப் பார்த்துக்கொண்டே. நான் அப்போதும், “இல்லை... அம்மாவைப் பார்க்க வேண்டும். அம்மாவுடன் சேர்ந்து விளையாடலாம்” என அடம்பிடிக்கத் தொடங்கினேன்.

அண்ணன் தான் அருகில் வந்து தோளில் கைவைத்து முகத்தைப் பார்த்துச் சொன்னான், “அம்மா இனிமேல் வரமாட்டாள்... அவள் சென்றுவிட்டாள்” என்று...

உண்மையில் அதன் அர்த்தம் கூட சரியாகப் புரியவில்லை எனக்கு. மீண்டும், “அம்மாவைக் காண வேண்டும்” என்றேன். “இல்லை... அம்மா இனி வரமாட்டாள். உன்னை இங்கே கொடுத்துவிட்டார்கள்” என்றபோது என்னால் அழுகையை மட்டுப்படுத்த முடியாமல் “அம்மா... அம்மா... அம்மா” என முடியுமட்டும் அழுதேன். கீழே புரண்டு அக்காவின் முடியைப் பிடித்து இழுத்துக்கொண்டே அலறவும் தொடங்கினேன். அம்மா, இனிமேல் அமைதியாக உன்னோடு இருப்பேன். உன்னை ஒரு தொந்தரவும் செய்ய மாட்டேன் அம்மா... என்னைக் கூட்டிக்கிட்டு போ அம்மா என தேம்பித் தேம்பி அழத் தொடங்கினேன். எனது அழுகை ஒரு மாற்றத்தையும் ஏற்படுத்தவில்லை. மனமும் ஒரு விதத்தில் அம்மாவை மாதிரி தான் போல, நேரத்திற்குத் தோதாகப் பலப் பல கதைகள் சொல்லி அதுவே சமாதானம் செய்ய முற்பட்டது.

அப்போதுதான், கொஞ்சம் கொஞ்சமாக அம்மா எப்போதோ சொன்னது நினைவில் வந்தது. உன்னை யாருக்காவது ஒருநாள் நிச்சயம் கொடுத்துவிடுவேன் என்று. உண்மையில் அம்மா என்னைக் கொடுத்துவிட்டாளா... அம்மா... நான் நல்ல பிள்ளையாக இனிமேல் இருப்பேன் அம்மா... அம்மா... அக்கா... அம்மாவிடம் சொல்லுக்கா... என்ற எனது அழுகையைக் காண பல நூறு கண்கள் என்னை சுற்றி நின்று கொண்டிருந்ததை அப்போதுதான் கவனித்தேன்.

அம்மா அங்கே எங்கேயோ ஒளிந்துகொண்டு விளையாடுகிறாள்

என்று மனதை சமாதானம் செய்ய முயன்றேன். அவளது ஒரே ஒரு விளி மட்டும் கேட்டால் போதும். சமாதானமாகி விடுவேன். ஆனால் அப்படி எந்தச் சத்தமும் எதிரொலிக்கவில்லை என்பது என்னை மேலும் மேலும் கலவரப்படுத்தியது. வயிற்றில் இருக்கும் கருவின் விழைவு போல மனம் அங்கிருந்து வெளியேறத் தவித்தது.

அண்ணனின் கைகளைப் பற்றிக்கொண்டே "அண்ணா... அம்மாவை வரச்சொல்லு" என்றேன் மீண்டும் மீண்டும்.

அண்ணன் சொன்னான்... அம்மா இன்று வரமாட்டாள். ஆனால், நாளை வந்து உன்னைக் கூட்டிச் செல்வாள். இப்போது என்னோடும், அக்காவோடும் விளையாடத்தான் விட்டுச் சென்றிருக்கிறாள் என சமாதானப் படுத்தினான். நான் அதைக் கேட்கவோ, நம்பவோ தயாராக இல்லை. நான் நாளைக்கு வருகிறேன். இப்போது அம்மாவிடம் என்னை அழைத்துச் செல்லச் சொல்லுங்க என்று மீண்டும் அழுதேன்.

அப்போதே கொஞ்சம் குண்டாக இருந்ததால் அக்கா கொஞ்சம் முயன்று இடையில் தூக்கி அமர்த்தினாள். நான் கீழே இறங்கி அம்மாவைக் காண உடனே ஓட வேண்டும் என்ற மனநிலையில் இருந்ததால் அவளது முகத்தில் அடித்தேன். அவள் தடுத்துக்கொண்டே நாங்கள் வந்த வழியே நடந்து அந்த பெஞ்சின் அருகில் சென்றாள். பின்னர் வாசலைக் காட்டிச் சொன்னாள். அம்மா உன்னை இங்கே படிக்கச் சேர்த்துள்ளாள் என்று.

எதுவும் சாப்பிடாமல் அக்காவின் அருகிலேயே படுத்து எப்போதோ தூங்கி எழுந்த அடுத்த நாள் காலையில், அம்மாவைத் தேடினேன். ஒரு வயதான பாட்டி அழைத்துச் சென்று பல் தேய்க்க கொஞ்சம் உமிக்கரியைக் கையில் தந்தாள். அதைக் கீழே கொட்டிவிட்டு அம்மாவைக் காண வேண்டும் என அழத் தொடங்கினேன்.

அவள் எதுவும் பதில் சொல்லாமல் மீண்டும் கொஞ்சம் எடுத்து கையில் தராமல் அவளே வாயில் ஆள் காட்டி விரலை வைத்து பல் தேய்த்து விட்டாள் வம்படியாக. வீட்டில் அம்மா தரும் கஞ்சியும் துவையலும் இல்லை. இங்கே ரவா உப்புமா மற்றும் கொஞ்சம் சீனி. அதன் முன்னால் உட்கார்ந்ததும், அம்மாவை நினைத்து மீண்டும் அழுகை பீறிட்டது. அக்கா அருகில் உட்கார்ந்து கொஞ்சம் ஊட்டி விட்டாள். அண்ணன் எதுவும் சொல்லாமல்

அமைதியாக முன்னால் அமர்ந்து அதைச் சாப்பிட்டுக்கொண்டே எனது முகத்தை மட்டும் பார்த்துக்கொண்டே இருந்தான்.

“பார்வதி...” என முழுப் பெயரை அண்ணன் அப்போதுதான் அழைத்தான்.

நான் அழுகையைக் கொஞ்சம் நிறுத்திவிட்டு அவன் முகத்தைப் பார்த்தேன். நாம் அனாதைகள். நீ எவ்வளவு அழுதாலும் அம்மா வந்து இப்போதைக்கு உன்னை அழைத்துச் செல்ல மாட்டாள். அதனால் உணவு கிடைக்கும்போது சாப்பிடு என்று, நிறைந்து நின்ற எனது கண்ணீரை அவனது சட்டையால் துடைத்துக்கொண்டே சொன்னான்.

அம்மா இனிமேல் அழைக்க வரமாட்டாள் என்று கொஞ்சம் கொஞ்சமாக புரியத் தொடங்கியது போல. அண்ணன் அக்காவை விட அன்புடன் கவனித்துக் கொள்ளத் தொடங்கினான். ஆறு வயது மூத்தவன். அக்கா பத்து வயது மூத்தவள். அப்போது, அவள் எட்டாவது வகுப்பில் படித்துக்கொண்டு இருந்தாள் என்பதும் அண்ணன் நாலாம் வகுப்பில் இருந்தான் என்பதையும் அறிந்து கொண்டேன்.

ஆனால் கொஞ்சம் கொஞ்சமாக அந்த நாட்களை உள்வாங்கிக் கொள்ளத் தொடங்கினேன். காலையில் விழித்தவுடனே அம்மாவின் நினைவால் கொஞ்ச நேரம் அழுகை என்னையும் மீறி வரும். ஒரு நாள் காலையில் அக்கா ஓங்கி ஒரு அறை தந்தபின் பயம் காரணமாக அழாமல் இருந்தேன். கொஞ்சம் கொஞ்சமாக அம்மா என்னை விட்டு நெடுந்தொலைவுக்குச் சென்றுவிட்டாள் அல்லது இனிமேல் அம்மா என்ற உறவே இல்லை என்று மனதைக் கொஞ்சம் ஆசுவாசப்படுத்தி நாட்களை மெல்ல நகர்த்தத் தொடங்கினேன். அங்கே என்னைப் போலவே இருந்த மற்றைய பிள்ளைகளுடன் விளையாட, சிரிக்க... என்று எதற்கும் நான் மனதால் தயாராகவேயில்லை. மண்ணெண்ணெயும் தண்ணீருமாய் சேர முடியாமல் தடுமாறினேன். அண்ணனின் அன்பும் கரிசனமும் ஒருபுறம், அக்காவின் கண்டிப்பு மறுபுறம் என நாட்கள் நத்தை போல ஊரத் தொடங்கியது.

ஒரு நாள் காலையில் அருகிலிருந்த ‘பாத்திமா’ தான் கேட்டாள் “உனக்கும் என்னைய மாதிரியே அம்மாவும், அப்பாவும் இல்லையா...?”

நான் கோபமாக, "உண்டு, அம்மாதான் என்னை இங்கு கொண்டு வந்து சேர்த்தாள்" என்றேன்.

அவள், "எனக்கு யாருமே கிடையாது தெரியுமா?!" என்றாள் கம்மிய குரலில்.

நான் உள்ளுக்குள் மகிழ்ந்தேன். எனக்கு அம்மா உண்டு, அக்கா உண்டு, அண்ணன் உண்டு எனப் பெருமைப் பட கொஞ்சம் புன்முறுவலுடன் சொன்னேன்.

அவள் என் கையைத் தொட்டுக்கொண்டு மெதுவாகக் கேட்டாள்... "உங்க அம்மாவை நானும் 'அம்மான்னு' கூப்பிடவா..."

"அதெப்படி... என் அம்மா எனக்குத் தானே அம்மா..."

அவள் அழுவது போல ஆனாள். "சரி... உன் அக்காவை, அக்கான்னு கூப்பிடவா..."

"சரி" போனாப் போகுது போவென்று, அப்படியே அழைக்கட்டும் என்று விட்டு விட்டேன். ஏனென்றால், எனக்கும் அப்போது அக்காவைப் பெரிதாகப் பிடிக்கவில்லை.

கொஞ்ச நேரம் இருவரும் அமைதியாக வேறு பிள்ளைகளின் செய்கைகளைப் பார்த்துக்கொண்டே அமர்ந்திருந்தோம். சட்டென திரும்பிய பாத்திமா, "உங்க அப்பாவை உனக்குத் தெரியுமா..." என்றாள்.

இந்தக் கேள்வியோ... அல்லது இப்படி ஒரு உறவு உண்டு என்பதோ அதுவரை நினைவில் இல்லை. அப்பாவைப் பற்றி அம்மாவோ, அண்ணனோ, அக்காவோ கூட இதுவரை யாரும் சொன்னதுமில்லை. எனக்கு அப்பா இல்லை. என்னை அம்மாவின் வயிற்றில் வைத்தது கடவுள்தான் என நம்பியதை திடமாகச் சொன்னேன். மனித உடம்புக்குள் எப்போதுமிருக்கும் ஊதாக்கதிர்கள் போலச் சில நம்பிக்கைகள் சிறிய வயதில் எப்போதும் திடமாக நம்முள் இருக்கவே செய்கின்றன. அதேநேரம் அப்பா என்ற வார்த்தை என்னைக் குழப்பமடையவும் செய்தது.

உண்மையில் மனதை ஆக்கிரமிக்கவும் தொடங்கியது அந்த வார்த்தை. சாயங்காலம் அண்ணனைப் பார்த்த உடனே கேட்டேன்.

எனக்கு இரண்டு வயதாக இருக்கும்போதே அவர் இறந்துவிட்டார் எனச் சொல்லி, அவன் கையிலிருந்த ஒரு கறுப்பு வெள்ளை புகைப்படத்தை என்னிடம் காட்டினான். உண்மையில், பார்ப்பதற்கு அண்ணனின் முகம் போலவே இருந்தது. தலையில் முடி கம்மியாக. நான் எங்கேயோ இதற்கு முன்னர் பார்த்திருந்தது போல நினைவின் அடுக்கில் தோன்றி மறைந்தது. நினைவில் சரியாகக் கொண்டுவர முடியவில்லை.

அன்றைய இரவு சூடாக பயறு போட்ட கஞ்சி மற்றும் சுட்ட அப்பளம். பேசும்போது அங்கேயிருந்த பாட்டி சத்தமாகச் சொன்னாள். நாளைக்கு பாயசம் மற்றும் போளி உள்ள சாப்பாடு உண்டு. அனைவரும் காலையில் எழுந்து குளித்து இருப்பதில் நல்ல உடையை மாற்றிக்கொண்டுதான் நிற்க வேண்டும். யாரோ ஒருவர் நாளை உணவு கொண்டு தருவதாக வாக்களித்துள்ளார் என்று. நாளைக்கு பாயசம் கிடைக்கும் என்று பாத்திமா முகமலர்ச்சி அடைந்தாள். எனக்கு ஏனோ அன்று அதன் மேல் பெரிதாக அக்கறை தோன்றவில்லை.

அப்பா எப்படி இறந்தார் என அண்ணனிடம் கேட்க மனம் விரும்பியது. ஆனால், துக்கத்தின் முள் போல ஒன்றை உணர்ந்ததால் அமைதியாக எதுவும் கேட்காமல் போய் படுத்தேன். இரவில் என்னோடு கண்ணாமூச்சி விளையாடி... பின்னர் என்னைத் தூக்கி தோளில் வைத்துக்கொண்டு சுற்றும் அப்பாவை மிக அருகில் கண்டேன். அப்பா... அப்பா... மீண்டும் மீண்டும் எனது ஆசை தீர அழைத்தேன். கொஞ்ச நேரத்தில் யாரோ தலையை நீவி விடுவது போல உணர்ந்து அப்படியே தூங்கிப்போனேன்.

உண்மையில் எனது வெள்ளைத் தோலும், தடித்த உடம்பும் மற்ற குழந்தைகள் எப்போதும் என்னை அடிக்கவும் கிள்ளவும் அழ வைத்துப் பார்க்கக் காரணமாக இருந்திருக்கலாம் என்று இப்போது இந்த வயதில் யோசிக்கும்போது தோன்றுகிறது. ஆனால் அதுவே அப்போது கொஞ்சம் பயத்தையும் நல்கிக்கொண்டே இருந்தது. அண்ணன் கூடவே இருக்கும்போது மட்டுமே நம்பிக்கையோடு, மற்றவர் யாராவது ஏதேனும் கேட்டால் பதில் சொல்வேன்.

கொஞ்ச நாட்கள் இப்படிச் சென்றுகொண்டேயிருந்தன. ஒருநாள் ஒரு குழந்தை வகுப்பில், இடைவேளை நேரத்தில் கிள்ளியது. நான் வீறிட்டு அழும்போது பாத்திமாதான் சொன்னாள், நீ திரும்ப

அதேபோல் கிள்ளிவிடு அல்லது அடி கொடு என்று. ஆனால் எனக்குத் தயக்கமிருந்தது. ஏனோ அந்த மாலை இடைவேளையில் அதற்கான வாய்ப்பும் கிட்டியது. மீண்டும் வேறு ஒரு குழந்தை, கன்னத்தைப் பிடித்து இழுத்துக் கிள்ளியது. ஓங்கி ஒரு அடி கொடுத்தேன். அந்த குழந்தை எதிர்பார்க்காத நொடி அப்படிச் செய்ததால், அதன் கண்ணில் எனது விரல்கள் பட்டு கண் வீங்கிவிட்டது. அவள் அன்று இரவு முழுவதும் அழுதுகொண்டே இருந்தாள். அடுத்த நாள் முதல், கிள்ளவோ, அருகில் வரவோ கூட மீதிப் பிள்ளைகள் யோசிக்கத் தொடங்கினர். நான் கொஞ்சம் கொஞ்சமாக தைரியம் கொண்ட குழந்தை ஆக வளரத் தொடங்கிய நாட்கள் அவை. உண்மையில் அதைக் கொஞ்சம் நகைப்போடு சொன்னால், அனாதை இல்லத்தின் சிறிய ரவுடி ஆக மாறிக்கொண்டிருந்தேன்.

என்னையுமறியாமல் அண்ணன் மேல் மட்டும் அவ்வளவு அன்பை பொழியத் தொடங்கினேன். அண்ணன்தான் எப்போதும் என்னோடு பேசுவது மற்றும் நான் அவனிடம் கதை சொல்வது. அக்காவின் கண்டிப்பு மற்றும் அவளது சிரிப்பே இல்லாத முகம் பிடிக்கவுமில்லை. அண்ணன் அவ்வளவு மென்மையான குரலில் பார்வதி... என அழைக்கும்போது அப்பா என்றே உணரத் தொடங்கினேன்.

கொஞ்சம் நாட்களுக்குள் கோபக்காரக் குழந்தை. அடிதடி நடத்தும் குழந்தை என்று என் பெயர் இல்லம் முழுவதும் பரவியது. ஆனால் அங்கே நடந்த விழாவில் பாட்டுப்போட்டியில் முதல் பரிசு கிடைக்கப்பெற்ற பின்னர்தான் அனைவரது அன்புக்கும் பாத்திரம் ஆகத்தொடங்கினேன். உண்மையில் அதற்கு அந்த இல்லத்தின் பாட்டிக்குத்தான் கடமைப்பட்டிருந்தேன்.

அதன் பின்னர் ஆசிரியர்கள் மற்றும் அங்கே இருந்த அனைவரும் என்னிடம் நெருங்கிப் பழகத் தொடங்கினார்கள். எனக்கு நிறைய நண்பர்கள் உருவானார்கள். மேல் வகுப்பில் படிக்கும் மாணவிகள் பலரும் பிரியம் கொள்ளத் தொடங்கினார்கள். எனக்கு ஓரளவுக்கான சுதந்திரம், அந்த இல்லம் முழுவதும் உருவாகி வளரத் தொடங்கியது. ஆனாலும் அவ்வப்போது எனக்கு அம்மாவின் நினைவும் அந்தச் சிறிய வீடும் நினைவில் வந்து என்னை வாட்டும்.

ஒரு நாள் தூங்கிக்கொண்டிருந்தபோது யாரோ என்னைக் கட்டிபிடித்து சேர்ந்து படுப்பதுபோல் உணர்ந்தேன். அம்மாவின் அணைப்புப்

போல மகிழ்ச்சியுடன் நிம்மதியாகத் தூங்கினேன். ஆனால், அது சில நாட்களில் என்னை பயம் கொள்ளும் அளவுக்கானதாக மாறத் தொடங்கியது. ஒரு நாள் என்னை அணைத்துப் படுத்த அந்த மேல் வகுப்பு பெண்ணொருத்தி ஆடைக்குள் கைகளை நுழைத்து என்னை என்னென்னமோ செய்தாள். முதலில் அது உடம்பை வருடிக்கொடுப்பது போல இதமாக இருந்தது.

அதன் பின்னர் வந்த நாட்களில் கொஞ்சம் கொஞ்சமாக உடம்பில் வலி உருவாக்கத் தொடங்கிய ஒரு இரவு அழத் தொடங்கினேன். அந்தக் கை, என் வாயைப் பொத்தி அழாதே எனச் சொல்லி என்னைத் தேற்றியது. இனிமேல் ஒன்றும் செய்ய மாட்டேன் என்று மெதுவாக காதுகளில் மன்னிப்பும் கேட்டது. பின்னர் அவளைப் பார்த்தாலே ஒதுங்கிச் செல்லத் தொடங்கினேன். அண்ணனிடம் சொல்லலாம் என்று சில முறை யோசித்தேன். பின்னர் இருவேறு எண்ணம் தோன்றியதால் அப்படியே அதை மறக்கத் தொடங்கினேன்.

சில நாட்களுக்குப் பின்னர் ஒரு நாள் மதியம் அண்ணனும் அக்காவும் வந்து என்னை அழைத்துக்கொண்டு வெளியே வந்தபோது, அம்மா அங்கே நின்றுகொண்டிருந்தாள். என்னால் நம்ப முடியாமல் தயங்கி நின்றேன். அவள் என்னை 'பாரூ' என்றபோது மகிழ்ச்சி தாங்காமல் ஓடிச்சென்று அம்மாவை அணைத்துக் கொண்டேன். அவள் என்னைக் கொஞ்சம் பிரயத்தனம் செய்து இடுப்பில் தூக்கி வைத்துக்கொண்டு சொன்னாள், இன்று நீயும் அக்காவும் அண்ணனும் எல்லோருமாகச் சேர்ந்து வீட்டுக்குச் செல்லலாம் என்று. எனக்குத் தாங்க முடியாத மகிழ்ச்சி. அடுத்த ஒருவாரம் அம்மாவுடன் அனைவரும் இருந்தோம். தினமும் அம்மாவிடம் சொல்வேன், ‘அம்மா... அங்கே பள்ளிக்கூடம் எனக்குப் பிடிக்கவில்லை. என்னை அங்கிருந்து மாற்றி இங்கே உன்னுடனே தங்கவைத்து இங்கே ஏதாவது பள்ளிக்கூடத்தில் சேர்த்துவிடு என்று’. அம்மா எந்தப் பதிலும் சொல்லாமல் ‘சரி யோசிக்கலாம்’ என்றாள். இல்லை இனிமேல் என்னைக் கட்டாயப்படுத்தி அங்கே கொண்டு சென்றால் ஓடிவிடுவேன் எனச் சொன்னதைக் கேட்டு அண்ணன் சிரித்தான்.

ஆனால் அம்மா, தான் நினைத்ததைச் செய்தாள். எங்களை மீண்டும் அடுத்த திங்கள் காலையில் அந்த அநாதை விடுதியிலேயே கொண்டு விட்டு விட்டாள். நான் வகுப்பறைக்குள் செல்லும்போது ஆசிரியை பாடம் நடத்திக்கொண்டு இருந்தார், அவரிடம் உத்தரவு எதுவும்

வாங்காமல் உள்ளே சென்றதால், அழைத்து இரண்டு அடி கொடுத்தார். முன்னமே சங்கடமான மனநிலையில் இருந்த காரணத்தால் அந்த அவமானத்தையும் தாங்க முடியாமல் வகுப்பறையிலிருந்து இறங்கி வெளியே ஓடினேன்.

அந்தக் கட்டிடத்தில் ஆசிரியர் அறையின் அருகில் மிகச் சிறிய அளவிலான மறைந்துகொள்ளத் தோதான இடம் ஒன்று உண்டு. அங்கே சென்று யாரும் காணாத விதத்தில் உட்கார்ந்து கொண்டேன். ஆசிரியை பதற்றம் கொள்ளத் தொடங்கினார். ஒவ்வொரு ஆசிரியர்களும் தேடத் தொடங்கினார்கள். சற்று நேரத்தில் அந்தக் கட்டிடம் மொத்தம் பரபரப்பானது. அண்ணனை உடனே அழைத்து வந்தார்கள். அண்ணனின் 'பார்வதீ' என்ற வருந்தும் குரல் கேட்டு வெளியே வந்துவிடத் தோன்றியது. ஆசிரியை மேலிருந்த கோபம் மற்றும் அம்மாவின் மேலான வருத்தம் அதோடு பள்ளிக்கூடம் மேல் குறைந்த ஈடுபாடு காரணமாக அங்கேயே அழுத்தமாய் அமர்ந்திருந்தேன்.

அக்கா வந்தவுடன் போலீசுக்குத் தகவல் தெரிவிப்பதுதான் சரி என்று அவர்கள் பேசிக்கொள்வதைக் கேட்டு என்னையுமறியாமல் உள்ளம் பயம் கொள்ளத் தொடங்கியது. பிரச்சினை பெரிதாகி மேலும் துன்புறுத்துவார்களோ என்று அச்சம் பரவியது. அண்ணா, என அழைத்தவாறே மெதுவாக வெளியே வந்தேன். அண்ணன் ஓடி வந்து என்னைத் தூக்கினான். "எங்க போன பார்வதி..." அவன் கண்கள் நிறைந்தன. அவன் கண்ணீரைத் துடைத்து விட்டுக் கொண்டே அம்மாவைக் காண வேண்டும் என்றேன்.

அந்த ஆசிரியைக்கு அப்போதுதான் மூச்சே வந்தது. அருகில் ஓடி வந்து ஒரு முத்தம் தந்தாள். நான், என் இலக்கில் வெற்றி பெற்றேன் எனத் தோன்றி கொஞ்சமாய் சிரித்தேன். அக்கா முறைத்துக் கொண்டே நின்றிருந்தாள். என்னைத் தூக்கிக்கொண்டு மரங்கள் நிற்கும் விளையாட்டு மைதானம் அருகில் வந்தபோதுதான் அக்கா சொன்னாள்... "பார்வதி, இனிமே அம்மாவைப் பார்க்கணும்... போகணும்னு எல்லாம் பேசாதே... அம்மா, இன்னிக்கு வேலைக்காக பெங்களூர் போறா... முன்னால மாதிரி இனிமே வந்து பார்க்க மாட்டா... இனிமே நாம மூணு பேருக்கும் கடவுள் மட்டும்தான் துணை. சொல்றத புரிஞ்சுக்க பாரு... நீ நல்லா படி... பெரிய

ஆளா ஆகலாம்... அதுதான் நாமள காப்பாத்தும்.''

அதன்பின்னர் வெகு நாட்கள் அக்காவைக் காணவே முடியவில்லை. அண்ணனிடம் கேட்டபோதெல்லாம் அவளுக்கு உடம்பு சரியில்லையென்று ஜானகி பாட்டி சொன்னதாகச் சொன்னான். அவள் பெரிய பெண்ணாக ஆகிவிட்டாள் எனச் சில நாட்கள் கழிந்து தான் சொன்னார்கள். ஆனால், அது என்னவென்றே அப்போது எனக்குப் புரிபடவில்லை.

அடுத்த நாள் என்னை விட வயதில் குறைந்த ஒரு குழந்தை தண்ணீர் அண்டாவில் விழுந்து இறந்தது. வந்த நாள் முதல் அந்தக் குழந்தை அழுதுகொண்டே இருந்தது. உண்மையில் அந்தக் குழந்தையை புதியதாக வந்த ஆயாதான் தண்ணீரில் மூழ்கடித்துக் கொன்றதாக அனைவரும் சொல்ல அந்த ஆயாவைக் கண்டாலே அனைவரும் பயம் கொள்ளத் தொடங்கினார்கள். திறந்த கண்களுடன் எங்கள் முன்னால் படுக்க வைக்கப்பட்டிருந்த இறந்துபோன குழந்தையின் முகம் எப்போது ஆயாவைக் கண்டாலும் நினைவில் எழும்.

கொடுத்த உணவை சாப்பிட மறுத்ததால், அந்த ஆயா ஒருமுறை என்னைத் தொடையைக் கிள்ளி அழவைத்தாள். உடனே வாயில் இருந்த உணவை அவள் மூஞ்சியில் வேகமாகத் துப்பினேன். காது அடையும் அளவுக்கு ஓங்கி ஒரு அறை தந்தாள். தலை குப்புற விழுந்தது இன்றும் நினைவுள்ளது.

அங்கு வேலை பார்த்துக்கொண்டிருந்த ஜானகி பாட்டிக்கும் புதியதாக வந்த ஆயாவுக்கும் தினமும், அனைவர் முன்னாலும் சண்டைகள் நடக்கும். "இந்த நாய்களுக்கு இவ்வளவு கொழுப்பு எதுக்கு...?" என எப்போதும் கேட்பாள். மறுநாள் அரிசியில் செய்த பாயசம் வைத்தார்கள். ஆனால், அவள் எனக்கு மட்டும் பரிமாறாமல் வேண்டுமென்றே கடந்து சென்றாள். ஒரு வாய் ருசி பார்க்க வேண்டுமென்று எனக்கு அவ்வளவு ஆசையாக இருந்தது. அனைவரும் சாப்பிட்டு எழப் போன நொடி, பக்கத்திலிருந்த பாத்திமா கொஞ்சத்தை என் பாத்திரத்தில் வேகமாக எடுத்து வைத்தாள். என்னால் அதை மனம் உவந்து விழுங்க முடியாமல் துக்கம் அடைத்தது.

சில நாட்களுக்குள் அக்காவை கோயம்புத்தூர் பகுதியில் வாழும்

சித்தி வந்து அழைத்துச் சென்றாள் என்று அண்ணன், ஒரு நாள் மாலையில் சொன்னான். அவளுக்கு உடம்பில் தோல் வியாதி வந்து கஷ்டப்பட்டுக் கொண்டிருந்தபோது ஜானகி பாட்டிதான் பேசி அனுப்பி வைத்தாள். நானும் அண்ணாவும் மட்டுமான நாட்கள்தான் அதன் பின்னர். ஜானகி பாட்டியிடம் கொஞ்சம் அன்பு மேலிடத் தொடங்கியது. கடைப்பிடிக்க வேண்டிய கடவுள் பிரார்த்தனைகள் மற்றும் சில விதமான கண்டிப்புடன், கரிசனத்துடன் பலமுறை ஒரு பெண்ணாக எப்படி உட்கார வேண்டும், பேச வேண்டும், அடம்பிடிக்காமல் இருக்க வேண்டும், இப்படி எத்தனையோ போதனைகள் மற்றும் பரிவுடனும் அணுக்கத்துடனும் கொஞ்சம் கொஞ்சமாக பல கதைகள் சொல்லித் தந்தமையால் எனது அடம் பிடிக்கும் மனம் நிறையவே குறைந்தது.

ஆனால் எவ்வளவோ சொல்லி வற்புறுத்தினாலும் என்னால் வேறு யாருடனும் மாலை வேளைகளில் விளையாட மனம் வராது. நானும் அண்ணனும் ஓர் ஓரத்தில் அவர்கள் விளையாடுவதைப் பார்த்துக்கொண்டு, வெறுமனே அமர்ந்திருப்போம். பிரிவின் ஏக்கத்தில் இருந்த எங்களுக்கு யாருடனும் ஒன்ற முடியவில்லை.

அம்மாவின் மேல் கோபம் இருந்துகொண்டே இருந்தது உள்ளுக்குள். அவள் ஏன் என்னை இப்படிக் கொண்டுவந்து இங்கே சேர்த்தாள். அமைதியாக அவள் சொல்வது அனைத்தையும் கேட்டுக்கொண்டு, அவளோடே இருக்கிறேன் என்று நான்தான் சொன்னேனே. அவள் ஏன் என்னிடம் கொஞ்சம் கூட அன்பு இல்லாமல் இப்படிச் செய்தாள். நினைக்க நினைக்க வருத்தமும் அழுகையும் அவ்வப்போது வரும். அண்ணன்தான் அம்மாவுக்குக் கஷ்டம் என ஏதேதோவெல்லாம் சொல்லி சமாதானம் செய்ய முயல்வான்.

அத்தனை சின்ன வயதில் அம்மாவுக்கு ஏன் என்னைப் பிடிக்காமல் போனது? அதை ஜீரணிக்கவோ ஒத்துக்கொள்ளவோ முடியாமல் தினம் தினம் தவித்தேன். பல நாள்கள் செத்துப்போனால் அம்மா வந்து பார்ப்பாள்தானே என்று தோன்றும். ஆனால் அம்மா, உடம்பின் மேல் கிடந்து அழுவாள். பின்னர் நினைத்தாலும் அம்மாவைப் பார்க்க முடியாது அல்லவா என நினைத்து என்னையே கடிந்துகொள்வேன். வருத்தம் காரணமாக உணவும் செல்லாது. அம்மாவைப் போலக் காத்திருந்து ஊட்டவோ, மீண்டும் மீண்டும் கேட்கவோ கூட யாரும்

இல்லை என்பது காலம் கடந்த பின்னர் தான் புரிந்தது. உப்பு தன்னகத்தே கொண்ட சுவையின் நினைவு போல அம்மாவின் நினைவுகள் மட்டுமேயான நாள்கள்.

அம்மா கடைசியாக என்னை இங்கே விட்டுச் சென்ற அன்று ஒரு முத்தம் கூட தரவில்லை. என்னை அணைத்துக்கொள்ளவுமில்லை. என்னிடமிருந்து முத்தத்தைக் கேட்கவுமில்லை. நான் அவளுக்கு ஒரு முத்தம் கொடுத்திருக்கலாம். மனம் குமுறியது. அண்ணன் விளையாட்டைப் பார்த்துக்கொண்டே எப்போதும் அமைதியாக இருப்பான். ஒரு வார்த்தை கூட அவனாகப் பேசுவதும் குறைவு. நாங்கள் ஏன் இப்படி நிர்க்கதியாக நிற்கிறோம் என அவன் யோசித்துக்கொண்டிருப்பானோ என்று எனக்குள் தோன்றும். அவனாலும் இதற்கு அந்த வயதில் ஒரு பதில் கண்டுகொள்ள முடியாமல் வருத்தத்தை அடக்கிக்கொண்டு வாழ்ந்தான். அவனது மனம் ஒரு தோட்டத்தைப் போல களையும், நட்ட செடியுமாக பரந்துபட்ட விதத்தில்... எதை பறித்து எதை நீக்க என யோசனையில் தவித்துக்கொண்டு ஒவ்வொரு தினத்தையும் கடத்தினான்.

உண்மையில் அந்த இடத்தில் கொஞ்சமேனும் அனைத்தையும் மறந்து அல்லது வேறு சிந்தனைகள் வராமல் கொஞ்சம் மகிழ்ச்சியாக இருக்கும் நிமிடங்கள் என இப்போது யோசித்துப் பார்த்தால் நினைவில் வருவது மாலை வேளைகளில் ஜெபத்தில் சொல்லும் வார்த்தைகளும் மற்றும் அனைவரது ஒருமித்த வேண்டுதல்களும் தான். உண்மையில் அம்மா, கடவுளைப் பற்றியோ சடங்குகள் பற்றியோ பெரிதாக எதுவும் சொல்லித் தந்ததில்லை.

இங்கே ஜானகி பாட்டி சொல்லித் தந்த பிரார்த்தனைகள் மற்றும் அதன் முறைகள் உண்மையில் மனதுக்கு கொஞ்சம் தெம்பளிப்பதாக இருந்தது. அப்போதும், அண்ணன் எதுவும் சொல்லாமல் தூரத்தில் அமைதியாக அமர்ந்திருப்பதைக் காண்பேன். அவனிடம் ஏன் என்று கேட்கும்போது “கடவுள், தெய்வம், சாமி, எல்லாம் இல்லை. இல்லையென்றால் நம்மை ஏன் இப்படி ஆக்கினான். நாம் என்ன தவறு செய்தோம். நம்மிடம் கடவுளுக்கு என்ன கோபம். நாம் பிறந்தவுடனே செத்துப்போயிருக்கலாம்” என்றான்.

இருவரும் வருந்தி கொஞ்ச நேரம் அப்படியே அமர்ந்திருந்தோம். அப்புறம் அன்று கிடைத்த பாயசத்தின் ருசியில் மரணத்தைப்

பற்றி யோசிக்க மறந்தேன். அடுத்த நாள் பணக்காரர் ஒருவரின் வீட்டிலிருந்து செய்து கொண்டு வருவதாகச் சொல்லியிருந்த நல்ல உணவு வரவில்லை. மதியம் தாண்டியும் வராததால் எங்களுக்கு அன்று ரொம்ப நாள்களுக்குப் பின்னர் ஒரு மிளகாயும், கொஞ்சம் ஊறுகாயும் சேர்த்துக் கொஞ்சம் சூடு கஞ்சி தந்தார்கள். அந்த நாள் இப்போதும் கண்ணில் அப்படியே உள்ளது. பாத்திரத்துடன் அனைவரும் வரிசையாகக் காத்திருந்து காத்திருந்து தட்டின் மேலாக பலர் பசியில் தூங்கி விழுந்தது. மெதுவாகப் பரவும் கலவரம் போல அன்று அது பெரும் அவமானமாகத் தோன்றியது. கடைசி வரை ஏன் அன்று காக்க வைத்துச் சாப்பாடு தராமல் அந்த மனிதர் ஏமாற்றினார் என்பது தெரியாது. ஆனாலும் அவருக்காக அனைவரையும் பிரார்த்தனை செய்யச் சொன்னதும், நான் அவர் சாக வேண்டும் என்றே பிரார்த்தித்ததும் இப்போதும் நினைவில் உள்ளது.

அடுத்தடுத்த நாள்களில் எனக்கு அந்தப் பிரார்த்தனை நேரம் மட்டும் மனதுக்கு உகந்ததாக உணரத் தொடங்கி, அந்த மாலை வேளைக்காக மனம் காத்திருக்கத் தொடங்கியது. நெஞ்சில் தாமரை போல மெல்லியதாய் ஒரு மலர்ச்சியும் கொஞ்சம் மகிழ்வுமாய் அங்கு பாடப்படும் பாடல்களால் நான் ஆட்கொள்ளப்பட்டேன். நான் சத்தமாகப் பாடத் தொடங்குவதைப் பார்த்த அவர்கள் என்னை முன்னால் அழைத்துப் பாட வைக்கத் தொடங்கினார்கள். அப்படி கொஞ்சம் கொஞ்சமாகப் பாடுவதை விரும்பத் தொடங்கினேன். அனைவரும் நான் பாடுவதைத் திரும்பிப் பாடுவது, எனக்குப் பெருமை தருவதை உணரத் தொடங்கினேன். கொஞ்சம் சகஜமாக அனைவரின் முகத்தைப் பார்க்கவும் சிரிக்கவும் தொடங்கினேன். என் பாடலைக் கேட்க வேண்டும் என்று கூறி, அங்கிருந்த அக்கா ஒருத்தி, அவள் தன்னுடைய அறையில் தூங்க பாட்டியிடம் அனுமதி வாங்கி அழைத்துச் செல்வாள். அங்கே அவளோடு இருக்கும் மற்ற அக்காக்களும் பிரியத்துடன் கொஞ்சத் தொடங்கினார்கள். பல இரவுகள் என்னை அணைத்துக்கொண்டு அந்த அக்கா தூங்குவாள். இரவு நேரத்தில் முகம் முழுவதும் மெதுவாக முத்தம் இடுவாள். என் மூத்திரப் பகுதியை, அவள் ஒருமுறை தொட்டபோது என்னையுமறியாமல் அழுகை வந்தது. பூமியின் அடியாழத்தில் கேட்கும் தெரியாத சத்தங்கள் போல மனம் கொஞ்சம் கொஞ்சமாய்

அதிர்ந்துகொண்டே இருந்தது. ஏதோ தவறு செய்வதைப்போல் தோன்றியதால் அவளுடைய கையைத் தட்டி விட்டேன். அவள் அடுத்த நாளும் அதேபோல், அவளுடைய கைகள் என்னுடைய உடம்பில் ஊர்ந்தபோது, கொஞ்சம் மகிழ்ச்சியாகவே இருந்தது. பின்னெல்லாம், அவள் கையை எடுக்க வேண்டாம் என்றே நினைக்கத் தொடங்கினேன். நீரில் மூழ்கிய பஞ்சு போல இப்படி தினமும் அவள் என்னை அணைப்பதும், வருடுவதுமாகச் சென்றுகொண்டிருந்த ஒருநாள் இன்னொரு அக்காவும் அருகில் வந்து படுத்துக்கொண்டாள். அவள் என் பிட்டத்தை பிடித்து அமுக்குவதும், என் மூத்திர வழியில் ஒருமுறை விரலால் வருடியவள், தொடர்ந்து உள்ளே ஒரு விரலை நுழைக்கவும் அலறிவிட்டேன். அவள் வெடுக்கென எழுந்து சென்று விட்டாள். ஆனால் அதன்பின்னர் அந்த அக்காவை அருகில் வர பழைய அக்கா தடுத்தாள். ஆனாலும் எனக்குப் பாதி அழுகையும் பாதி சிரிப்புமாக, எதற்கு என்றே தெரியாமல் இருந்தாலும் மனம் அதில் மகிழ்ச்சி கொள்வதை அல்லது அது மட்டும்தான் எனக்கு அங்கே நிம்மதியான நிமிடங்கள் என நானே நினைத்துக்கொள்ள தொடங்கியதால் அதை யாரிடமும் சொல்லவும் தோன்றவில்லை.

அண்ணன்தான் ஒருமுறை கழுத்தில் நகத்தடம் இருப்பதைக் கண்டு என்னவென்று கேட்டான். தெரியாமல் பட்டது என்று சொன்னேன். ஆனால் அடுத்த சில நாள்களுக்குள் தூக்கமில்லாமலும் பயமும் சேர்ந்து மன அழுத்தத்தில் இருந்த எனது முகத்தைப் பார்த்து அந்தப் பாட்டி சந்தேகம் கொண்டு தனியாக அழைத்து, ‘முகத்தில் ஏன் கறுப்படிக்கத் தொடங்கியுள்ளது’ என்று கேட்டாள். நான் ஏதேதோ சொல்லி தப்ப முயன்றேன். எதையும் உணர்த்தாத வெறுமையான கண்களுடன் இருந்த போதிலும் அவளது அன்புடன் கூடிய கனிவும், கன்னத்தைத் தடவிக்கொண்டே அவள் கேட்ட விதத்தாலும் பதில் சொன்னேன்.

நம் உடம்பில் யாரையும் தொட விடக்கூடாது என்றாள் மென்மையாக. ஒரு விருப்பம் குளிராக, வெப்பமாக, மழையாக, காற்றாக, மூடு பனியாக, வெளிச்சமான நாளாக இப்படி மாறி மாறி... கிடைத்த அந்த நிமிடங்கள் தவறானவை என்றாள். இது நமக்கு கடவுள் கொடுத்த உடம்பு. நான் வளர்ந்து திருமணம் எல்லாம் செய்த பின்னர் ஒரு ஆணைதான் அருகில் படுக்க அனுமதிக்க வேண்டும்

எனவும், வேறு யாரும் அதற்கு முன்னால் இப்படித் தொட்டால் நோய் வரும் என்றும் பின்னர் யாரும் அருகில் வரமுடியாது, உடம்பு நாறும், பேய்கள் வந்து உடம்பில் புகுந்துவிடும் என்றும் பலப் பல காரணங்கள் சொன்னாள். ஒரு வண்டின் இறக்கை போல மனம் வேகமாக அடித்துக்கொண்டே இருந்தது அவள் பேசும்போது. கொஞ்சமாக உள்ளுக்குள் பயந்துபோனேன் என்பதுதான் உண்மை. "இல்லை... இனிமேல் யார் அருகிலும் படுக்க மாட்டேன்" என்றேன் அழுதுகொண்டே.

"படுக்கலாம். அதில் என்ன தவறு. ஆனால் நம் உடம்பை நாம் தான் பாதுகாக்க வேண்டும். யார் என்ன சொன்னாலும் செய்தாலும் இனிமேல் என்னிடம் சொல்லு. அவர்களும் இது தெரியாமல் தான் செய்கிறார்கள். நானே அவர்களிடமும் சொல்லிவிடுகிறேன். ஆனால் உன்னை யாராவது நீ தடுத்தும் தொட்டால் நீ உடனே பாட்டியிடம் வந்து சொல்லிவிட வேண்டும் என சாமி மீதும், அவள் மீதும் சத்தியம் வாங்கிக்கொண்டாள்." நடுஇரவு ரயில் போல மனம் அமைதியும் பேரிரைச்சலும் செய்தபடி அவள் பேசுவதைக் கேட்டுக்கொண்டே அமர்ந்திருந்தேன். இனிமேல் அறையில் உன் வகுப்புப் பிள்ளைகளுடன்தான் படுத்துக்கொள்ள வேண்டும் எனவும் சொன்னாள்.

என்னை அதன் பின்னர் அந்த அக்கா அழைக்க வரமாட்டாள். உண்மையில் கொஞ்ச நாள்கள் அவளை எதிர்பார்த்தேன். அவள் வராதது எனக்குமே கொஞ்சம் ஏமாற்றமாகத்தான் இருந்தது. ஒரு வாரம் கடந்திருக்கும் எங்கள் அறையின் ஒரு பகுதியில் உள்ள ஜன்னலின் ஓரத்தில் இருக்கும் ஒரு சிறிய திண்டு போன்ற பகுதியில் படுத்திருந்தேன்.

உண்மையில் தூங்கிவிட்டேன். யாரோ முகம் முழுவதும் வெந்நீர் ஊற்றியது உணர்ந்து அலறி எழுந்தபோது ஜன்னலின் அருகில் நின்ற அக்காவும் அதிர்ச்சியில் அலறினாள். என் வெண்மையான முகத்தில் மூக்கின் கீழாக அந்தச் சூடு டீ, சன்னலுக்கு இரண்டு பக்கமுமிருந்து கை மாற்றும்போது தவறி விழுந்திருந்தது. சத்தம் கேட்டு உடனே ஓடி வந்த பாட்டி அங்கேயிருந்த மைக் குப்பியை அப்படியே என் முகத்தில் ஊற்றினாள். என் அழுகை அந்த இடத்தையே இரண்டாக்கியது. ஒரு வாரம் விடுதி முழுவதும் அதுதான் பேச்சு.

அழகிய முகத்தைச் சிதைத்து விட்டார்கள் என்றும், முகத்தில் கருமை படர்ந்து விட்டதென்றும். என் முகத்தை பார்க்கவே அச்சம் கொண்டு கண்ணாடி பார்ப்பதைத் தவிர்த்தேன். சுமார் நிறத்தில் இருக்கும் அனாதைகளுக்கே இங்கே யாரும் வருவதில்லை. இதில் முகம் முழுவதும் இப்படிக் கருமையானால்... பாட்டி அந்த அக்காவை அவ்வளவு கோபம் கொண்டு திட்டி இரண்டு அறை விட்டாள். ஆனால் எனக்கு அவர்கள் மேல் கோபம் வரவில்லை. அண்ணன்தான் தினமும் என்னருகில் வந்து எனக்கு மருந்து போட்டு விடுவான். தீய்ந்துபோன மீனையொத்த வாடை களிம்பு. அண்ணா, என்ற எனது குரலே பல நேரங்களில் அவனது கண்களை நிறைத்துவிடுவதைக் கண்டிருக்கிறேன். ஆனால் சுமார் ஒரு மாதத்துக்கும் மேல் காலையிலும் மாலையிலும் முகத்தில் அவ்வளவு கரிசனத்துடன் மருந்தைப் போட்டுவிட்டுக்கொண்டே ஆறுதல் சொல்வான். மழையில் நனைந்த காகிதம் போல ஆகிவிடுவேன் அந்நேரங்களில். அவன் கிளம்பிச் செல்வதற்கு முன், நானாகவே ஒரு பாட்டுப் பாடி அவனை எப்போதும் கேட்கச் செய்வேன்.

நான் அந்த அக்காவிடம் மீண்டும் பேசினேன். பாட்டியால் முகத்தைப் பார்க்க சகிக்காமல்... பல தடவை திரும்பத் திரும்பச் சொன்னாள்... கண்ணே பட்டுவிடும் அளவுக்கு மகாலக்ஷ்மி மாதிரி நிறமும் முகக்களையும் கொண்ட பெண்ணை, நீங்கள் இப்படிச் செய்து விட்டீர்களே என்று. மனம் ஏனோ எனக்கு அதைப் பெரிதாக யோசிக்க வைக்கவில்லை. கொஞ்சம் கொஞ்சமாக நல்லதொரு பாடகி என விடுதி முழுவதும் அறியப்பட்டேன்.

வெளி பள்ளிக்கூடங்களில் நடக்கும் போட்டிகளுக்கும் என்னை அழைத்துச் செல்ல முடிவு செய்து நன்றாகக் கவனிக்கத் தொடங்கினார்கள். நான் செல்லும் போட்டிகளில் எல்லாம் பாடி வெற்றி பெற்று வருவது அனைவருக்கும் என்மேல் ஒரு தனிப்பட்ட பிரியத்தை உருவாக்கியது. ஆனாலும் அவ்வப்போது அம்மாவை நினைத்து நினைத்து வருத்தம் கொள்வேன். யாருமில்லாத சாலையில் தனியாக நடப்பதைப் போல அண்ணன் எதன் மேலும் ஆர்வம் அற்றவனாய் தோற்றமளித்தான். ஆனால் நான் பாடிக்கொண்டிருக்க வேண்டும் என்பதை மட்டும் ஊக்குவித்துக்கொண்டேயிருப்பான். பின்னர் வேறுவேறு பள்ளிக்கூடங்களில் நடக்கும் போட்டிகளிலும்

கலந்து கொள்வது என நாங்கள் ஓர் அழகான உலகை எங்களுக்காக உருவாக்கத் தொடங்கிய நாள்கள் அவை.

அங்கே கொஞ்சம் கொஞ்சமாகப் புகழ் பெறத் தொடங்கியதால், அதன் பின்னர் என்மேலான பொறாமைகள் மட்டும்தான் அங்கே வளர்ந்ததே தவிர, என்னை உடலால் உள்ளத்தால் காயப்படுத்த யாருக்கும் தைரியம் இல்லை; அல்லது என்னை நானே காத்துக்கொள்ள ஒரு துணிவும் நம்பிக்கையும் வந்தது, என்றே சொல்ல வேண்டும். யாராவது என்னைப் பற்றித் தவறாக அல்லது பொறாமையின் காரணமாக ஏதேனும் சொன்னால், அவர்களை வெறுப்பில் அடிக்கத் தொடங்கினேன். ஒருமுறை வகுப்புத் தோழியைக் குனிய வைத்து அவள் முதுகில் ஓங்கி குத்தியதன் மூலம் அனைத்து ஆசிரியர்களிடமும் ரவுடி என அனைவரும் மறந்திருந்த பெயர் மீண்டும் புத்துயிர் பெற்றது. அந்தப் பெயர் எனக்கும் கொஞ்சம் பிடித்ததால்... அதுவே தொடர்கதையானது.

கட்டவிழ்ந்து நதியில் தடுமாறும் சிறு படகு போலச் சென்று கொண்டிருந்த நாள்களில் ஒருநாள் பெரியம்மா எங்களைக் காண வந்தாள். அவளுக்குப் பிள்ளைகள் இல்லை. அப்பாவின் மரணத்துக்குப் பின்னான நாள்களில் அம்மா பெரியளவில் தன் சொந்தக்காரர்கள் யாரிடமும் பேசாமல் தனிமையில்தான் கழித்தாள். அல்லது அது போதும், தனக்கு இந்த உலகில் இனி யாரும் இல்லை என்ற தாழ்வுணர்ச்சியின் காரணமாகத் தனியாகவே வாழ முயன்றாள். தகர்ந்துபோன கனவுகளுடன், பிள்ளைகளிடம் கூட சிரிக்க மறந்து, எப்போதும் இருட்டின் ஆழத்தில் சோகம் கொண்ட முகத்துடனேயே அம்மா இருப்பாள். வேற்று ஊரில் அம்மா வாழ்ந்துகொண்டிருந்த நாள்களில்தான் பெரியம்மா, எங்களைத் தேடி வந்தாள். அம்மாவை பொறுத்தவரைக்கும் கொஞ்சம் அதிகமாக தன்மானம் மற்றும் மரியாதையைத் தக்க வைத்துக் கொள்ள வேண்டும் என்று அதைப் பற்றிக்கொண்டு நடக்கிறாள் என்று பெரியம்மா சொன்னாள். உண்மையில் அவள் இப்போது பெங்களூர் என்ற இடத்தில் ஒரு பெரிய வணிக நிறுவனத்தில் நகல் எடுக்கும் ஒரு இயந்திரத்தை இயக்குவதாகவும் அவளாக சீக்கிரத்தில் அதைக் கற்றுக்கொண்டு அந்த வேலையைப் பார்ப்பதாகவும் பெரியம்மாதான் சொன்னாள். அது என்ன என்பது கூட அந்த வயதில் எனக்குப் புரியவில்லை.

வந்தவள் எங்களைக் கண்டு கண்ணீர் விட்டு, தனக்கு இப்போதும்

யாருமில்லை என்று சொல்லி என்னையும் அண்ணனையும் அவளோடு அழைத்துக்கொண்டு குற்றாலம் என்ற ஊருக்குக் கூட்டிச் சென்றாள். அங்கே ஒரு சிறிய பஜ்ஜி கடை ஒன்றை அருவியின் அருகில் மரத்தின் கீழே நடத்தி வந்தாள். அதில்தான் அவள் எங்களை கொஞ்சம் வேலை வாங்கவும் செய்வாள். அவளுக்கு வேலையைக் குறைக்க நாங்கள் சரியான ஆட்களாகத் தெரிந்திருக்க வேண்டும். ஆனால், அதேநேரம் கரிசனமும் அன்பும் நிறைந்தவள்.

சில நாள்கள் கடந்தபின் ஒரு மாலை வேளையில் பள்ளிக்கூடம் முடிந்து வரும்போது, இருட்டில் மறைந்த நிழல் போலக் காணாமல் போன அம்மா உட்கார்ந்திருப்பது தெரிந்தது. நானும் அண்ணனும் சேர்ந்து நடந்து வருவதைப் பார்த்தும் அமைதியாய் உட்கார்ந்திருந்தாள். நான் எதுவும் சொல்லாமல் அண்ணனின் கையைப் பற்றிக்கொண்டு அமைதியாக நின்றிருந்தேன். புதியதாகப் பழகும் கண்களைப் போல அவளை விழித்து விழித்துப் பார்த்தேன். ஏனோ அம்மாவின் அருகில் செல்ல மனம் விரும்பவில்லை. அவள் என்னை வேண்டாம் என்று போட்டுச் சென்றவள்தானே, என்ற கோபம் மனதில் ஆழமாகப் பதிந்திருந்தது. அவள் என்னை அழைக்கவுமில்லை. நான் பெரியம்மாவைத் தேடினேன். அவள் அமைதியாக எப்போதும் போல வெற்றிலைச் செல்லத்தை உள்ளிருந்து எடுத்துக்கொண்டு வெளியே திண்ணையில் வந்து அமர்ந்தாள்.

அம்மாவும் பெரியம்மாவும் எதுவும் பேசிக்கொள்ளவில்லை. அண்ணன்தான் கேட்டான்... “அம்மா...! எப்போ வந்தீங்க?”

அவள் பதில் சொல்லாமல், “பெரியம்மா கூப்பிட்டா, நீங்களா கிளம்பி வந்துடறதா?” என்று எதிர்க் கேள்வி கேட்டாள்.

“நம்ம பெரியம்மாதானே...”

“நான் யாரோட தயவும் இல்லாம, உங்களை நல்லபடியா பார்த்துக்கணும்னுதானே மொழி தெரியாத ஒரு ஊர்ல இருந்து கஷ்டப்பட்டு உங்களைப் படிக்க வைக்கணும்னு பார்க்கிறேன்” என்று சில்லிட வைக்கும் கீச்சுக் குரலுடன் பெரியம்மாவை நோக்கிக் கத்தினாள்.

பெரியம்மா நிதானமாக ஒரு நல்ல பெரிய வெற்றிலையை எடுத்து அதன் கீழ் நுனியை கிழித்து, புருவத்தின் பக்கவாட்டில் அதை

ஒட்டிவிட்டு, காம்பைக் கிள்ளி தூரமாக வீசினாள். எங்கள் இருவரின் முகத்தைப் பார்த்து, "போயி முகம் கை கால் அலம்பிவிட்டு வாங்க... குழிப்பணியாரம், கருப்பட்டிக் காப்பி போட்டு வெச்சிருக்கேன்... சாப்புடுங்க" என்றாள் அம்மாவை சட்டை செய்யாமல்.

நான் அம்மாவைப் பார்ப்பதைத் தவிர்த்தேன். செம்பின் நிறத்தில் அவள் முகம் கனன்று, கண்கள் நீரில் குளித்துக்கொண்டே இருப்பதைக் காணாதது போலக் கடந்தேன். பெரியம்மா சுண்ணாம்பை எடுத்துத் தடவுவதைப் பார்த்துக்கொண்டே கை கால் அலம்பினேன். கொஞ்சமாக மீதி வந்த சுண்ணாம்பை அந்தக் குடிசையின் முன்னால் நிறுத்தியிருந்த சிறிய ஊன்று கம்பில் தேய்த்தாள். முன்னமே வெட்டி வைத்திருந்த மீதி பாக்கை வாய் அருகில் கொண்டு சென்று ஊதினாள். அதை வாயின் உள்ளே மெதுவாகத் தூக்கிப் போட்டுவிட்டு, வெற்றிலையை மடக்கிக் கொஞ்சம் கொஞ்சமாக பற்களின் இடையே அரைத்து அரைத்து உள்ளே நுழைத்தாள். வாயைக் கொஞ்சம் மேலாகத் தூக்கி, தொண்டையால் கனைத்துவிட்டு... அம்மாவைப் பார்த்து மெதுவாக...

"இங்க பாரு... நீ இனிமே அங்க இங்கேனு அலையாத. நாம இருக்கிறதை வெச்சு இங்கே இந்தக் கூரைக்குக் கீழே இருப்போம். பிள்ளைகளை உண்மையிலேயே பார்க்கணும்னு தோணுனதாலதான் கொஞ்சம் பலகாரம் எடுத்துட்டுப் போனேன்.. ஆனால், நம்ம சின்ன வயசு ஞாபகத்துக்கு வந்திடுச்சு... உன்னையே உரிச்சு வெச்சிருக்கா பார்வதி... அவளைப் பார்த்ததுமே என்னால சங்கடத்தை அடக்க முடியல... அதோட இவனைப் பார்த்ததும் மனசு இன்னும் வேதனை ஆயிடுச்சு... உன் குடும்பம் இப்படி அங்கேயும் இங்கேயுமாக சின்னாபின்னமா கிடக்கிறதைப் போல மனசுல ஒரு இயலாமை தோணுச்சு... ஒரு முடிவோடதான் அழைச்சிட்டு வந்துட்டேன்... உன்கிட்ட கேட்டா நீ பிடிவாதம் பிடிப்பன்னு தெரியும்."

அம்மா மௌனமாக தூரத்தில் எதையோ வெறித்து நோக்கிக்கொண்டு அமர்ந்திருந்தாள். கடல் மேல் அலையலையாய் உருவாகும் கருமேகங்களாய் அவள் முகம் அப்போதும் இருண்டுகொண்டே இருந்தது.

"இங்க பாரு... கஷ்டம் எல்லாருக்கும் வாரதுதானே. உனக்குன்னு சொல்லிக்க ஒண்ணுக்கு மூணு கொடுத்திருக்கான் கடவுள். எனக்கு...?!

ஒருவிதத்துல தெருவுல கெடந்து அழுகிதான் சாவு வரும்கற நெலமை, எனக்கு வருதுன்னு யோசிச்சுப் பாரு... குழந்தைப் பேறுதான் இல்லை... துணைக்குன்னு இருந்தவனையும் அல்பாய்சுல புடுங்கி கிட்டான்... உன் பிள்ளைங்கதானே எனக்கும் கொள்ளி போடணும்."

"மூத்தவ பானுமதி அங்கே கொஞ்சம் தண்ணி கிண்ணி குடிச்சி நிம்மதியாக வாழறது மட்டும்தான் எனக்கு ஒருவிதத்தில் சந்தோசம். கண்ணுக்குத் தெரியாத ஒரு பயம் ஒவ்வொரு நாளும் இப்போ என்னைத் துரத்திக்கிட்டே இருக்கு... உனக்கு அதை எப்படிப் புரிய வைக்க" என்று அம்மா அழுது வைத்தாள்.

"நீ இவுங்களைப் பத்தி எதுக்கு இவ்ளோ பயம் கொண்டு திரியுற. நாம ரெண்டு பேரும் இருக்கோம்... ஏன் இந்தப் புள்ளைங்க கரை சேராதா...? உனக்குத் தெரியுமா பாருவை பத்தி? இவ தேவ குரல்ல பாடுறான்னு, வாய் நெறைஞ்சு சொன்னா ஜானகி அம்மா. அவ்ளோ குரல் வளம். கொஞ்சம் இந்தப் பக்கம் இருக்க சங்கீதம் தெரிஞ்ச யார் கிட்டயாவது அனுப்புனா, இவ தலையெழுத்தே மாறும்."

அம்மா... கண்ணால் எரித்து அழிப்பதைப் போல கோபமாகத் திரும்பி பார்த்தாள்.

"அக்கா... உனக்குக் கொஞ்சமாவது தலையில் இருக்கா...?"

பெரியம்மா கொஞ்சம் அதிர்ச்சி அடைந்தாள்.

"நமக்கு இவளைப் படிக்க வைக்கவே இவ்வளவு பாடுபடவேண்டிய நிலைமை... இதில் பாட்டு வேறயா?"

நான் இருவர் முகத்தையும் மாறி மாறிப் பார்த்தேன். அண்ணன் தான் சொன்னான்... "ஆமாம்மா. பாரு நல்லா பாடுறா... அங்க இருக்கற எல்லாருக்கும் இவ மேல பொறாமை கூட...."

அம்மா... வெறுப்பாக என்னையும், அண்ணனையும் ஒருவாறு நோட்டம் விட்டவள் அமைதியாக பெரியம்மாவைப் பார்த்துச் சொன்னாள்...

"இது உனக்கே சரின்னு தோணுதா?"

"நம்ம பொண்ணுக்கு ஏதோ கடவுள் கடாட்சம். அதை மெருகேத்த நாமளும் உதவி செய்யுறதுதானே சரி !"

"அக்கா... எனக்கு இவ சுசீலா மாதிரி பெரிய பாடகியால்லாம் ஆக

வேணாம்... நல்ல படிப்பு படிச்சு சின்னதா ஒரு நிம்மதியான ஒரு உத்தியோகம் பார்த்தா கூட போதும். என்னைப் போல நிம்மதி கிடைக்காத ஆத்மாவா இவங்க அலையக் கூடாது. இல்லாட்டி, வருங்காலத்தில உன்னைய மாதிரி கடை வைச்சா பொழைச்சுக்க முடியும்?!"

எது சொன்னாலும் அம்மா ஒத்துக்கொள்ள மாட்டாள் என்று புரிந்ததால், பெரியம்மா... பதில் ஏதும் சொல்லாமல் அமைதியானாள். "சரி தலையில எது எழுதியிருக்கோ அதுபடியே நடக்கட்டும்" என்றவாறே எழுந்து சென்று தூரமாகத் துப்பிவிட்டு அமைதியாக என்னை அருகில் அழைத்துத் தலையைக் கோதி விட்டாள்.

நான் அம்மாவைப் பார்த்துக்கொண்டே அருகில் செல்லத் தயங்கி அப்போதும் நின்றுகொண்டே இருந்தேன்.

என்னை வெறுமையாகப் பார்த்துக்கொண்டே இருந்தவள் தலையால் என்னை அருகில் வா என்று அழைத்தாள். நான் முட்டி வந்த கண்ணீரை அடக்கிக்கொண்டு வேகமாக அவளின் அருகில் சென்றேன். என்னை வாரி அணைத்தவள் உச்சந்தலையில் முத்தம் தந்தவாறே பொங்கி வந்த கண்ணீரைத் துடைத்தாள். அருகில் நின்றிருந்த அண்ணனின் கையைப் பிடித்து அருகில் உட்காரச் சொன்னாள். நெடுநாள் பழகிய காலணி போல அவன் அமைதியாகக் கீழே அருகில் எங்களோடு சேர்ந்து அமர்ந்துகொண்டான்.

"நல்லா படிக்கிறீங்கதானே?"

"ம்ம்..." என்றான் அண்ணன்.

"நீ...?"

நான் தயக்கத்துடன் "ம்ம்... நானும்தான்" என்றேன் பொய்யாக.

"நீங்க படிச்சு நல்லானாதான் நம்ம குடும்பம் தலைநிமிரும். உங்க சம்பளத்துல எனக்கு ஒரு நல்ல புடவை வாங்கித் தரணும்" என்றவாறே மீண்டும் அண்ணனின் கைகளைப் பற்றி முத்தமிட்டாள்.

நாங்கள் அனைவருமாக பெரியம்மாவின் கடையில்தான் நின்றோம். முதன்முதலாக பெரியம்மா என்னையும் அண்ணனையும் குற்றாலம் அருவியில் குளிக்க வைத்தாள். அவளும் அவ்வளவு மகிழ்ச்சியுடன் குளித்தாள். அம்மாவை அத்தனை வாட்டி அழைத்தும் வர

மறுத்துவிட்டாள். ஆனாலும், பனிமூட்டம் மெது மெதுவாக மாறித் தெளிவது போல அவளது முகம் கொஞ்சம் மாறியிருந்தது.

நேரம் செல்லச் செல்ல குளிரத் தொடங்கியதால் கரையேறி வீடு நோக்கி நடந்தோம். வீட்டுக்கு வந்து பச்சைப் பயறும், தேங்காயும் கொஞ்சமாகப் போட்டுச் சுடச் சுடக் கஞ்சி வெங்காயத்துடன் தந்தாள் அம்மா. குடித்து முடித்த பின்னர் அமைதியாகத் தூங்கும்போது, அம்மாவின் அழுகைச் சத்தம் கேட்டது. பின்னர் பெரியம்மாவும் அம்மாவும் வெளியில் உட்கார்ந்து பேசுவது கேட்டது.

“அக்கா... நான் இதுகளை எப்பிடி வெச்சுக் காலம் தள்ளப் போறேன். மூத்தவளுக்கு ஒரு வரன் வந்துச்சுன்னு தங்கை கடிதம் போட்டதால தான் கிளம்பி வந்தேன். ஆனால் இங்கே வந்தால்... நீ இப்படி பண்ணி வெச்சிருக்க... அந்தப் பொண்ணை அப்படியே, அங்கேயே அவள் பார்த்த பையனுக்குக் கட்டி வைக்கலாமான்னு யோசிக்கிறேன். பையன் ஏதோ ஐ.டி.ஐ படிச்சிட்டு கோயம்புத்தூர்ல இருக்குற நல்ல மில் ஒண்ணுல வேலை பார்க்குறதா சொல்றா... நான், ‘யோசிப்போம்’-ம்னு மட்டும்தான் சொல்லிருக்கேன். ஆனால் ஜாதகம் எல்லாம் பார்க்க வேணாம்... நாம ஒத்துக்கலாம்-னு சொல்றா... அதான்...” என்று இழுத்தாள்.

அந்த தப்பு மட்டும் பண்ணிடாத... நான் படுற பாடு உனக்குத் தெரியுதுதானே. நீங்க ரெண்டு பெட்டைங்க கீழே கிடக்குது அப்படின்னு சொல்லிச் சொல்லியே, அந்த புரோக்கர் நம்ம அப்பாவை பயமுறுத்தி பயமுறுத்தி என்னைப் பிடிச்சுக் கட்டி வெச்சாங்க. என்ன ஆச்சு? குழந்தையும் குடும்பமும் இல்ல... இப்போ அந்தாளும் இல்லை. இப்படி நாய் நக்குன வாழ்க்கை... உனக்கும் அவளுக்கும் ஜாதகம் பார்த்து நல்ல இடங்கள்ல கட்டி வெச்சாங்க. இப்போ பாரு பிள்ளை, குட்டிகள் எனப் பெயர் சொல்றதுக்கும்... கொள்ளி போடவும் கூட ஆளுண்டு. ஆனால் நான்...” பெரியம்மா நிலா வெளிச்சத்தில் சேலை நுனியால் கண்களைத் துடைப்பது தெரிந்தது.

நான் அமைதியாகப் படுத்திருந்தேன்.

“நீ எதுக்கு பயப்புடுற. நானும் உன்கூடதானே இருக்கேன்” என அம்மாவிடம் பெரியம்மா சொன்னாள்.

“இல்லக்கா... ஜாதகம் ஒருவேளை பொருந்தலன்னா, தங்கைக்கு அவ பார்த்த மாப்பிளையை நாம வேணும்னே தட்டிக் கழிக்கிறதா நெனைப்பா... முடிச்சு வெச்சா, அவளுக்கும் கொஞ்சம் பெருமையா இருக்கும்தானே...”

“அவ பெருமைக்காக உன் பொண்ணை கண்டவனுக்குக் கட்டிக் குடுக்க முடியுமா...?

“அவ வீட்லதானே வளர்றா... வாழுறா...”

“அதுனால?!... அப்படி அவளுக்குப் பார்க்க கஷ்டம்னு நீ நினைச்சா அவளையும் இங்கே கூட்டிட்டு வந்துரு... உலைல ஒரு கைப்பிடி கூட போட்டா போச்சு.”

“அப்படி இல்லக்கா... அவ நல்ல பையனாதான் பார்த்திருப்பா. அதுல ஒண்ணும் சந்தேகமில்லை. அவ சொல்றது ஜாதகம் பார்க்காமல் கட்டிக் கொடுப்போம், அவன் நல்லவன்-கறது தான். எனக்கு ஜாதகம் பார்த்துதான் கட்டி வைச்சாங்க. முப்பது முடியும் முன்னயே மூளியாதான் நின்னேன். அதனால அதை நம்பியெல்லாம் ஒண்ணும் ஆகுற காரியமில்லைன்னு நெனைக்கிறேன்.”

“நான் சொல்றது எதையும் நீ கேட்கிற மனசோட இல்லை. முடிவை எடுத்து வெச்சிட்டு இப்படிப் பேசுறது எதுக்கு?”

அம்மா, எதுவும் பதில் சொல்லாமல்... “எல்லாம் தலையெழுத்து” என்று முனகினாள்.

பெரியம்மா எழுந்து என் அருகில் படுத்துக்கொண்டாள். அம்மா வெளியிலேயே அமர்ந்திருந்தாள்.

“அக்கா...”

உள்ளே படுத்திருந்த பெரியம்மா... “ம்ம்ம்” என்றாள்.

“கல்யாணச் செலவுலயும் கொஞ்சம் பங்கு போட்டுக்கிறேன்னு சொல்றா. நீ எதுவுமே சொல்லாமல இப்பிடி இருந்தா எப்படிக்கா...?!”

“சரி நாளைக்கு யோசிக்கலாம். காலையில சந்தை வரைக்கும் போகணும்... அப்பளம், வாழைக்காயெல்லாம் வாங்கணும்... நீயும் வர்றதா இருந்தா வா... உள்ளே வந்து படு. எல்லாத்தையும் போட்டு குழப்பிக்காத... எல்லாம் நல்லபடியா நடக்கும்.”

அம்மா உள்ளே எழுந்து வந்து தென்னை ஓலை மறைவை எடுத்து வாசலை மூடினாள்.

நேரம் விடிந்து பார்த்தபோது ரொம்ப நாட்களுக்குப் பின்னர் புன்முறுவல் முகத்தில் ததும்பி நிற்பது போலத் தோன்றியது அம்மாவிடம்.

மதிய ரயிலில் கோயம்புத்தூர் செல்வதாக பெரியம்மாவிடம் சொல்லிக்கொண்டிருந்தாள். அவளும் அதை ஆமோதித்தாள். நாங்கள் பள்ளிக்கூடம் செல்லத் தயாரான போது அம்மா சொன்னாள்... "நல்லா படிக்கணும்... பாஸ்கரா இவளை எப்பவும் ரோட்டுக்கு ஒருபக்கமாதான் கூட்டிட்டு போகணும்... சரியா...?"

"தெரியும்மா... அப்பிடி தாம்மா போறோம்... அவ கிட்டயே கேட்டு பாரேன்" என்றவாறே என்னை நோக்கிச் சிரித்தான்.

நானும் "ஆமாம்" என்றேன்.

அம்மா வீட்டில் இருக்க, முதன்முதலாக கை அசைத்து எங்களை வழி அனுப்பி வைத்தாள். அது எனது நெடு நாளைய ஆசையும் கூட. தூரமாக நடந்து வந்த பின்னரும் கூட அம்மாவின் அந்த முகமும், வைத்த கண் மாறாமல் பார்த்துக்கொண்டே நின்ற அந்தக் காட்சியும் இப்போதும் கண்ணுக்குள்ளேயே நிற்கிறது.

"மரவள்ளிக் கிழங்குதான் காலைச் சாப்பாடு... மதியம் பள்ளிக்கூடத்துக்கும் பொதிந்து தந்து அனுப்பினாள். இப்போது கொஞ்ச நாட்களாக பெரியம்மாவின் சமையல் சாப்பிட்டதால் அன்று அம்மாவின் சமையல் கொஞ்சம் வித்தியாசமாகத் தெரிந்தது.

மாலையில் பள்ளிவிட்டுத் திரும்பிய போது முன்னமே சொன்னது போல அம்மா அக்காவை காணச் சென்றுவிட்டாள். நான்தான் அமைதியாக பெரியம்மாவிடம் கேட்டேன்... "எப்போ கல்யாணம்...?

"அது அடுத்த மாதத்தில் நடக்கும்."

"ம்ம்... அக்காவைப் பார்க்க ஆசையா இருக்கு" என்றேன்.

அண்ணனும் அப்படியே சொன்னான்... "ஆமா பெரியம்மா... எனக்கும்தான்."

"ம்ம்... அம்மா வந்தாதான் என்ன முடிவுன்னு தெரியும். வரட்டும்."

“ம்ம்...” என இருவரும் ஒருசேரத் தலை ஆட்டினோம்.

இரண்டு நாட்களில் அம்மா திரும்பி வந்தாள். அவள் அங்கிருந்து வரும்போது மைசூர்பா என்ற இனிப்பைக் கொண்டு வந்திருந்தாள். சித்தி, பிள்ளைகளுக்குக் கொடு எனக் கொடுத்து அனுப்பிய அந்த ஊரின் இனிப்பு வகை. மிகமிக இனிப்பாக, ஆனால் இரண்டு மூன்று எனக் கேட்டு வாங்கிச் சாப்பிட்டேன். அண்ணன் அவனது பங்கையும் எனக்குத் தந்து நான் சாப்பிடுவதைப் பார்த்துக்கொண்டே இருந்தான்.

சில நாட்களிலேயே அக்காவுக்குக் கல்யாணம் நடந்து முடிந்தது. அவள் குடிபோன வீட்டுக்கு அழைத்துச் சென்றார்கள். அது ஊழியர்களுக்கான வீட்டு வசதி குடியிருப்பு. மிகச் சின்ன அறைகள் கொண்ட வீடு. ஆனால் அது முழுதும் சிமிட்டி கொண்டு கட்டப்பட்டிருந்தது. அக்கா அன்று தான் என்னை பார்த்து அவ்வளவு சிரித்தாள். எனக்கு சாப்பிட அவளே ஒன்றுக்கு இரண்டு பழங்கள் எடுத்து கையில் திணித்தாள். அவள் முகம் இதற்கு முன்பு அவ்வளவு பிரகாசமாக இருந்து நான் பார்த்தது இல்லை.

சில நாட்களுக்குள் மீண்டும் கடையும் சிறிய சிறிய சண்டைகளும் என அம்மாவும் பெரியம்மாவும் சேர்ந்து கடையை நடத்திக்கொண்டே இருந்தனர். ஒருநாள் சாயங்காலம் முடியும் வேளையில் அம்மாவுக்கும் பெரியம்மாவுக்கும் பெரிய சண்டை. ஏன்? எதற்கு? என்றே என்னால் முதலில் புரிந்துகொள்ள முடியவில்லை.

‘நீ வந்தப்புறம் பார்வதி பாட்டே பாடாம செஞ்சிட்ட... அவளுக்குன்னு கடவுள் கொடுத்த வரத்தை உன் சுயநலத்துக்காகவே அழிக்கப் பார்க்கிற’ என்ற பெரியம்மாவின் பேச்சு அம்மாவை கோபம் கொள்ளச் செய்ததுடன், “என் பொண்ணை எப்படி வளர்க்கணும்னு எனக்குத் தெரியும். நீ ஒண்ணும் சொல்ல வேணாம்” என்றாள்.

“உனக்கு ஏன் இப்பிடி ஒரு பிடிவாதம்... அவ பாடுறதால என்ன கொறைஞ்சிடப் போவுது.”

“முடியாது.”

“அதான் ஏன்...?”

“அது அப்பிடித்தான்.”

“நீ இப்படித் தான் சொல்லுவ. நான் நாளைக்குக் காலையில கிளம்பிப் போயி அக்ரகார தெருவுல இருக்குற சாமிநாதரைப் பார்த்து இதைப் பத்திப் பேசப் போறேன். நம்ம அம்மா எப்படிப் பாடுவா தெரியுமா...! உனக்கும் தெரியும் தானே! அதே ஆத்மாதான் இப்போ உன் பிள்ளையா வந்து நிக்குறா. அம்மா, வீட்டுத் திண்ணைய தாண்டாம போனதுக்கு, நம்ம அப்பாதான் காரணம். அந்தத் திறமை அப்பிடியே அடங்கிப் போச்சு. நமக்கும் அதைப் பத்தியெல்லாம் அப்போ பெரிசா தெரியாது. ஆனா, இப்போ நம்ம பிள்ளையைப் பத்தி அவ்ளோ சொல்றாங்க. அதென்னமோ, நாம சொல்லிக் குடுத்தோ, படிக்க வெச்சோ வந்தது கூட இல்லை. கடவுள் கடாட்சம். ஆனால் நீ...?!”

அம்மா எதுவும் சொல்லாமல் படுத்துக்கொண்டாள்.

காலையில் எழுந்து பார்த்தபோது பெரியம்மா இல்லை. என்ன யோசித்தாள் எனத் தெரியாது, அம்மா எங்களை எழுப்பி என்னை ஒரு கையிலும், அண்ணனை இன்னொரு கையிலும் பிடித்துக்கொண்டு வீட்டை விட்டுச் சட்டென வெளியேறினாள். அன்று முழுவதும் குற்றாலம் ஆலயத்தின் முன்னால்தான் இருந்தோம்.

மறுநாள் ஒரே ஒரு அறை மட்டும் கொண்ட ஓர் ஓலைக் குடிசையில் மூவரும் சென்று சேர்ந்தோம்.

பெரியம்மாவை நினைத்து எனக்கு வருத்தமாக இருந்தது. அம்மா ஏன் இப்படிச் செய்கிறாள் என அவ்வளவு கோபம் வந்தது.

அங்கிருந்தே பள்ளிக்கூடம் போய் வரத் தொடங்கினோம். அந்த வீட்டின் பெரிய பிரச்சினை குடிநீர். கிணறு ரொம்ப தூரமாக இருந்ததால் வீட்டின் அருகில் தண்ணீர் வரும் குழாய் இருந்தது. அதில் தண்ணீர் பிடிக்க குடங்களைக் கொண்டு சென்று அடுக்க வேண்டும்.

அது அம்மாவுக்கும், எனக்கும் தினம் தினம் பிரச்சினையாக இருந்தது.

அடுத்தடுத்த நாள்களில் அம்மாவுக்கு அவ்வப்போது உடம்பு தளர்ந்து அப்படியே உட்கார்ந்து விடுவாள். அருகில் இருந்த கடைகளுக்கு அப்போது அவள் முறுக்கு சுட்டு விற்கத் தொடங்கியிருந்தாள். நிறைய பேர் வாங்கிச் செல்லத் தொடங்கியிருந்த நாள்களுக்கு

மத்தியில்தான் அவளுக்கு இப்படி அவ்வப்போது உடம்பு முடியாமல் படுப்பாள். நான் கொஞ்சம் கொஞ்சமாக கஞ்சி வைக்கவும் சிறிய அளவில் கூட்டு வைக்கவும் தொடங்கினேன்.

ஒரு நாள் மாலையில் வீடு திரும்பும்போது அம்மா வாசலில் தலைகுனிந்து காலை மடக்கி நெற்றியை முட்டியின் மேல் வைத்துக்கொண்டு அழுதுகொண்டே பாறை கொண்டு நசுக்கிய புல் போல அமர்ந்திருந்தாள். நான் மெதுவாகச் சென்று அவள் தோளைத் தொட்டேன். அண்ணன் எதுவும் சொல்லாமல் தயங்கியே நின்றிருந்தான். எங்களை நிமிர்ந்து பார்த்தவள் மீண்டும் எதுவும் சொல்லாமல் தலையைக் குனிந்து ஏங்கி ஏங்கி அழுதாள்.

நாங்களும் எதுவும் புரியாமல் அவளோடு சேர்ந்து அப்போது அழத் தொடங்கியிருந்தோம்.

நேரம் மெதுவாக நகரத்தொடங்கியது. இரவு, கஞ்சியை நானே வடித்து கொஞ்சம் துவையலும் செய்து அமைதியாக உட்கார்ந்திருந்த அம்மாவுக்கும் அண்ணனுக்கும் கொடுத்தேன். உப்பை எடுத்து அவர்கள் முன்னே வைத்தேன். அம்மா எதுவும் சொல்லாமல் அப்போதும் மௌனமாகவே அமர்ந்திருந்தாள். நான் அண்ணனிடம் தலையை ஆட்டி 'கேளு', என்றேன்.

அவன் மெதுவாக, "அம்மா... என்னாச்சு? ஏன் அழுகிற?"

கொஞ்ச நாளாவே உடம்பு உளைச்சலா தளர்ச்சியா இருந்தது மாதிரி இருந்திச்சு. இன்னைக்கு ஆசுபத்திரிக்குப் போனேன்... அவங்க எனக்கு புத்து நோய் அறிகுறி இருக்குறதா சந்தேகமா சொல்லிருக்காங்க. அதான் உங்களுக்கு இனிமே யார் இருக்காங்கன்னு நெனைச்சு நெஞ்சு பதறுது. நான் செத்துப் போயிட்டா நீங்க என்ன பண்ணுவீங்க?"

அண்ணன் ஒரு நொடிகூட யோசிக்காமல் நாங்களும் உடனே தற்கொலை செய்துகொள்வோம் என்றான். அவள் அவன் கைகளைப் பற்றிக்கொண்டு அனுசரணையாகப் பார்த்தாள்.

திரும்பி என்னை நோக்கி "நீ...?" என வினவினாள்.

நான் பெரியம்மாவிடம் செல்வேன். அங்கு வாழ்வேன் என்ற பதில் அம்மாவின் முகத்தில் கொஞ்சம் சிவப்பை உருவாக்கியது. அவள் அந்தப் பதிலால் மனதுக்குள் என்னை வெறுத்திருப்பாள் போல.

நான் அதைப் பெரிதுபடுத்தாமல் "கஞ்சி ஆறிட்டுது" என்றேன்.

இருவரும் கஞ்சியைக் கரண்டி வைத்துக் கொஞ்சம் கொஞ்சமாக ஊதி குடிக்கத் தொடங்கினார்கள். அம்மா என்ன யோசித்தாள் என்று தெரியவில்லை. "நாளைக்கு ஆஸ்பத்திரிக்குப் போறேன். அவங்க என்ன சொல்றாங்கன்னு பார்த்துதான் சில முடிவுல்லாம் எடுக்கணும். அதுவரைக்கும் பெரியம்மாட்ட யாரும் எதுவும் சொல்ல வேணாம், இப்போதைக்கு" என்றாள்.

"புத்து நோய்ன்னா" மெதுவான குரலில் அம்மாவிடம் கேட்டேன்.

"வீட்டுக்குள்ள வர்ற எறும்புப் புற்று போல உடம்புக்குள்ள வர்றது. உள்ளே சின்னச் சின்னப் புழுவெல்லாம் நெளியிறது போல இருக்கும். அது மாதிரிதான் இருக்கு வலி."

என்னால் அதைக் கற்பனை செய்யவே பயமாக இருந்தது. புற்று போல உடம்புக்குள்... யோசிக்க யோசிக்க உடம்பு மொத்தமும் சில்லிடுவது போலத் தோன்றியது. அம்மாவின் முகத்தைப் பார்த்தேன்.

அவளே சொன்னாள்... "இந்த நெஞ்சிலதான் இருக்குன்னு சொன்னாங்க" என்று இடது நெஞ்சைத் தொட்டுக் காண்பித்தாள்.

நான் பால் குடித்த அந்த காம்பின் உள்ளே புழுக்கள் நெளிவதை என்னால் சகிக்க முடியவில்லை. என்னை மீறி "அம்மா... வலிக்குதாம்மா!" என்றேன் இயலாமையில்.

"இல்லை... சரி பண்ண முடியும்கற நம்பிக்கை இருக்குறதா சொல்றாங்க..."

நானும் அண்ணனும் அம்மாவிடம் எதுவும் சொல்லத் தெரியாமல் அல்லது எதைச் சொல்லி சமாதானம் செய்ய வைப்பது எனத் தெரியாததால், வருத்தம் தோய்ந்த முகத்துடன் அவள் அருகிலேயே அமர்ந்திருந்தோம். சற்று நேரம் தாண்டியபின் "நான் கொஞ்சம் படுத்துக் கிடக்கிறேன்" என அவளே எங்களை விலகச் சொல்லி அங்கேயே கோரைப் பாயில் படுத்தாள்.

நான் அனைத்தையும் சுத்தப்படுத்திவிட்டு கஞ்சியை வேறு வழியின்றி கொஞ்சம் சாப்பிட்டு அவள் அருகிலேயே படுத்தேன். அண்ணனும் மறுபுறம் கொஞ்சம் தூரத்தில் கண்ணீர் வடித்துக்கொண்டே படுத்தான்.

மறுநாள் பள்ளியில் போகும் வழியில் மனம் கேட்காமல் அண்ணனிடம் கேட்டேன். பெரியம்மாவிடம் சொல்ல வேண்டாமா... என்று.

அவன் வேண்டாம். அம்மாவுக்குப் பிடிக்காது எனத் தடுத்தான்.

மறுநாள் ஆஸ்பத்திரிக்குச் சென்ற அம்மாவிடம் ஒரு மாதத்தில் அறுவை சிகிச்சை எனச் சொல்லி அதுவரை சாப்பிடுவதற்கு மாத்திரைகள் மற்றும் உணவு முறைகள் பற்றிச் சொல்லி அனுப்பியிருந்தார்கள். இடையில் இரண்டு மூன்று முறை வந்தால் போதும் என்றும் சொல்லியிருந்தார்கள்.

அம்மாவுக்குக் கொஞ்சம் நம்பிக்கை வந்தது. முதல் ஒரு வார காலம் கொஞ்சம் நம்பிக்கையுடன் பேசத் தொடங்கினாள். நாள் நெருங்க நெருங்க அவளுக்கு உள்ளுக்குள் பயம் உருவாகி இருக்கும்போல. என்னிடம் திரும்பத் திரும்பச் சொன்னாள். நீ படித்து நல்ல ஒரு வேலையில் போய்ச் சேர வேண்டும் என்று. அண்ணனிடம் சொன்னாள் இவளை நீதான் கரை சேர்க்க வேண்டும் என்று. அண்ணன் தலையை மட்டும்தான் ஆட்டினான். அக்காவை லெட்டர் போட்டு அவள் கணவர் கூட்டி வந்து விட்டுச் சென்றார்.

முதல் நாள் இரவே ஆஸ்பத்திரிக்கு அனைவரும் சென்றோம். அக்கா பெரிய அளவில் யாரிடமும் பேசவில்லை. அவளுக்கு இதுவரை குழந்தை உருவாகவில்லை எனச் சிறிய முணுமுணுப்பு இருப்பதாகப் பெரிய வருத்தத்தில் இருக்கும் அம்மாவிடம் அதையும் சொல்லி வருந்தினாள். அம்மா என்ன சொல்வது எனத் தெரியாமல் பெருமூச்சை மட்டும் விட்டுவிட்டு அமைதியானாள்.

காலையில் அறுவை சிகிச்சை எனச் சொல்லிவிட்டதால் அம்மாவை கொஞ்சம் முன்னமே அதிகாலையில் எழுப்பி அறைக்குக் கூட்டிச் சென்றனர்.

மதியம் தாண்டி அம்மாவை அறைக்கு அழைத்து வந்தபோதும் சுயநினைவு அவளுக்குப் பெரிதாக இல்லை. அன்று இரவும் வெகுநேரம் கழிந்துதான் கொஞ்சம் நினைவு வந்து இரண்டு ரஸ்க் பாலில் தொட்டு அவள் வாயில் அக்கா வைத்துக்கொடுத்தாள். நான் அமைதியாக அவளைப் பார்த்துக்கொண்டே நின்றேன். அம்மா எதுவும் பேசாமல் எங்களைப் பார்த்துக் கொஞ்சமாகச் சிரிக்க ஆசைப்பட்டாள்.

நெஞ்சு முழுவதும் பஞ்சு வைத்துச் சுற்றிக் கட்டி வைத்திருந்தனர். மூன்று நாள்களுக்குப் பின்னர் மெதுவாக அந்தக் கட்டை நீக்கி வேறு கொஞ்சம் மருந்து வைக்கவேண்டும் என்று சொல்லிக் கொண்டே தாதி ஒருத்தி உள்ளே நுழைந்தாள்.

அண்ணனைப் பள்ளிக்கூடத்தில் பரீட்சை என்பதால் அக்கா போகச் சொல்லிவிட்டாள். நான் மட்டுமே உள்ளே அப்போது இருந்தேன். அம்மாவின் இடது நெஞ்சை மொத்தமாகக் காணவில்லை. ஒரு நீள் கோடு மேலும் கீழுமாகக் கிழிந்த துணியைப் போல கறுப்பு நூலால் தைத்து வைத்திருந்தனர். ஒரு நொடி உடம்பு முழுவதும் கூசியது. என் மலத்துவாரம் ஒருமுறை நடுக்கம் கொள்வதை முதன்முதலாக உணர்ந்தேன்.

அம்மா தன் கண்ணைக் கீழே தாழ்த்தவே இல்லை. அவள் பொங்கி வந்த கண்ணீரைப் பல்லைக் கடித்தபடி அடக்கிக்கொண்டு அமர்ந்திருந்தாள். அவளது முகம் வாடி வதங்கி உடல் முழுவதும் மருந்தின் வீரியம் மூலமாக உருவான கருமை படர்ந்திருந்தது. அவளுக்கு மருத்துவமனை சார்பாகக் கொடுப்பதற்குத் தந்த பொங்கலை ஒரு கிண்ணத்தில் எடுத்து வைத்து அதில் கொஞ்சம் சாம்பார் ஊற்றி அவளின் முன்னால் வைத்துக்கொண்டு நின்றிருந்தாள் அக்கா. தாதி மிக மெதுவாக இல்லாத நெஞ்சை பஞ்சால் ஏதோ ரசாயனம் தடவி சுத்தப்படுத்திக்கொண்டே இருந்தாள். அந்த இடம் கொஞ்சம் கருமை நீங்கி கொஞ்சம் பளிச்சென ஆனது. நான், அந்த இரண்டு தேள் போலத் தோன்றிய நூலினைப் பார்த்துக்கொண்டே அம்மாவின் முகத்தை ஏறெடுத்துப் பார்த்தேன். அவள் தன் உடலின் ஒரு பாகம் வெட்டி எடுக்கப்பட்டதைப் பற்றிய பிரக்ஞை இல்லாதது போல தாதியிடம் எப்போ இனிமேல் வேலைகள் செய்யத் தொடங்கலாம் எனக் கேட்டது மனதை வருத்தம் கொள்ளச் செய்தது.

அமைதியாக அமர்ந்திருந்தேன். அம்மா மெதுவாகக் கேட்டாள் அக்காவிடம், “எப்போ போகலாம்னு நெனைக்கிற” என்று.

“உன்னை இங்கேருந்து அனுப்புன பெறகு அதைப் பத்தி யோசிக்கலாம்” என்றவள், “நான் டாக்டரைப் பார்த்துட்டு வாரேன்” என்று சொல்லி அம்மாவை அதுவரை பார்த்துக்கொள்ளுமாறு கூறிச் சென்றாள்.

நான் அம்மாவின் கட்டிலின் அருகில் சென்று கட்டில் மேலே ஏறி அமர்ந்து அவள் கால்களைத் தடவிக் கொடுத்தேன். “அம்மா... இப்போ

வலி இருக்குதா" "இல்லடா பாரு... இப்போ உண்மையிலேயே கொஞ்சமும் வலி இல்லை" என்றாள் புன்முறுவலித்துக்கொண்டே. என்னை இன்னும் நெருங்கி அவள் அருகில் அமரச் சொன்னாள்.

அக்கா, அம்மாவின் அருகில் வந்து மருத்துவர் இப்போதைக்கு ஒன்றும் பிரச்சினை இல்லை என்று சொன்னதாகச் சொன்னாள். அம்மாவின் முகம் பிரகாசமானது. "இங்கேருந்து எப்போ போகலாம்?!"

"இன்னும் ஒரு நாலு நாள் பார்த்துவிட்டுக் கிளம்பலாம்."

ஆனாலும், மூன்றாம் நாள் மாலையில் தாதி ஒருத்தி வந்து கிளம்பச் சொல்ல நாங்கள் அனைவரும் வீட்டுக்குக் கிளம்பினோம். நாட்கள் இரண்டு கடந்தபோது நாங்கள் மூவரும் மட்டும்தான். அக்கா கிளம்பிவிட்டாள்.

நாள்கள் மெதுவாகச் சென்றன. அம்மா சிறிய அளவில் முன்னேற்றம் காணத் தொடங்கியதால் மீண்டும் பலகார வகைகள் செய்து கொடுக்கத் தொடங்கினாள். நிறைய வீடுகளில் குழந்தைகளின் பிரதான உணவாக அம்மாவின் கைப்பக்குவம் மாறிப்போனது. ஒருநாள் காலையில் அழுகைச் சத்தம் கேட்டு எழுந்தோம். பெரியம்மாவும், அம்மாவும் அழுதுகொண்டு அமர்ந்திருந்தார்கள். பெரியம்மா அறிந்து வந்திருக்கிறாள். அவள் தங்கையை நேசிக்கும் அளவுக்கு அம்மா அவளது அக்காவை நேசிக்கவில்லையோ என்று கூட தோன்றியது உண்டு. ஆனால் அம்மாவின் சுய பச்சாதாபம் மற்றும் தன்மானம் என்ற பெயரில் அவளாகவே விலகி இருப்பதில் நிம்மதி இருப்பதாக நினைத்துக்கொண்டுதான் இதைச் செய்வதாக பெரியம்மா சொல்வதும், அது ஒரு விதத்தில் உண்மையும்தான் போல. ஆனால் கண் விழித்துப் பார்த்த போது அங்கே பெரியம்மா இல்லை. அது கனவு என உணரவே நேரம் பிடித்தது.

மாதங்கள் இரண்டு மூன்று என கடந்த பின்னர் அனைத்தும் சுமுகமாக மாறிவிடும் என்ற நம்பிக்கையில் இருந்தபோது, ஒரு நாள் அம்மா தலைசுற்றி மீண்டும் கீழே விழுந்தது எங்களுக்கு இடியாக மாறியது. அம்மாவை பக்கத்து வீட்டுப் பெண்களின் உதவியுடன் எழுப்பி உட்காரச் செய்து அவளை சமநிலைக்குக் கொண்டு வர கொஞ்ச நேரம் பிடித்தது. பின்னர் சுமார் ஒரு

மாதத்துக்குள் நான்கு முறைக்கும்மேல் இப்படி ஆனபோது மீண்டும் அறுவை சிகிச்சை செய்த மருத்துவமனைக்கே சென்று பரிசோதனைகள் செய்தோம். பரிசோதனைகளின் முடிவில், முன்னர் அறுத்து மாற்றிய நெஞ்சில் இருந்த புற்று பரவி அது நுரையீரல் வரைக்கும் அரித்துவிட்டது என்றும் உடனடியாக அங்கே சேர்க்க வேண்டும் எனவும் சொன்னார்கள். எங்கள் இருவருக்கும் என்ன செய்வது என்பதே தெரியவில்லை.

ஐந்தாம் வகுப்பு பரீட்சை முடிந்து பள்ளிக்கூடம் திறந்த நாட்கள் அவை. நாங்கள் இருவரும் பள்ளிக்கூடம் போகவில்லை. அம்மாவின் உடல்நிலை மீண்டும் குன்றத்தொடங்கியது. நானும் அண்ணனும் தினம் தினம் மருத்துவமனைக்குப் போவதும் மறுநாள் காலையில் எழுந்து திரும்ப வருவதுமாக ஒரு வாரம் சென்றது. ஒரு நாள் அம்மா அருகில் அழைத்துச் சொன்னாள்... “பாரு... அண்ணன் பள்ளிக்கூடம் போவட்டும்... நீ இங்கேயே என்னோடவே இரு” அந்த இறைஞ்சலில் இருந்த ஒரு யாசகத்தின் குரல் என்னை மறுபேச்சு சொல்லவிடாமல் செய்தது. அமைதியாக சரி என தலையாட்டினேன்.

மறுநாள் அதிகாலையில் எழுந்து கஞ்சி மற்றும் துவையல் செய்து அண்ணனுக்கும் கொடுத்து பள்ளிக்கூடம் போனபின்... நான் சிறிய தூக்குவாளி ஒன்றில் அதை எடுத்துக்கொண்டு முதன் முதலாக தனிமையில் மருத்துவமனை நோக்கிப் பயணிக்கத் தொடங்கினேன். உண்மையில் இன்று யோசித்துப் பார்த்தால், அந்த இருபது கிலோமீட்டர் நான் தனியாகப் போனேன் என்பதை நம்பமுடியவில்லை. எனக்கு யாரிடமும் வேறு என்ன பேசுவது என்பது கூட தெரியாது. ஆனால் பெரிய ஆஸ்பத்திரி என அதே எண் கொண்ட பேருந்தில் போய் வந்த நினைவும் பழக்கமும் இருந்ததால் அதைச் செய்ய முடிந்தது. ஆனால் பேருந்தின், மேல் கம்பி கைகளுக்கு எட்டாது. வாகனம் செல்லும் வேகத்தில் என் சிறிய கைகளில் ஒன்றில் தூக்குவாளியும் மறு கையால் ஒரு இருக்கையின் பக்கவாட்டு கம்பியையும் பிடித்துக்கொண்டு அந்த மிகப்பெரிய கூட்டமான பேருந்தில் பயணித்து அங்கு போய்ச் சேரும்போது கஞ்சி சூடு ஆறிப்போய் இருக்கும். அம்மா என்னைக் கண்டவுடனே கண்ணீர் விடுவாள். ஆனால் நான் மிகவும் அன்பாகப் பேசி அவளுக்கு கொஞ்சம் கஞ்சி ஊட்டிவிடுவேன். அம்மாவால்

அதைச் சாப்பிட முடியாமல் மூச்சு திணறல் ஏற்பட்டு துப்பி விடுவாள். அவளால் வலி சகிக்க முடியாமல் மீண்டும் மீண்டும் அழுவாள். வலி நிவாரணி மட்டும்தான் அவளைக் கொஞ்சம் பேச வைத்துக்கொண்டு இருந்தது. மாலையில் திரும்பும்போது அவளது அழுக்கு ஆடைகள் அனைத்தையும் வீட்டுக்கு எடுத்து வருவேன். வீட்டின் வெளியே கொஞ்சம் தூரத்தில் உள்ள குழாயின் அடியில் போய் உட்கார்ந்து ஒவ்வொன்றாகத் துவைத்துப் பிழிந்து அதை வீட்டில் கொண்டு வந்து விரித்துக் காயவைத்து மறுநாள் அதைக் கொண்டு செல்லவும் வேண்டும். உண்மையில் சில நாள்கள் அவை காயாமல் கொஞ்சம் ஈர வாடை அடிக்கும். அதை காலை வேளையில் சமைக்கும்போது அருகில் காயவைத்துக் கொண்டு செல்வேன்.

பேருந்தில் தொடர்ந்து போனதால் அதன் மூலம் சிலர் பழக்கம் ஆனார்கள். பேருந்தில் ஏறியதும் ஏதாவது இரு இருக்கையின் இடையில் என்னை நிற்க வைத்துக் கொள்வார்கள். பேருந்து யாத்திரைகள் மட்டுமே எனக்கான மகிழ்வான தருணங்கள் அந்நாட்களில். வழியோரங்களில் நடந்து செல்லும் மனிதர்கள், கடைகள் என அதை விரும்பிப் பார்த்துக்கொண்டே செல்வேன். அங்கு ஆஸ்பத்திரி சென்று சேர்ந்தவுடனே அங்கு இருக்கும் ஒருவிதமான நாற்றம் எனக்கே தெரியாமல் என்னைக் கொஞ்சம் சோர்வுற வைக்கும். திரும்ப வீட்டுக்கு வரும்போதும் வழக்கம் போல அம்மா கண்ணீருடன்தான் அனுப்பி வைப்பாள். அவளுக்கு அப்போது வாழ்ந்த ஒவ்வொரு நாளும் மரணம் நெருங்கிக் கொண்டிருப்பதை அறிந்தவள். அடுத்த நாள் அல்லது அடுத்த நிமிடம் பற்றிக் கூட அவளால் நம்பிக்கையுடன் சிந்திக்க முடியாத நிலையில், ஒரு நாள் அம்மாவுக்குப் பிடிக்கும் எனத் தெரிந்த அவியல், தெரிந்த அளவில் சமைத்து அதோடு கஞ்சியையும் சூடாக ஊற்றிக்கொண்டு ஆஸ்பத்திரிக்கு வந்து சேர்ந்தேன்.

அம்மாவின் அருகில் சென்று பார்த்தேன். தலையை மூடியிருந்தனர். அதை விலக்கி முகத்தைப் பார்த்தேன். அவள் தூங்குவது போலத் தெரிந்ததால் அவளை அசைத்து, “அம்மா எழுந்திரும்மா... அம்மா!” என அவள் கையையும், உடம்பையும் சேர்த்து அசைத்தேன். சூடாக கஞ்சியும், உனக்குப் பிடித்த அவியலும் என்றேன் கொஞ்சம் சத்தமாக.

பின்னர் கண் இமையை விரலால் மேலே நீக்கி மீண்டும் எழச் சொன்னேன். அவள் அசையவே இல்லை. மீண்டும் “அம்மா எழும்பு... கஞ்சி கொஞ்சமாக குடி” என அவள் மேல் போர்த்தியிருந்த துணியை விலக்கினேன். அருகில் ஓடி வந்த தாதி என்னம்மா பண்ற...? என்றவாறே மீண்டும் அதை முகத்தின் மேலாக மூடினாள்.

‘அம்மா ஒருவேளை...’ மனம் படபடக்கத் தொடங்கியது.

“உங்க வீட்லேர்ந்து யாரும் வரல்லியா... நீ மட்டும்தான் வந்தியாம்மா...”

“ஆமா...”

“வா... உன்னைய டாக்டர் பார்க்கணும்” என கையோடு என்னை அழைத்துச் சென்றார்.

எனக்குக் கண்ணீர் முட்டி நின்றுகொண்டிருந்தது. ஆனால் வாய் விட்டு அழத் தோன்றவில்லை. முடியுமட்டும் பல்லைக் கடித்து பிடித்துக்கொண்டே மருத்துவரின் கண்களைப் பார்த்தேன். அவர் அமைதியாக... “பாப்பா... நீ மட்டும்தான் வந்தியா... உன் அண்ணன் வந்திருந்தான் தானே அன்னிக்கு. அவன் எங்கே?”

“அவன் பள்ளிக்கூடம் போயிருக்கான்”.

“வீட்டில் வேற யாரெல்லாம் இருக்கா?”

“யாரும் இல்ல” என்றபோதே நீர் என்னை மீறி கன்னத்தை நனைத்தது.

அமைதியாகக் கொஞ்ச நேரம் யோசித்தவர்... “உன் அம்மா இன்னைக்கு காலையில தவறிட்டாங்க. பெரியவங்க யாரும் இல்லையா. யாரையாவது அழைச்சிட்டு வர முடியுமா...?”

நான் அமைதியாக பெரியம்மாவை யோசித்தேன். ஆனால் அம்மா கடைசிவரை அவளை அழைக்க, பேச, உதவிக்குக் கூட கேட்கவில்லை. இறந்து படுத்திருக்கும் அம்மாவுக்கு அது பிடிக்காதே...? நான் பதில் சொல்லாமல் இல்லை என்பதுபோல் தலையாட்டினேன். கண்ணீர் தாரையாக வடிந்துகொண்டே இருந்தது. சட்டென என்ன நினைத்தேன் எனத் தெரியாது. “நான் அம்மாவை வீட்டுக்குக் கொண்டு போறேன்” என்றேன்.

அவர் என்னைக் கொஞ்சம் அதிர்ச்சியாக பார்த்தார்.

“எப்படிம்மா... நீ?!” என கேட்டவர் என்ன யோசித்தார் என தெரியாது. சரி... நான் என் ஒப்புதலில் உன் அம்மாவை உன்னிடம் ஒப்படைக்கிறேன்.

தாதியை நோக்கி... “வண்டிய எடுத்து வரச் சொல்லுங்க” என்றார்.

நான் மட்டும் அம்மாவின் உடலுடன், தூக்கு வாளியைத் தலை அருகில் வைத்துக்கொண்டு திரும்ப வீடு நோக்கிப் பயணித்தேன். உடம்பை என்னால் இறக்க உதவ முடியாது என்பதால், ரோட்டில் நடந்து சென்றுகொண்டிருந்த இரண்டு பேரை அண்ணா... கொஞ்சம் உதவுங்க என ஓட்டுனரே அழைத்து அம்மாவின் உடலை குடிசையின் நடுவில் கொண்டு படுக்க வைத்தார்கள். எனக்கு என்ன செய்ய வேண்டும் என்றே தெரியாமல் கொஞ்ச நேரம் அம்மாவின் பூ போன்ற முகத்தைப் பார்த்துக்கொண்டே இருந்தேன்.

அம்மா மரணித்துவிட்டாள் என சட்டென நினைவில் எழுந்து வர உடனே எழும்பிச் சென்று பக்கத்து குடிசை பாட்டியிடம் விஷயத்தைச் சொன்னேன். அவள் அதிர்ச்சியாக எங்கள் குடிசை நோக்கி ஓடினாள். வேறு வழியே இல்லை. பெரியம்மாவிடம் சொல்லாமல் எதுவும் செய்ய முடியாது என உணர்ந்து பெரியம்மாவின் வீடு நோக்கி ஓடினேன். பெரியம்மா பஜ்ஜி போட மாவு கலக்கிக்கொண்டு இருந்தாள். எனது வேகமான ஓட்டத்தை தூரத்தில் பார்த்தவள் எழுந்து விட்டாள்.

நான் தளர்ந்த குரலில் அவளிடம் சொன்னேன், “அம்மா... செத்துப் போயிடிச்சு” பெரியம்மாவுக்கு என்ன ஏது என்றே புரிபடவில்லை...

“வீட்டில யாருமில்ல... அம்மாவை வெச்சிட்டு தான் வந்தேன்”

பெரியம்மா... ஒரு நொடி ஆவேசம் வந்தவளாய்... “என்னடி சொல்ற...?” என வேகம் கொண்டாள்.

கையை அப்படியே சேலையில் துடைத்துக்கொண்டு வேகமாக என்னோடு புறப்பட்டாள். நான் அண்ணனை அழைக்கப் போறேன் பெரியம்மா என்றவாறே வேகமாக பள்ளிக்கூடம் நோக்கி விரைந்தேன்.

பள்ளிக்கூடத்தில் அப்போதுதான் மதிய உணவு இடைவேளை. அண்ணன் அன்று சாப்பிட தட்டுடன் வரிசையில் சோறு வாங்க

காத்துக்கொண்டு நிற்பது தெரிந்தது. அருகில் ஓடிப் போய்... "அண்ணா... அம்மா இறந்திட்டா" என்றேன்.

அவன் என் கையைப் பிடித்துக்கொண்டு முடியமட்டும் உடலின் மொத்த வலுவையும் கொண்டு வீடு நோக்கி ஓடினோம். வீட்டின் வெளியே கொஞ்சம் ஆட்கள் கூடியிருந்தனர். அக்கா வரும்வரை காக்க வைக்க முடியாது. அவள் கர்ப்பமாக வேறு இருக்கிறாள் என பெரியம்மா சொன்னதால் அம்மாவை அடக்கம் செய்ய, அதற்கான வேலைகளில் அனைவரும் இறங்கினார்கள்.

அடக்கம் முடிந்து திரும்பி வந்த அண்ணன்... நாமும் சாகலாம். நமக்கு இனி யார் எனக் கேட்டான். பெரியம்மா அவளது வீட்டில் போய்விட்டுத் திரும்ப வந்தாள். எங்கள் இருவரையும் கட்டாயப்படுத்தி உணவருந்த செய்தாள். அண்ணன் எதுவும் சொல்லாமல் அமைதியாக இருந்தான்.

அண்ணனின் மனம் எதிலும் ஒட்டவில்லை. எப்போதுமே, நாமும் மரணித்து விட்டால் நல்லதுதானே என்பது போல அடுத்த சில நாள்கள் பேசினான். ஒரு நாள் பெரியம்மாவிடம் நாங்க இந்த பூமியில் யாருக்காக வாழ்கிறோம். எங்களையும் அம்மா அழைத்துக்கொண்டால் நாங்களும் நிம்மதியாக இந்த உலகத்துக்கு பாரம் இல்லாமல் இருக்குமல்லவா என அழுதுகொண்டே சொன்னான்.

பெரியம்மா வருத்தம் தோய்ந்த முகத்துடன், "அப்போ நான் எதுக்கு இருக்கேன்?!"

"இல்ல... பெரியம்மா. உண்மையிலேயே முடியல்ல..."

நான் அண்ணனின் கைகளைப் பற்றினேன். பத்தாம் வகுப்பு முடித்திருந்ததால் எதாவது நல்ல வேலை கிடைக்கும் என பெரியம்மா சொல்லி வேலை தேடச் சொன்னாள். எனக்கும் அப்போது மீண்டும் படிக்க வேண்டும் என்றே தோன்றவில்லை. பதினைந்து நாள்கள் முடிந்த பின்னர் மெதுவாக அனைவரும் பெரியம்மாவின் வீட்டுக்கே செல்வது என முடிவு செய்து அந்தக் குடிசையை காலி செய்தோம். அப்பாவின் ஒரே ஒரு கறுப்பு வெள்ளை சின்ன புகைப்படம் ஒன்று. நாங்கள் அனைவரும் இருக்கும் ஒரு புகைப்படம். அதில் நான் அம்மாவின் கையில் இருந்தேன். அண்ணன் அப்பாவின் முன்னால் நின்றுகொண்டிருந்தான். அக்கா அப்பாவின் வலது

புறத்தில். அம்மாவின் சிறிய பெட்டியை மட்டும் அவள் நினைவாக எடுத்துக்கொண்டு இறங்கினோம்.

அப்பா... என்னைப் போல நிறமாகத்தான் இருந்தார். அவ்வளவு அழகும் உயரமும். சுருண்ட முடி. முறுக்கு மீசை. கனிவான கண்கள். அப்பாவை அம்மா எவ்வளவு நேசித்திருப்பா. இப்படி வாழ்வை வெறுக்க அல்லது நம்பிக்கை இழக்க.

நான்தான் அந்த வீட்டின் சமையல் மற்றும் அனைத்து வேலைகளையும் செய்வது. பெரியம்மா என்னையும் அண்ணனையும் பெரிய அளவில் ஒன்றும் சொல்வதில்லை.

காலையில் எழுந்ததும் வீடு மொத்தமாகப் பெருக்கி, அடுப்பில் கிடக்கும் முந்தைய நாளின் சாம்பலை வாரி அதை மாற்றி விட்டு அரிசியை ஊறப் போட்டு அதில் இருக்கும் கற்களை நீக்கி, அதனை அடுப்பில் போட்டுவிட்டு, அன்றைய தினத்துக்கு வேண்டிய காய்கறிகளை வெட்டி வைத்துவிட்டு போய் தண்ணீர் எடுக்க வேண்டும். அதுவும் அப்போது கோடைக் காலம் என்பதால் தண்ணீருக்குக் கொஞ்சம் கடினம் ஆனதால் வரிசையில் குடம் வைத்தால்தான் நீர்.

நிறைய நாள்கள் அண்ணன் போய் எடுத்து வருவான். சில நாள்கள் நான் போவேன். பின்னர் நாள்கள் செல்லச் செல்ல அண்ணன் வேலை தேடுகிறேன் என்று சொல்லிவிட்டு பல இரவுகள் வராமல் இருப்பான். அதனால் நானே போகிறேன் எனச் சொல்லிவிட்டு போய் எடுத்து வருவேன்.

அப்படி ஒரு நாள் காலையில் வைத்துவிட்டு வந்த குடத்தை திரும்பி நீர் எடுக்கச் சென்றபோது யாரோ தூரமாகத் தூக்கி வீசியிருந்தனர். நான் மெதுவாக அன்று கடைசியாகத் தான் எடுத்து வந்தேன். பெரியம்மா என்ன என்று கேட்டுவிட்டு அவள் வேலையைப் பார்க்க போய்விட்டாள். அடுத்த முறை மீண்டும் இதேபோல் குடத்தை யார் தூக்கி வீசியது என அறியாமல் குடத்தை எடுத்துச் சென்று வரிசையின் முதலில் வைத்தேன். மூன்று வீடு தள்ளி என்னை விட வயதில் மூத்தவளான அவள் ஓங்கி காலால் அந்தக் குடங்களை மிதித்து விட்டு “தேவடியா” என்று சத்தமாக அழைத்ததும் அதிர்ந்துவிட்டேன். வாழ்வில் முதன்முதலாக அந்த வார்த்தையை

என்னை நோக்கி ஒரு ஆள் சொல்வது கேட்டு நிலை மறந்து ஓடி அவள் அருகில் சென்றேன். என்னை விட உயரமாக இருந்தவளின் கன்னத்தில் மிக ஆக்ரோஷமாக ஓங்கி அறைந்தேன். அதை சற்றும் எதிர்பார்க்காத அவள் வேகமாக ஓடி அவளது வீட்டை நோக்கிச் சென்றாள்.

கொஞ்ச நேரத்துக்குள் அவளது அம்மாவும் அப்பாவும் வீட்டு வாசலில் வந்து கத்த தொடங்கினார்கள். "பஜ்ஜி போடுற அம்மா... வெளிய வா..." என்றும் சில காது கூசும் அளவுக்கான கெட்ட வார்த்தைகளும். பெரியம்மா பயந்துவிட்டாள். என்ன மனநிலையில் இருந்தேன் என்றே தெரியாது. வேகமாக வெளியே வந்து அவளது அப்பாவின் முகத்தைப் பார்த்தேன்.

அவர் முறைத்துக்கொண்டு, "நீ என் பொண்ணை அடிச்சியா...?"

"ஆமா..."

"எதுக்கு...?"

"அவகிட்ட கேளுங்க..."

"எதுக்குமா அடிச்சா ?"

தண்ணீர் குடத்தை வரிசை மாற்றி வைத்ததால் என்றாள் அவள்.

"இல்லை... பொய் சொல்றா..."

அவள் அப்பா மீண்டும் என்னை நோக்கி வரிசையில்தானே குடம் வைக்கணும்" என்றார்.

"இல்லை... அதுக்காக அடிக்கல. நேத்தைக்கும் இதே போல இவள் தூக்கித்தான் வீசியிருந்தா. ஆனால் நான் கடைசியாகத் தான் தண்ணி பிடிச்சிட்டு வந்தேன்."

"ஆனால் இன்னிக்கு அடிச்சது அதுக்காக இல்லை... அவள் உங்கள்ட்ட பொய் சொல்றா...?"

"எதுக்கு அடிச்சா... சொல்லு...!"

நான் சொல்றேன்... "அவ என்னைக் கெட்ட வார்த்தை போட்டுத் திட்டினா..." வாயில் வைத்து, "செத்துப் போன என் அம்மாவையும் திட்டினா. அதனால்தான் வருத்தம் பொறுக்காமல்..." என முடிக்காமல் அமைதி காத்தேன்.

அவர் பெண்ணின் முகத்தைப் பார்த்தார். அவளது அம்மாவும் என் கண்ணை தீர்க்கமாக பார்த்தார்.

அவர் கோபமாக அவளிடம் "உண்மையா…?" என்றார்.

அவள் பதில் சொல்லாமல்… அப்படியே நிற்பதை கண்டவர்… "உன்னை விடச் சின்னப் பொண்ணு… அதுவும் செத்துப்போன அவ அம்மாவை சேர்த்து வெச்சு, பிள்ளையைப் போய் கெட்ட வார்த்தை சொல்லித் திட்டியிருக்க…"

பெரியம்மா எதுவும் சொல்லாமல் அமைதியாக நின்றுகொண்டே இருந்தாள்… பின்னர் மெதுவாக "சரி… சின்னப் பிள்ளைங்க … விட்டுத்தள்ளுங்க…" என்றாள்.

அவளது அப்பா… "அது சரி அல்ல… நீ இந்தக் குழந்தையிடம் மன்னிப்பு கேளு" என்றார்.

அவள் முடியாது என்றதைக் கேட்டதும் அவள் அம்மாவே அவளது தலையை ஒரு தட்டு தட்டினாள்… "கேளுடி…" என்றாள்.

அவள்… என்னை "மன்னிச்சுக்கோ…" எனச் சொல்லிவிட்டுத் திரும்பிப் பார்க்காமல் வீட்டை நோக்கி நடந்தாள்.

கொஞ்சம் அதிர்ச்சியில் இருந்தாலும் அதைக் காட்டிக்கொள்ளாமல் "எதுக்கு நீ அந்தப் பொண்ணுகிட்ட இப்படி அடிக்க எல்லாம் போன. அந்த ஆளு ஒரு மாதிரி."

"இல்ல… பெரியம்மா… ரெண்டு நாளா இதே மாதிரி பண்றா… ஆனால் என்னைத் திட்டினதும் இல்லாம, அம்மாவையும் சேர்த்து வெச்சு வேற திட்டினது என்னையறியாம அவ்வளவு வேகத்தை வர வைச்சுது."

"ம்ம்… உன் அம்மாவைப் போல மாறிக்கிட்டு இருக்கிற போல. இது சரியில்லை பார்த்துக்கோ. இவ்வளவு கோபம் உன்னையும், உன் எதிர்காலத்தையும் நாசமாக்கிடும்."

அன்று இரவு அண்ணன் எங்கயோ அலைந்துவிட்டு வீட்டுக்கு வந்தான். யாரும் எதுவும் அவனிடம் சொல்லாமல் அமைதி காத்தோம். இரவு உணவு அருந்தும் வேளையில் பெரியம்மா சொன்னாள். "இது என்னடா இப்படி… உன்னை பெத்துப் போட்ட ரெண்டு

பேரும் போயாச்சி. இந்த வயசுல உன்ன கவனிக்கவே உன்னால் முடியாது போல. நீ செய்யுறது எல்லாத்தையும் பார்க்கறப்போ, அப்படித்தான் சந்தேகம் வருது. நீ இப்படி இருந்தால் எப்படி. உன் தங்கைக்கு, நானும் போயிட்டா வேறு யாரு இருக்கா... உன் அக்காவைத் தேடி அங்க போய் கையேந்தி நிக்கணும்னு எண்ணம் எதாவது இருக்கா என்ன...? சீக்கிரம் எங்கேயாவது எதாவது வேலை கிடைக்குமான்னு பாரு. இல்லேன்னா எனக்கு உதவியா இரு. இப்படி நாய் மாதிரி அங்கேயும் இங்கேயும் பேய் பிடிச்சது மாதிரி சுத்துனா என்ன பண்ண முடியும்."

அண்ணா எதுவும் சொல்லாமல் அமைதி காத்தான். உணவில் கால் பங்கு கூட சாப்பிடாமல் எழுந்து சென்று கைகழுவி விட்டுப் படுத்தான். கொஞ்ச நேரம் அமைதி காத்த பெரியம்மா... "இவ இப்போ ஊர்ல உள்ள ஆளுங்களை அடிச்சு ஜெயிக்கப் பார்க்குறா. இப்படிலாம் ஆளுக்கொண்ணு செஞ்சு நான் சொல்றத கேக்காம, உங்க அம்மாவை மாதிரியே நடந்தீங்கன்னா அப்பறம் ஒரு நாயும் நம்ம கூட இருக்காது. ரெண்டு பேருக்கும் அம்மாக்காரியைப் போலவே ரோசத்துக்கு மட்டும் குறைச்சலில்லை. உங்க அக்கா அப்பங்காரன் போல புத்திசாலி. அவள் வாழ்க்கையைச் சரியா திட்டம் போட்டு, நல்ல எதிர்காலத்தை அமைச்சுக்கிட்டா!"

நாங்கள் இருவரும் பதில் சொல்லவில்லை. ஒருவேளை பெரியம்மா ஏதோவொரு நொடியில் ஏதோவொரு வேகத்தில் வெளியே போங்க என்று சொல்லிவிட்டால்!... எதுவும் காதில் விழாதது போல அமைதியாக கண்ணீருடன் படுத்திருந்தேன். ஆனால் கண்ணீர் பாயை நனைப்பது உணர முடிந்தது. அண்ணன் பாவம்... நிச்சயம் சங்கடத்தோடு வாய் மூடி இருக்கின்றான். அவன் கோபாவேசம் கொண்டோ, குறைந்தபட்சம் முகம் சுளித்துக் கூட கண்டதில்லை. பெரியம்மா கொஞ்சம் தூரத்தில் நான் விரித்துப் போட்டிருந்த பாயின் மேலாக உட்கார்ந்தாள். என்ன நினைத்தாள் என்று தெரியாது மீண்டும் எழுந்து வெற்றிலைச் செல்லத்தை எடுத்துக்கொண்டு வீட்டின் வெளியே சென்றாள்.

நான் மெல்லிய குரலில் "அண்ணா..." என அழைத்தேன்.

அவன் பதில் சொல்லவில்லை. உண்மையில் உறங்கி விடும் வாய்ப்பு இல்லை. ஆனாலும் அவன் சங்கடத்தில் அமைதியாகப்

படுத்திருப்பது தெரிந்தது. நான் மீண்டும் ஒருமுறை அழைக்கலாமா என எண்ணி பின்னர் வேண்டாம் என அமைதி காத்தேன்.

நேரம் செல்லச் செல்ல அம்மாவை, ஆஸ்பத்திரி நாள்களை, அம்மாவின் அந்தக் கண்களை நினைத்துக்கொண்டே தூங்கிப்போனேன். அதிகாலையில் பெரியம்மாவே எழுப்பிவிட்டாள். அண்ணன் தூங்கிக்கொண்டுதான் இருந்தான். பெரியம்மா அன்றைய கடை பொருட்கள் வாங்க கடைக்குப் புறப்பட்டாள். நான் அண்ணனை எழுப்ப மனம் கேட்காமல் அமைதியாக அவன் அருகில் அமர்ந்திருந்தேன்.

நான் அமர்ந்ததை உணர்ந்திருப்பான் போல. மெதுவாக திரும்பியவனின் முகத்தைக் கண்டபோதே தூங்கியிருக்கவில்லை என்பது புரிந்தது. “அண்ணா...” என்றேன்.

“நான் அன்னைக்கே உன்கிட்ட சொன்னேன் இல்லையா பார்வதி, அம்மா இல்லாத உலகத்தில பிள்ளைங்க தனியா வாழறது, இல்லாட்டி அடுத்தவங்க தயவில இருக்கறதெல்லாம் தப்பு. உன்னைக் கூட பெரியம்மா ஓரளவு உதவியாக இருக்கேன்னு விட்டுடுவா. நானெல்லாம் அவளுக்கு இப்போதே விளங்காதவன்கிற எண்ணம் தான் இருக்கு. அவள் சொல்றதும் உண்மைதானே. மனம் முழுக்கப் படிக்கணும்னு ஆசையா இருக்கு. ஆனா, அதுக்கான வாய்ப்பும் மனமும் கூடவே இல்லை. மனம் தத்தளிச்சுக்கிட்டே இருக்கு. எதுக்கு வாழறோம். என்ன சாதிக்கப் போறோம்னு. எதுக்கு இந்த அவமானமெல்லாம். ஒரே நாள்ல அம்மா கிட்ட போய்ச் சேர்ந்துட்டா வேற ஒரு துக்கமும் எதிர்பார்ப்பும் இல்லாம போயிடும். கூட இருந்தவங்க எல்லாரும் ஒரு நாள் மட்டும் பேசிட்டு, அப்பறம் நம்மள மறந்திடுவாங்க.”

நான் என்ன சொல்வது என அறியாமல் அண்ணனின் கைகளைப் பிடித்து மடியில் வைத்துக்கொண்டேன்.

“எனக்கு நீ மட்டும்தானே அண்ணா இருக்க. நீயே இப்படி பேசினா, நான் என்ன பண்ணுவேன். எனக்கு சாக விருப்பமில்லை. வாழ்ந்து காட்டணும்னுதான் மனசு சொல்லுது. நீ இப்படிப் பேசுறது கூட எனக்கு உன்மேல் வெறுப்பை உருவாக்குது. நீ ஏன் இப்படி யோசிக்கிற. நீ படி. படிச்சு நல்ல வேலைக்குப் போ.”

சிறியதாக உதட்டை இழுத்துச் சிரிப்பதுபோல பாவனை செய்தான்.

நான் எழுந்து வெளியே சென்றேன். வீட்டை நான் பெருக்கி, மற்ற வேலைகளைச் செய்து முடித்து அவனைத் தேடியபோது அவனைக் காணவில்லை. மீண்டும் சொல்லாமல் கொள்ளாமல் போய் விட்டான். உண்மையில் அண்ணனைப் போல சுத்த மனது கொண்ட ஆட்கள் யாரும் இருக்க மாட்டார்கள். ஒரு நொடி கூட கோபம் கொள்ளாத மனது. அவன் முகத்தை நோக்கி கோபம் கொள்ளக் கூட சட்டென யாருக்கும் தோன்றிவிடாது. ஆனால் பெரியம்மாவின் வார்த்தைகள் அவனை அபரிமிதமாகக் காயப்படுத்தி உள்ளது என்பதை உணர்ந்துகொள்ள முடிந்தது.

வீட்டுவேலைகள் வழக்கம்போல் ஆக்கிரமிக்கவே நான் அண்ணனின் வருத்தத்தை மறந்து உழன்றுகொள்ளத் தொடங்கினேன். இரவு வெகு நேரம் கடந்தும் அண்ணன் வரவில்லை. இன்று வரமாட்டான் எனத் தோன்றியதால் பெரியம்மாவிடம் கொஞ்சம் வருத்தத்துடன் கேட்டேன். “அண்ணன் படிக்க ஆசைப்படுது பெரியம்மா.”

“ம்ம்... அதுக்கு நான் எப்போ தடுத்தேன்.”

ஆனா, அண்ணனோட மனசு சங்கடமாகவே இருக்கு. நீங்களும் நேத்துப் பேசுனதுல அவனுக்கு வருத்தம்.”

“இங்க பாரு, அவன் ஆம்பளை புள்ள. இதைக் கூட அவனால, தாங்கிக்க முடியலன்னா எப்புடி? எனக்கு அவனைப் புடிக்கலன்னு நெனைச்சாலும் எனக்கு வருத்தம் இல்ல... ஆனா, அவன் இப்படி இருந்தான்னா அவன் வாழ்க்கை தொலைஞ்சு போயிடும்.”

நானும் பெரியம்மாவின் வார்த்தைகளை ஆமோதிக்க வேண்டிய விதத்தில்தான் அவளது பேச்சு இருந்ததால் மீண்டும் நான் எதுவும் பேசிக்கொள்ளவில்லை.

“பெரியம்மா... அண்ணன் இதுவரைக்கும் வரல.”

“வருவான்... எங்காவது உட்கார்ந்து கெடந்துட்டு காலைல வருவான். ஆம்பளதானே...?”

அம்மாவிடம் போவதுதான் சிறந்தது என அவன் காலையில் சொன்னது மனதில் அறைந்துகொண்டே இருந்தது. வேகமாக அம்மாவின் பெட்டியைத் திறந்து நாங்கள் அனைவரும் இருந்த அந்தச்

சிறிய புகைப்படத்தை வெளிச்சத்தில் பார்த்தேன். அண்ணனின் முகம் காண அவ்வளவு சாந்தமாக அல்லது புன்முறுவலுடன் இருந்தது. அண்ணன் இந்தப் புகைப்படம் எடுத்த பின் எப்போதேனும் இப்படி ஒரு உணர்வில், நிம்மதியாகச் சிரித்திருப்பானா...? 'அவனுக்கு கெட்ட எண்ணங்களை உருவாக்கிவிடாதே...' என அம்மாவின் முகம் நோக்கி மனதால் பிரார்த்தித்தேன். பெரியம்மா என்னை நோக்கி நடந்து வந்தாள். "பார்வதி பயப்படாதே அவன் வருவான். நீ இப்படி எதுக்கு வருத்தப்படுற. இந்தச் சின்ன வயதிலேயே படக்கூடாத கஷ்டங்கள் பலவும் அனுபவிச்சுக்கிட்டு இருக்கறப்போ எல்லாத்துக்கும் தெனந்தெனம் வருந்திகிட்டு இருந்தா எப்படி?"

அண்ணன் அதிகாலையில் வந்து படுத்தான்... நான் அவனை எழுப்பவில்லை. அன்று காலையில் எழுந்து என்னிடம் சொன்னான். "இங்கே இருக்கறதுக்கு மனசுலயோ உடம்புலயோ திராணி இல்ல. என்னதான் இருந்தாலும் அக்காவுக்கு நான் ஒரே தம்பி இல்லையா. அதனால் அக்காவிடம் போய் கொஞ்ச நாள் இருந்து அங்கே கோயம்புத்தூர் பகுதியில ஒரு வேலை தேடலாம்னு நெனைக்கிறேன் பாரு."

அண்ணன் அப்படிப் பேசியதில், யோசித்ததில் சிறிய அளவிலான நியாயம் இருப்பது போலவே தோன்றியது. அவனால் இங்கே பெரியம்மாவுடன் சேர்ந்து வாழ்வதே கொஞ்சம் கடினம் என நானே உணர்ந்திருந்தேன். உண்மையில் அண்ணனைப் பிரிவதையும் கொஞ்சம் கடினமாக உணர்ந்தேன். ஆனாலும் அதை அவனிடம் சொல்லாமல் அவன் சொல்வதுதான் சரி எனச் சொல்லி "எப்போ கிளம்புற" என்றேன். பெரியம்மாவிடம் அக்காவைப் பார்க்கச் செல்வதாக மட்டும் கூறி பேருந்து காசு மட்டும் வாங்கிக்கொண்டு போகிறேன் என்றவாறே எதோ நினைத்தவன் உடனே கிளம்பத் தயார் ஆனான்.

நான் "மதியம் சாப்பிட்டுட்டு கிளம்பலாம், அண்ணா..." என்றேன்.

"இல்லை... இப்பவே வழியில பேசி கொஞ்சம் காசு வாங்கிட்டு கிளம்புறேன். அப்புறம் மனசு மாறுனா எதுவும் நடக்காது" என்றவன் திரும்பி அருகில் வந்து தலையில் கைவைத்து "பத்திரமா இரு..." என்று சொன்னபோது கண்கள் நிறைந்திருந்தன. அமைதியாகச் சிறிய பள்ளிக்கூடப் பையை எடுத்துக்கொண்டு தலையசைத்து

விடைபெற்றுக் கொண்டு கிளம்பினான்.

“அம்மா...” என மனதுக்குள் அழைத்து அண்ணாவை பத்திரமாக பாத்துக்கோ என ஒரு நொடி பிரார்த்தித்து நின்றேன்.

சற்று நேரத்தில் வீட்டுக்கு வந்த பெரியம்மா கேட்டாள்... “அவனுக்கு இப்போ அங்க என்ன தேவை, அவளைப் போய் தொந்தரவு பண்ணவா... நான் சொன்னேன், வேண்டாம் டா... அவ வாழ்க்கையே பெரிய நிம்மதியாக இருக்குமோ, இருக்காதோ தெரியாது. ஆனா நீ போனால் நிச்சயம் அவளுக்கு சுமைதான்... பெரும்பாடா ஆயிடும். இங்கேயே இருக்குறது சாப்புட்டுட்டு படுத்துக்க. வேலை கெடைக்கறப்போ கெடைக்கட்டும். போட்டு கொழப்பிக்காத –ன்னு ஒண்ணுக்கு ரெண்டு தடவையா பஸ் ஸ்டாண்ட்ல வச்சு சொன்னேன். ஆனா, அவனுக்கு ஏறல. சரி என்ன பண்றது. சொன்னா கேட்டா தானே?”

“இல்ல... பெரியம்மா... அண்ணன் ஒரு தடவ கூட அக்காவை கட்டி குடுத்த பெறகு அங்க போனதேயில்லை. அதனால, போய் பார்த்தது போலவும் இருக்கும்... இந்த பிரச்சினைகளை எல்லாம் தாண்டி புது ஊர்ல, புது மனுசங்கள பார்ப்பான் இல்லையா...?”

பெரியம்மா நான் பெரிய மனித தோரணையில் பேசியதை கேட்டு “ம்ம்ம்... சரி போய்ட்டு வரட்டும். நமக்கு என்ன அதுல பிரச்சனை...?” என்றவாறே கொஞ்சம் தாழ்ந்த குரலில், “சொன்னால் கேட்காதது, பட்டால்தான் உணரும்” என்றவாறே அமைதி காத்தாள்.

நான் கொஞ்சம் கஞ்சியை சூடாக அம்மா செய்வதைப் போல தேங்காய் துருவி விடறி அவள் முன்னால் கொண்டு வைத்தேன். பழையது இல்லையா என வினவினாள்.

“இல்லை. அதை நான் குடிக்கிறேன். நீங்க இதைக் குடியுங்க பெரியம்மா” என்றேன்.

“இல்லடி... மனசு கொஞ்சம் குளுமையா குடிக்க நினைக்குது. ஒரு பச்சை மிளகாய் பிச்சுப் போட்டு... உப்பு... புளி போட்டு அதையே எடு.”

நாள்கள் மெதுவாக நகர்ந்துகொண்டே இருந்தன... அண்ணன் கிளம்பி சுமார் இரண்டு மாதம் முழுமையடைய இன்னும் நாலு நாள்

இருக்கும்போது ஒரு மதியம் தாண்டிய வேளையில் தூரத்தில் நடந்து வருவது தெரிந்தது. முகம் வாடிப்போய் தளர்ந்து நடந்து வருவதைக் கண்டதும் வேகமாக இறங்கி ஓடினேன்.

அவன் கையில் பிடித்திருந்த சிறிய பையைக் கையில் வாங்கினேன். "என்ன அண்ணா... சாப்பிட்டியா...? காலையில கௌம்புனியா...?"

"ம்ம்... சாப்புடல."

நான் கொஞ்சம் வருத்தம் கொண்டாலும்... "வா இன்னைக்கு உனக்கும் அம்மாவுக்கும் பிடிச்ச அவியல் பண்ணிருக்கேன்" என்றேன். ஆனால் மனதுக்கு அப்போதுதான் உறைத்தது... வந்ததும் வராததுமாக அம்மாவை நினைவுபடுத்தியது தவறு என்று. அதை மாற்ற... "அக்கா எப்படி இருக்கா... பிள்ளை யாரை போல?" என்றேன்.

"இருக்கா..." என பெரியளவில் அக்கறை இல்லாமல் பதில் சொல்லிக்கொண்டே வீட்டுக்குள் நுழைந்தோம். நான் அவனுக்கு இருந்த சோறு மற்றும் அவியலை எடுத்து வைத்தேன். அவன் கொஞ்சம் வேகமாகச் சாப்பிடுவதைப் பார்த்தபோதே கொஞ்சம் மனம் கனத்தது.

வேகமாக ஒரு பாயை எடுத்து விரித்துப் படுக்கை தயார் செய்தேன். அண்ணன் வேறு எதுவும் பேசாமல் அமைதியாகச் சாப்பிட்டு படுத்தான். நானும் எதுவும் கேட்கவும், சொல்லவுமில்லை. ஆனால் எதோ சரியில்லை என்பது புரிந்தது.

நான் தண்ணீர் குடிக்க எழுந்த போது அவனைக் காணவில்லை. இரவில் எப்போதோ எழுந்து வெளியே போயிருக்கிறான். மீண்டும் படுத்தேன். காலையில் பெரியம்மாவின் ஓங்கி அதட்டும் சத்தம் கேட்டு கண்விழித்தேன். அவள் அவனை, "டேய்... எழுந்திரு" என கத்திக்கொண்டிருந்தாள். அவன் அசையவேயில்லை. தூக்க கலக்கத்தில் எனக்கும் முதலில் ஒன்றுமே புரியவில்லை. "பாரு, கொஞ்சம் தண்ணி சீக்கிரம் எடு".

நான் வேகமாக எழுந்து சிறிய சொம்பில் தண்ணி மோந்து கையில் கொடுத்தேன். வேகமாக தண்ணீரை அவன் முகத்தில் அடித்தாள். அவன் அசையவே இல்லை. "தலையைத் தோளோடு சேர்த்து அவன் வாயில தண்ணிய ஊத்து" என்றாள். நான் வேகமாக வாங்கி

அவனது வாய்க்குள் நிரப்ப முயன்றேன். முடியவில்லை. "நீ உடனே வேகமா போயி அந்தோணியின் ஆட்டோவை கூப்பிட்டு வா... சீக்கிரம் போ..."

நான் அம்மாவின் முகத்தை நினைத்துக்கொண்டே முடியுமட்டும் வேகமாக இறங்கி ஓடினேன். அடுத்த தெரு அந்தோணி அண்ணன் அப்போதுதான் வெளியே ஆட்டோவைத் துடைத்துக்கொண்டு நின்றார்.

"அண்ணனுக்கு உடம்புக்கு முடியல. ஆட்டோ வேணும்." அவர் அவசரமாக என்னை ஏற்றிக்கொண்டு வீடு நோக்கி விரைந்தார். அங்கே பெரியம்மா கண்ணீர் விட்டுக்கொண்டு அவனைக் கீழே படுக்க வைத்திருந்தாள்.

அந்தோணி அண்ணனும், பெரியம்மாவும் முயன்று அவனை ஆட்டோவின் உள்ளே நுழைத்தனர். அவர்களுடனே ஆஸ்பத்திரி சென்றேன். கண்ணைத் திறந்து பார்த்த மருத்துவர் உடனே உள்ளே அவசர சிகிச்சையில் சேர்க்கச் சொல்லி இழுத்துக்கொண்டே ஓடினார்கள்.

"என்னம்மா... என்னாச்சு..."

"தெரியல சாமி... எதோ நாத்தமா இருந்துச்சேன்னு எழுந்திருச்சு பார்த்தேன். கொஞ்சமா நுரை போல ஏதோ வாயிலேருந்து வந்திச்சு. எழுப்புனேன். ஆனால் பேச்சு மூச்சு இல்லை." "கடவுளே... ஒரு குடும்பத்தை இப்படி சின்னாபின்னமாக்க உனக்கு எப்படி மனசு வருது...? யாரும் இல்லாமல் அனாதையா நிக்குற இவுங்க மேல ஒருபோதும் கண்ணு திறக்காதா..." பெரியம்மாவின் கோபத்தையும், இயலாமையில் தோன்றிய கண்ணீரையும் என்னால் கண்டு நிற்கவே முடிந்தது. அவள் வாய் மற்றும் மூக்கில் இருந்தும் நீர் வந்தது. அவள் அதைக் கூட துடைக்காமல் "ஐயோ... இவனையும் எடுத்திடாத... அந்தக் குடும்பம் வாரிசே இல்லாமல் நிர்க்கதியா நின்னுடும். என்ன வேணுமுன்னாலும் கேளு... தர்றேன்" என என்னென்னமோ அரற்றினாள். கொஞ்சம் கொஞ்சமாக அவளது அழுகையின் சப்தம் அடங்கி பின்னர் முனகல் மட்டுமே வெளியே வந்தது. ஏனோ எனக்கு அழுகை வரவில்லை. அண்ணனுக்கு ஒன்றும் ஆகாது என ஒரு நம்பிக்கை. ரொம்ப நாள்களுக்குப் பின்னர் தன்னோடு

அணைத்துக்கொண்டாள் பெரியம்மா. யாரிடம் என்ன சொல்ல என தெரியாமல் நிலைகுத்திய பார்வையுடனே நெடுநேரம் அமைதியாக அமர்ந்திருந்தாள். அந்தோணி அண்ணன் தான்... எம்மா... நான் கிளம்பவா என மெதுவாக கேட்டார்.

அவர் குரல் கேட்டு... "காசு?" என்றவாறே அவரையும், என்னையும் பார்த்தாள்.

"அதெல்லாம் ஒண்ணும் வேணாமா. பையன் உடம்பு நன்றாக ஆனால் போதும். கிளம்புறேன். உங்களுக்கும் குழந்தைக்கும் ஒரு காப்பி வாங்கி வரட்டுமா...?"

"வேண்டாம் அண்ணே..." என்றேன்.

"சரி. நான் கிளம்புறேன்" என்றவாறே கிளம்பி அந்தக் கட்டடத்தைத் தாண்டி மறைந்து போனார்.

"அவன் ஏன் இப்படிப் பண்ணினான்... உன்கிட்ட எதாவது சொன்னானா?"

"இல்லை... ஆனா வரும்போதே முகம் வாடிப் போயிதான் இருந்தீச்சு."

"அவனுக்கு என்னம்மா பிரச்சனை. படிக்க வைக்கணும்னா, செய்வோம். இப்படிச் சாவணும்னு நெனைச்சா என்ன மிஞ்சும்? உங்க அம்மாக்காரி அத்தனை கஷ்டத்திலும் உங்க ரெண்டு பேரையும் நல்ல நெலைக்குக் கொண்டு வர்றதுக்கு அவ்ளோ பிரயத்தனம் பண்ணுனது இதுக்குத்தானா. அவள் இறந்து துக்கம் கூட மறையவில்லை. அதற்குள்...?"

என்னை இன்னும் இறுக்கமாக அணைத்து ஒரு முத்தம் தந்தாள் கன்னத்தில். என்னை அறியாமல் கண்ணீர் வடித்தேன். அண்ணன் என இப்போது இருக்கும் இந்த பந்தமும் இல்லாது போனால்...

என் முகத்தைத் துடைத்துவிட்டாள்.

அன்று மாலையில்தான் எங்களை உள்ளே அனுமதித்தனர். பெரியம்மாவின் முகத்தைப் பார்க்கவே அண்ணனால் முடியவில்லை. "மன்னிச்சிடுங்க பெரியம்மா. எனக்கு அம்மா இல்லாமல் முடியல. அதான்..."

பெரியம்மா எதுவும் சொல்லவில்லை. அவன் தலையைக் கோதிவிட்டாள். அண்ணனின் கண்களிலிருந்து தாரை தாரையாக கண்ணீர் நிற்காமல் வந்துகொண்டே இருந்தது.

“உன் தலையில் இருந்த சனி இத்தோட போச்சு. இனிமே, நீ பெரிய ஆளா நிச்சயமா வருவ...” கண்ணீரைத் துடைத்துக்கொண்டே சொன்னாள்...

அண்ணன் அப்போதும் அவள் கண்ணைப் பார்க்கத் தயங்கி... “எனக்கு தெரியல பெரியம்மா... எனக்கு வாழ்வே சூனியமா இருக்கு...”

“அப்படி இல்லை... உனக்குத் தோணுறது தப்பு. அதெல்லாம் நீ நினைக்கவே கூடாது. அப்போ நாங்க எல்லாம் எதுக்கு இருக்கிறோம்... அழாதடா...” என்றவாறே என்னை நோக்கி, “கொஞ்சம் பால் மட்டும் வாங்கிட்டு வா. காசு தரேன்னு சொல்லிக் கேளு”.

“காசு...”

“கொடுப்பாங்க.”

நான் நம்பிக்கை இல்லாமல் நடந்து சென்று வெளியிலிருந்த ஒரு கடையில் ஒரு பால் கொடுங்க என்று கேட்டேன்.

“காசு பாப்பா...”

“அம்மா வந்து தருவாங்க.”

கடைக்காரர் என்னைக் கொஞ்ச நேரம் பார்த்தவர். சரி என்றவாறே ஒரு கண்ணாடி கோப்பையில் ஊற்றித் தந்துவிட்டு, ஒரு செவ்வாழை பழத்தில் ஒன்றை சிறிய செய்தி தாளில் அவராகவே சுற்றித் தந்தார்.

நான் அதைக் கொண்டு வந்து பெரியம்மாவின் கையில் கொடுத்தேன். அவள் அதை அண்ணனின் வாயில் ஊதி ஊதி கொஞ்சம் கொஞ்சமாக பருக தந்தாள். என்னை நோக்கி அந்தப் பழத்தை உரித்துக் கொடு என்றாள். நான் அதை மெதுவாக உரித்தேன். மணம் மனதை தொட்டு அறை முழுவதும் பரவியது. அதை அண்ணாவின் கையில் கொடுக்கப் பார்த்தேன். பெரியம்மா நீயே வாயில் கொஞ்சமாக சாப்பிடக் கொடு என்றாள். நான் அண்ணனின் வாயில் வைத்துச் சாப்பிடு என்றேன். அவன் முயன்று தன் வலது கையால் வாங்கி அவனாகவே சாப்பிடத் தொடங்கினான்.

மாலையில் அங்கேயே நிற்கச் சொல்லிவிட்டு பெரியம்மா கடையைப் போட்டு முடித்த பின்னர் கொஞ்சம் உணவு எடுத்து வந்தாள். அன்று இரவில் அங்கேயே படுத்து உறங்கினோம். மறுநாள் அனைவருமாக வீடு வந்து சேர்ந்தோம். அந்தோணி அண்ணன் மனைவியுடன் வந்து பார்த்துச் சென்றார்.

உண்மையில் அண்ணன் பெரியளவில் நிம்மதியுடனோ அல்லது மரணத்திடமிருந்து தப்பித்த மகிழ்ச்சியோ முகத்தில் கொஞ்சமும் இல்லாமல் இரண்டு மூன்று நாள்கள் வீட்டுக்குள்ளேயே இருவரின் கண்காணிப்பில் இருந்தான். பெரியம்மாவே வேளாவேளைக்கு சாப்பாடு செய்து அவனை அவ்வளவு அன்பு பாராட்டத் தொடங்கினாள். அவன் பெரிய அளவில் பேசவுமில்லை. மன வருத்தத்தின் காரணமாகவே அப்படி இருப்பதாக நாங்களும் சமாதானம் எங்கள் மனங்களுக்குச் சொல்லிக்கொண்டோம். ஆனால் அண்ணன் எங்கள் மனங்களை எல்லாம் நொறுக்கி விட்டான் என்றே சொல்ல வேண்டும். உண்மையில் அவன் பெரியம்மாவை, அக்காவைக் கூட யோசித்திருக்க வேண்டாம். என்னை, அவனது அன்பு பார்வதியை விட்டுக்கொண்டு மீண்டும் எங்கே சென்றான் என்றே தெரியவில்லை. காலையில் எழுந்து பார்த்தபோது அவனைக் காணவில்லை. அவனது பாய் சரியாக சுருட்டி மூலையில் வைக்கப்பட்டிருந்தது. பெரியம்மா வெளியே எங்காவது போயிருப்பான். இங்கேயே எவ்வளவு நேரம் தான் படுத்துக்கிடப்பது என்று சமாதானம் சொன்னாள். ஆனால் எனக்கு ஏனோ அது சரியாகப் படவில்லை.

அன்று மாலை தாண்டியபோதும் அவன் திரும்பவில்லை. இரவு கடந்து மறுநாளும் அவன் வரவில்லை. இதற்கு முன்னர் இப்படிச் சென்று திரும்பியுள்ள நினைவு வந்ததால் நாங்களாகவே சமாதானம் செய்துகொண்டு காத்திருந்தோம். ஆனால் நாள்கள் மூன்று, நான்கு, ஐந்து என நகர நகர சந்தேகம் வலுத்தது. அவன் எங்களை விட்டு எங்கோ போய்விட்டான் என்று மட்டும் தெரிந்தது.

இம்முறை பெரியம்மா அவன் மேல் வெறுப்பாகப் பேசத் தொடங்கினாள். "நாயைக் குளிப்பாட்டி நடு வீட்டுல வெச்சாலும் அது குப்பை திங்கப் போறது மாதிரி" என்று சொல்லி கேவலமாக சில கெட்டவார்த்தைகளையும் சேர்த்தே சொன்னாள்.

உண்மையில் அது அவளது கோபத்தின் வெளிப்பாடாக, வேதனையின் வார்த்தையாகவே கருத முடியும். எங்கே போய் அவனை தேடுவது என அந்த வயதில் தெரியாமல் தினம் தினம் அழுது அழுது அண்ணன் என்ற வார்த்தையின் பொருளை வாழ்வில் இருந்தும் நீக்கிக் கொள்ள முயன்று பின்னர் வெற்றியும் கொண்டதாகவே இப்போது யோசிக்கும்போது தோன்றுகிறது. இன்றும் அண்ணன் திரும்ப வருவான்... அவனது அன்பான குரலில் "பாரூ..." என அழைப்பான் என்றே நம்புகிறேன்.

உண்மையில் அண்ணன் வெறுத்ததால் எங்களை விட்டுப் போயிருக்க மாட்டான். ஆனால் தான் ஒரு பாரமாக பெரியம்மாவுக்கு மாறிவிடக் கூடும் என்ற பயம்தான் பிரதானமாக அவனை ஆட்கொண்டிருந்தது. அதேபோல் பெரியம்மா, 'தங்கையைப் பார்த்துக்கொள்கிறாள் இதில் தானும் கூடவே இருப்பது தங்கையின் வாழ்க்கைக்குக் கூட சிலவேளை ஏதாவது நொடியில் பிரச்சனையாக மாறிவிடுமோ' என்ற பயம் கூட காரணமாக இருக்கலாம் என்றே இப்போது இந்த வயதில் யோசிக்கும்போது தோன்றுகிறது.

ஆனால் அந்த வயதில் காணாமல் போனால் என்ன செய்ய வேண்டும். யாரிடம் சொல்ல வேண்டும். அப்படி எதுவும் பெரிய அளவில் தெரியாது. அந்தோணி அண்ணனிடம் சொல்லலாம் என பல முறை நினைப்பேன். ஆனால் அதுவே பெரியம்மாவுக்கு பிரச்சினையாக மாறத் தொடங்கினால் நான் என்ன செய்வது என்று தெரியாததால்... பெரியம்மா சொல்வதை போல காத்துக்கொண்டு இருப்பதைத் தவிர வேறு வழியே அந்த வயதில் இல்லை.

மீண்டும் பூமி சுற்றுவதை நிறுத்தியது போலத் தெரியவில்லை. என் நாள்கள் செல்வதும் தடைபடவில்லை. ஒருநாள் உணவு உண்ணும் மதியவேளையில் உடுத்தியிருந்த சிறிய பாவாடை போன்ற துணியில் என்னை அறியாமல் ஈரம் ஆவது போல தோன்றியது. ஒருவேளை வயிற்றுப்போக்கின் காரணமாக தண்ணீர் போல மலம் வெளியேறிவிட்டதோ எனத் தோன்றி வேகமாக எழுந்து பின்னால் பார்த்தேன். அது கறுப்பு நிறத்திலான பாவாடை. அதில் நீர் போல படர்ந்தது. ஒருவேளை மலம் என்றால் நாற்றம் தொடங்கிவிடும் என வெளியே வேகமாக ஓடினேன். வெளியே அமர்ந்து வெற்றிலை மென்றுகொண்டு நீண்ட எண்ணத்தில் இருந்த பெரியம்மா எனது

பாய்ச்சல் ஓட்டத்தை உணர்ந்து “பார்வதி என்ன?” என்றவாறே பின்னால் வந்தாள்.

நான் வேகமாக ஓடி தென்னங்கீற்று குளியல் அறைக்குள் நுழைந்தேன். குனிந்து கால்களைப் பார்த்தபோது அதில் ரத்தம் ஓடிய தடம். பின்னால் வந்த பெரியம்மா. “என்ன ஆச்சு?” என்று கேட்டாள், கொஞ்சம் குரல் இளகி.

“பெரியம்மா... தொடை, காலெல்லாம் ரத்தம் போல இருக்கு” என்று சொல்லி முடிக்குமுன்னர் உள்ளே வந்துவிட்டாள் புயல் போல. என் பாவாடையைத் தூக்கிக் கீழே பார்த்தவள் அப்படியே என்னை அணைத்துக்கொண்டு... “அம்மா... தாயே... இந்தப் பிள்ளையைக் காத்துக்கொள்ளும் தைரியம், பக்குவம் எனக்கும், இவளுக்கும் தா அம்மா...” என்றவாறே... “சரி நீ சீக்கிரம் அந்த ரத்தத்தைக் கழுவிவிடு” என்றாள் நிறைந்த கண்ணீருடன்.

எனக்கு மலம் இல்லை என்பதை விட ரத்தம் வந்தும் பெரியம்மா எதுவும் சொல்லாமல் கண்கள் நிறைந்து வெளியே சென்றதைத்தான் யோசித்தேன். அதைக் கழுவும்போது பயம் தோன்றியது. அது எங்கிருந்து வருகிறது என கால்முட்டு, தொடை பின்னர் தொடையிடுக்கு எனக் கழுவினேன். கையில் எடுத்து மோந்து பார்த்தேன். உண்மையில் அந்த உறுப்பின் பெயர் யோனி என்றோ ஆண்கள் சொல்லும் வார்த்தைகளோ என எதுவும் தெரியாத நாட்கள் அவை. ஆனால் அதுதான் மூத்திரம் பெய்யும் இடம் என்பது மட்டும்தான் தெரியும். தண்ணீர் ஊற்றிக் கழுவிய பின்னரும் கொஞ்சம் ரத்தம் வருவது போலத் தோன்றியதால் மீண்டும் மீண்டும் கழுவினேன்.

குளியல் அறையிலிருந்து வெளியே வந்து வாசல் கதவின் அருகில் சென்று நின்றேன். பெரியம்மா “உள்ளே வா” என அழைத்தாள். கீழே உட்கார்ந்திருந்தவளின் கையில் என் அம்மாவுடன் அவர்கள் அக்கா தங்கைகள் சேர்ந்திருந்த புகைப்படம். அதைப் பார்த்துக்கொண்டே, “உன் அம்மாவும் இதேபோல் ஒருநாள் குளித்துக்கொண்டு இருந்தபோது தான் ருது ஆனாள். உண்மையில் பெற்ற தாய் அந்த ரத்தத்தை முதலில் பார்க்கவே கூடாது என்று ஒரு சாஸ்திரம் உண்டு. உன் அக்காவை, ஊர் மக்களைக் கூப்பிட வேண்டும்.

ஆனால் அது தேவையில்லைன்னுதான் தோணுது. உனக்கு அவளைக் கூப்பிடணும்னு விருப்பம் இருக்கா...?"

"அவளும், உன் சித்தியும்தான் இப்போதைக்கு சொந்தம்னு சொல்லிக்க இருக்குற உறவு. அவங்கதான் உன்னைப் பார்க்க வரும்போது கண்ணாடி, சாந்து பொட்டு, சோப்பு டப்பா, நகப்பூச்சு, வளையல், கோகுல் முகப்பவுடர் எல்லாம் வாங்கிட்டு வருவாங்க. அதுதான் சாங்கிய சம்பிரதாயம்."

நான் எதுவும் தெரியாததால் அமைதியாக பெரியம்மாவின் வாயை பார்த்துக்கொண்டே அமர்ந்திருந்தேன். "உனக்குத் தனியா கூடு ஒண்ணு வெளியே கட்டணும். ஆனா, அதுக்கு யாரு இருக்கா?! அதை வைக்கோல் போட்டு வேய்ந்து உன்னைத் தூங்க வைக்கணும். நம்ம வீடே கூடு மாதிரி தானே. உண்மையா மூணு மாசமாவது கூடு புதுசா செய்யணும்."

பேசிக்கொண்டே அரசு கொடுத்த இலவச வேட்டியைக் கத்தியை வைத்துக் கிழிக்கத் தொடங்கினாள். "இதைக் கூடவே வெச்சுக்க" என என்னிடம் அதை இரண்டாக மடக்கி, "இடுப்பு நூல்ல கோத்து வெச்சுக்க" என்றாள். "இரண்டு இல்லாட்டி மூணு மணிநேரத்துக்கு ஒரு தடவை இனிவரும் பதினோரு நாளும் மாத்திப் பழகணும்" என்றும் சொல்லிக்கொண்டே வேட்டியைப் பல துண்டுகள் ஆக்கினாள்.

"உடனே வண்ணான் மாத்துத் துணி வாங்கணும். இங்கு வந்துகிட்டிருந்த அவன் ரெண்டு மாசமா வரவும் இல்ல. பக்கத்து வீட்டு அக்காட்டதான் கேக்கணும். நாம இதை யார்கிட்டேயும் சொல்லாம மறைக்கலாமான்னு மனசுக்குத் தோணுது. உன்னோட விருப்பம் என்ன...?" என்று ஏதேதோ சொல்லிச் சென்றாள்.

"சடங்குலாம் பண்ணி தெருவுல எல்லாருக்கும் சொல்லணும். எல்லாரும் வந்து உன்னைப் பார்க்கணும்னு உனக்கு ஆசை இருக்கா?" ஒரு விதமான பதட்டத்தில் அவள் இருப்பது போலத் தோன்றியது.

"இல்லை... பெரியம்மா... அப்படி எல்லாம் எதற்கு. பணம் வேண்டும்... எதுக்கு இப்போ..." என்றேன் விருப்பத்தைக் கண்ணில் காட்டிக்கொள்ளாமல்.

பெரியம்மா என் முகத்தைப் பார்த்துக்கொண்டே சொன்னாள். “என்னை மன்னிச்சிடு பார்வதி.” அவள் கண்கள் கொஞ்சம் கலங்கி இருந்தன. அம்மாவை விடவும் அன்பு உண்டு என சில வேளைகளில் இந்தக் கண்ணீர் சொல்லியுள்ளது. ஆனால் இப்போது அவளும் கொஞ்சம் அவமானமாக உணர்கிறாள்.

மனம் பெரியம்மாவின் உள்ளத்தில் ஓடுவதை ஊகிக்க முயன்று தோற்றுக்கொண்டே இருந்தது. இருள் நீங்கும் வேளையில் ஒளி பரவி கூடவே உண்டாக்கும் கண்கூசல் போலவே அவள் முகத்தை பார்க்காமல் அமைதியாக, அடுத்து என்ன சொல்லப்போகிறாள் என்று காதுகளைக் கூர்மையாக்கி உட்கார்ந்திருந்தேன்.

“எனக்கு இந்த சாங்கியம் சடங்கு எல்லாம் உண்மைன்னு நம்புற அளவுக்கு வாழ்க்கை ஒண்ணையும் கண்ல காட்டுனது இல்ல. இல்லாட்டி, இப்படிலாம் செய்யாம இருக்கறதால காசு மிச்சம் தான். ஆனாலும் ஒரு சம்பிரதாயம் இருக்கு. உனக்குச் செய்யாமலே இருந்தாலும் நாளைக்கு ஒரு சங்கடம் வந்தா மனசு கிடந்து வேகும். ஒரு நூறு இருநூறுக்கு ஆசைப்பட்டு... எதெல்லாமோ நம்ம குடும்பத்தில் நடந்து முடிஞ்சும், நடந்துகிட்டும் இருக்கு. உன் சித்திகிட்ட கேட்டா எல்லாத்துக்கும் ஆயிரம் காரணம் சொல்லுவா. நானும் உன் அம்மாவும்தான் பெரியளவில் இப்போ இதை எல்லாம் நம்பாம இருந்தோம். ஆனா இப்போ அப்படி இருக்க முடியல. மனசு கொஞ்சம் தடுமாறுது. ஒருவேளை நான் செய்யாமல் இருந்து நாளை அதுகூட ஒரு கறையா மனசுல படிஞ்சாலும் படியும்.”

பெரியம்மா சிறு பையைக் கையில் வைத்துக்கொண்டு தான் வெளியே போய்விட்டு உடனே வந்துவிடுவதாகவும், எங்கேயும் அலையாமல், நடக்காமல் வீட்டின் உள்ளேயே உட்கார்ந்துகொள் என்று இரண்டு முறை சொல்லிவிட்டு இறங்கி ஓட்டமும் நடையுமாக வெளியேறினாள்.

பக்கத்து வீடுகளில் பெரிய பொண்ணு ஆகிட்டா... என பலபேர் சொல்வதைக் கேட்டுள்ளேன். பெரியம்மா சொன்னதால் உள்ளேயே உட்கார்ந்தேன். பின்னர் மெதுவாக தலை சாய்த்துப் படுத்தேன். வெளியே சென்ற பெரியம்மா நெடுநேரமாகியும் வரவில்லை. எங்கே சென்றிருக்கும் என யோசித்து யோசித்தே தூங்கிப்போனேன். ஆச்சரியமாக அம்மா சிரித்த முகத்துடன் என் முன்னால்

அமர்ந்திருப்பதை உணர்ந்தேன். “சாப்பிட்டியாடா” என அவள் கேட்டு, தலையைக் கோதும் நேரம் வெளியே பெரியம்மாவின் பார்வதி என்ற குரல். நினைவு வந்து வேகமாக எழுந்து உட்கார்ந்தேன். பெரியம்மா முகம் முழுவதும் மலர்ச்சியுடன் பலவிதமான பொருள்களுடன் வீட்டின் உள்ளே வேகமாக நுழைந்தாள்.

நான் பெரியம்மாவைப் பார்த்தேன்...

“இந்த நேரம் நல்லதான்னு கேக்கப் போனேன். ஆனா, அய்யரு இப்போ முடியாது நாளைக்கு வாங்க... மதியம் தாண்டிப் பார்க்குறதில்லைங்குறாரு. மத்த சம்பிரதாயம் பார்க்கலேன்னாலும், முக்கியமானது கொஞ்சமாவது செய்யணும் இல்லையா?!... வீட்டுக்கு வெளியே குடிசை போடணும், அதுக்குள்ளதான் நீ படுக்கணும்னு சொல்றதெல்லாம், இந்தக் குடிசையில இருந்து கீற்று எதுக்கு? ஆனா, நீ சாப்புடுறதுக்காக நிறைய நாட்டுக்கோழி முட்டை, நல்லெண்ணெய், மற்றும் உளுந்தெல்லாம் வாங்கி வெச்சிருக்கேன்,” என்றாள்.

என் மனம் விதம்விதமான நினைவு அடுக்குகளில் தாவிக்கொண்டு... என்ன சொல்வது என அறியாமல் அமைதியாக அவளது பரபரப்பில் நீர் மேல் நடக்கும் பூச்சி போலப் பார்த்துக்கொண்டே அமர்ந்திருந்தேன்.

அவளது மாம்பழத்து நிறக் கைகளின் மேல் தோலையும், பொன்கதிர் வெளிச்சம் பரவியது போன்ற என் கைகளையும் ஒப்பிட்டு மனம் நோக்கியது. நிச்சயம் எனக்கு நான் விரும்புவது போல நல்ல ஒத்த நிறம் மற்றும் அழகு, நிறைந்த அறிவும், பணமும் கொண்ட ஒரு ஆண் என்னைத் தேடி வருவான் என முதன் முதலாக ஒரு நற்கனவு மின்னி மறைந்தது. மனதுக்குள் சிறியதாக ஒரு நிறைவு தோன்றியது.

நான் கடந்தகால நாட்களின் கெட்ட நிமிடங்களை அல்லது அறிவு தெரிந்த நாள் முதல் உள்ள நினைவலைகள் ரத்த அழுத்தம் குறிக்கும் பாதரசத்தின் மேல் கீழ் போக்கு போல முன்னதும் பின்னதுமாக நினைவில் அழுத்தியது.

பெரியம்மா, வெந்தயக் களி கிண்ட வேண்டும் என்றவாறே வாங்கி வந்திருந்த பலவிதமான பொருள்களையும் எடுத்து வெளியே அடுக்கினாள். கொஞ்சம் வேப்பங்கொழுந்து மற்றும் மஞ்சளை

எடுத்துத் தனியாக வைத்தாள். இரண்டையும் அரைத்து சிறிய நெல்லிக்காய் அளவுக்கு ஒன்பது நாளாவது விழுங்கி விட வேண்டும் என்று என்னைப் பார்த்துச் சொன்னாள்.

சிவப்பு நிறத்தில் அரிசியை அப்போதுதான் முதன்முதலாகப் பார்க்கிறேன். அதோடு கறுப்பு உளுந்தை அருகில் வைத்தாள். இந்தக் களிதான் தினமும் இரவு ஒரு பத்து நாளுக்கு என்றாள்.

உளுந்து கஞ்சியைக் கருப்பட்டியுடன் தின்ன வேண்டும். காலையில் எழுந்ததும் நாளை முதல் இந்தப் பச்சை முட்டையும், நல்லெண்ணெய் இரண்டும் குடிக்க வேண்டும். அதன் பின்னர் மஞ்சள் வைத்துக் குளிக்க வேண்டும். பின்னர் பயறு வைத்து நல்ல புட்டு தினம் தினம் வேறு வேறு அரிசியில் தின்ன வேண்டும். இரண்டு சீப்பு நேந்திரம் பழம் ஒவ்வொன்றும் கையளவு உருவில், அதோடு வாழ்வில் அதற்கு முன்னர் ஒரே ஒரு முறை மட்டுமே சாப்பிட்டிருந்த செவ்வாழையையும் வாங்கி வந்திருந்தாள்.

தினை மாவு என்று ஒரு பொதியை எடுத்து வைத்தாள். இது ஒரு மூணு உருண்டையாவது தினமும் தின்ன வேண்டும். கொஞ்சம் தேங்காய், தேன், வெல்லம் போன்றவை சேர்த்துப் பிசைந்து ஒரு கைப்பிடி உருண்டை செய்து ஒரு மூணு, நாலு உருண்டையாவது தின்ன வேண்டும். மீண்டும் சொன்னாள்.

எனக்கு இவற்றைக் கேட்டபோதே மனமும், வயிறும் நிறைந்தது போல ஆகி குமட்டல் வருவது போலத் தோன்றியது.

பெரியம்மா மீண்டும் தொடர்ந்தாள்...

“இது கன்னி தீட்டு. அதுனால எல்லாத்தையும் ஒரு தடவை செஞ்சுடணும். அப்பறம் மாசா மாசம் கொஞ்சம் முன்ன பின்ன செய்யலாம், ஒரு ஆறு மாதம். அப்பறம், உனக்கே எல்லாம் தெரிஞ்சிடும். இனிமே நீ சூடு பொறுக்க வெந்நீர் வெச்சுதான் தொடையிடுக்கெயெல்லாம் கழுவணும்”. “இல்லேன்னா எதாவது நோய் போல சிரங்கு கூட வரும். உன் அக்காவுக்கு வந்தது போல வந்திடக் கூடாது.”

பிரண்டை என்ற கொடி போன்ற ஒன்றை எடுத்துவைத்துச் சொன்னாள் “இனிமே இதையும் துவையலா அப்பப்போ சேர்த்துக்கணும். வெத்தலையும் சுண்ணாம்பும் சேர்த்து புடிச்சிருந்தா தினமும் மதியம்

சாப்பிட்ட பெறகு ஒரு மாசத்துல நாலைஞ்சு முறை மென்னு சாறை முழுங்கிட்டு மீதியைத் துப்பிடு. காலையில குற்றாலம் கணபதி கோயிலுக்குப் போயி நீர்க்குடம் சொல்லி வாங்கியாரணும்.'' அவள் பேச்சை நிறுத்துவதாக இல்லை.

"அப்புறம் இனிமே ஒரு பத்து நாளுக்கு வெளியே போறப்போ சின்ன இரும்புத் துண்டை கையோட எப்பவும் வெச்சுக்க. நான் மறந்தாலும் நீ இதெல்லாம் செய்யணும் பார்வதி. எனக்குக் கூட பல வேளைகள்ல சிலது மறந்துடும். அதனால்தான் உன்கிட்ட ஒவ்வொண்ணா சொல்லிட்டே இருக்கேன்.''

அஞ்சாம் நாள் அப்பறம் ஏழாம் நாள் கணபதி கோயிலில் கும்பம் சொல்லி அந்த நீரை மட்டும் ஊற்றினால் போதும். வேற சடங்குகள் எல்லாம் எதுக்கு. ஒன்பதுக்கு அந்தக் கோயில் குளத்தில் போய் குளிச்சு தொழுது முடிக்கலாம். அது போதும்'' என்று சொல்லி, அதுவரை நீ வீட்டில் வேறு பொருள்கள் ஒன்றும் தொட வேண்டாம் என்றாள்.

"நாளைக்குக் காலையில் வண்ணான் துணி கிடைக்குமான்னு கேட்டுப் பாக்குறேன். அவங்களுக்கும் கொஞ்சம் காசு குடுக்கணும்,'' என்று பெருமூச்சு எறிந்தாள். நான் அது ஏன், எதற்கு அப்படி என்றெல்லாம் கேட்க விரும்பாமல் சரி என்பதுபோல தலையை மட்டும் ஆட்டினேன்.

ஒவ்வொரு நாளாக மெல்ல மெல்ல கடந்து ஒன்பதாம் நாள் கோயில் குளத்தில் குளித்து, புது உடை மாற்றி, முதன் முதலாக குற்றாலம் ஆலயத்தின் உள்ளே அன்றுதான் சென்றேன். மனம் ஏனோ அம்மாவைக் காண விரும்பியது. அண்ணன் இப்போது கூடவே இருந்திருந்தால்...? அவன் என் கையை அன்புடன் பிடித்து சாப்பிடு என்று சொல்வான்.

கோயில் உள்ளே அண்ணன் திரும்ப வர வேண்டும் என்று மட்டும் தான் பிரார்த்தனை செய்ய முடிந்தது. புதிய பாவாடை உடையில், நான் கொஞ்சம் உடம்பு பெருத்திருந்தது போல உணர்ந்தேன். பெரியம்மா கண்ணீருடன் பிரார்த்தித்துக் கொண்டே நெடுநேரம் நின்றாள். அக்காவுக்குத் தகவல் சொல்ல வேண்டாம் என்றே கடைசி வரை சொன்னாள். சித்தியையும் அறிவிக்கவில்லை.

நாள்கள் பூமியின் தாளத்துக்கு ஏற்ப நடக்கத் தொடங்கின. ஆனால் விதி தன் கோர முகத்தை என் மேல் மீண்டும் காட்டியது. நான்கு மாதங்கள் கடந்தபின்னர் ஒருநாள் பெரியம்மா சட்டென உடம்பு தளர்ந்து படுத்தாள். அவளுக்கு என்ன என்று அப்போது எங்களால் அறியமுடியவில்லை. அவளது உடல் ஒருவாரத்துக்குள் மிகவும் மெலிந்தது போல உணர்ந்து பெரிய ஆஸ்பத்திரிக்குக் கூட்டிச் சென்றேன். அம்மா போனபின் மீண்டும் அந்தக் கட்டடத்தை காணும்போது இயல்பாக உருவாகிய ஒரு நடுக்கத்தை உணர்ந்தேன்.

விதி மீண்டும் என்னைத் தோற்கடிக்க முடிவு செய்துவிட்டது என்பதை அந்த மாலையில் உணர முடிந்தது.

மருத்துவர் தன் அறையில் அழைத்து, “என்ன சொல்றதும்மா... உங்க அம்மாவுக்கு கருப்பையில புற்றுநோய். முத்தின நிலையில் இருக்கு. அதிகம் போனா ஒரு சில மாதங்கள்தான் சொல்லலாம். ஆனா அதை நீக்கிட்டா, உயிர் பிழைப்பாங்களா இல்லை வேற எங்கேயாவது பரவி இருக்கான்னு நாளைக்குப் பரிசோதனைகள் பண்ணிதான் சொல்லமுடியும். இப்போதைக்கு அவங்க இங்க இருக்கறதுதான் நல்லது. உடம்பு ரொம்ப பலவீனமா இருக்கு” என்றார்.

யாரிடம் இதைப் பற்றிச் சொல்வது. என்ன செய்வது என்றே அப்போது போலவே இப்போதும் கையறுநிலை. அன்று என்னைக் காத்துக்கொள்ள இவள் இருந்தாள். அண்ணன் கூடவே இருந்ததும் ஒரு நம்பிக்கைக் கீற்றாகத் தெரிந்தது. ஆனால் இப்போது அனைத்து வழிகளும் மூடியே இருப்பது ஒருவிதமான படபடப்பாய் இருந்தது. இதை எப்படிச் சரிசெய்வது அல்லது இவள் நீண்ட நாள்கள் என்னோடு இல்லாது போனால் நான்...?

பெரியம்மாவை அழைத்துக்கொண்டு வேறு ஒரு மருத்துவரின் அறைக்குள் நுழைந்தேன். அவர் பெரியம்மாவின் முகத்தைப் பார்த்து சிரித்துக்கொண்டே “ஒண்ணும் பெரிய பிரச்சினை இல்லை. சரி பண்ணிவிடலாம்” என்றார். அவள் வலிந்து கொஞ்சம் தலையை இழுத்து அசைத்தபடி. “என் தங்கை இவளது அம்மாவும் இந்த நோயினால்தான் போனாள். இப்போ என்னையும் கொண்டு செல்ல வந்துள்ளது போல” என்றாள்.

அப்படி ஒண்ணும் பயப்பட வேண்டாம்... இது இப்போ நிறையப் பேருக்கு வருகிறது. நாம் அதைப் பார்த்து பயப்படும் அளவுக்கு ஒன்றுமில்லை" என்றார் மருத்துவர்.

"இது குடும்பத்தில் ஒருவர் மாற்றி ஒருவர் எனத் தொடர்கிறது..."

"நீங்க பேருந்தில் பயணம் செய்யும்போது அல்லது சாலையின் ஓரத்தில் நடக்கும் போது வேறு வாகனம் மோதி ஒரே குடும்பத்தைச் சேர்ந்த இருவரும் போனால் அது ஒரு விபத்து... அதுபோலதான் புற்றுநோய். அது வருவது கூட ஒருவிதமான விபத்துதான். அது பரம்பரை வியாதி அல்ல. அதனால் அதை யோசித்து நீங்கள் துக்கம் கொள்ள வேண்டாம்" என்றார்.

பெரியம்மா அமைதியாக மீண்டும் கேட்டாள். "தங்கைக்கு நெஞ்சு வெட்டிப் பிளந்த பெறகும் அது வளர்ந்திச்சு... எனக்கு?!"

"உங்களுக்கு அது கருப்பையைத்தான் தாக்கியுள்ளது. அதனால அதை மாற்றினால் போதும் என்றே நம்புகிறோம். நீங்க இப்போ உங்க அறையில் போய் ஓய்வு எடுத்துக்கோங்க. உங்கள தாதி பார்த்துக்கிடுவாங்க."

அமைதியாக மதியம் தாண்டிய பின்னர் அவள் அறைக்குச் சென்றேன். "உன் அம்மாவைப் போலவே நானும் போயிட்டா உனக்கு யாரு பாரு...?"

"அப்படில்லாம் சொல்லாதீங்க பெரியம்மா. எல்லாம் சரியாயிடும்" என்றேன் நம்பிக்கையில்லாமலே. ஏனோ பெரியம்மா சீக்கிரமே இறந்துவிடுவாள் என்றே மனம் சொன்னது.

"பரம்பரை வியாதி போல. என்னைத் தாக்கும்போது கொஞ்சம் ஆச்சரியமாக இருக்குன்னு டாக்டர் சொல்றாரு. விதி அப்படித் தானே. உனக்கு ஒரு கல்யாணம் நடத்தி முடிச்சிட்டுப் போனால் நிம்மதியாகப் போய்ச் சேருவேன்..."

"ஒண்ணுமில்ல... அப்படி நீங்க இப்போ எங்கேயும் போகல. கொஞ்சம் அமைதியா இருங்க."

என் வார்த்தைகள் அவள் மனதை அல்ல முகத்தைக் கூட தொடவில்லை. அமைதியாக என் கண்களைப் பார்த்தவள், பாரு, நாம இரண்டு பேருக்கும் உள்ளுக்குள்ள தெரியுற ஒரு விஷயத்தை

மறுத்து மறுத்துப் பேசி என்னா ஆவப் போவுது. நீ நாளைக்கே உன் சித்திக்கும் அக்காவுக்கும் என் நிலைமையச் சொல்லி கடிதம் போடு. அக்காவின் வீட்டுக்காரரு கம்பெனி தொலைபேசி நம்பரு இருக்கில்ல. அதையும் முயற்சி பண்ணி, முடிஞ்சா பேசிடு. ஒருவேளை கடிதம் போயி அவங்களுக்குச் சேர்றதுக்கு முன்னாடி எனக்கு ஏதாவது ஆயிட்டா?!"

என்னால் ஒரு பதிலும் சொல்லமுடியாமல் பெரியம்மா என்ற தாய் யானையின் சரிவை நோக்கி மனம் பொங்கியது. நேரம் மற்றும் விதி ஏன் ஒரு சிறிய பெண்ணை இவ்வளவு சிதைக்கப் போராடுகிறது. என்னால் விதியை ஜெயிக்க ஒருமுறை கூட முடியாது என்பது மீண்டும் நிரூபணம் ஆகிக்கொண்டே இருந்தது.

மறுநாள் மருத்துவமனை கிளம்பும் வழியில் ஒரு அஞ்சல் அட்டையை வாங்கி, பெரியம்மாவுக்கு உடல் நிலை கொஞ்சம் கடின நிலையில் என்ற தகவலுடன் அக்காவுக்கு, சித்திக்கு என இரண்டு அட்டையை அனுப்பிவிட்டு, அத்தானின் அலுவலகத்தில் விஷயத்தைச் சொல்லி அவரிடம் சொல்லிவிடுமாறும் கேட்டுக்கொண்டு பெரியாம்மாவின் காசில் வழியில் உணவும் வாங்கி வந்தேன். வீட்டில் போய் சமைத்துக் கொண்டு வர இப்போது மனம் விரும்பவில்லை.

நான்காம் நாள் சித்தியும் அக்காவும் மட்டும் வந்தார்கள். அவளது குழந்தையை ஏன் கொண்டு வரவில்லை என பெரியம்மா கொஞ்சம் கோபமாகக் கேட்டாள். நான் எதையும் கேட்காமல் கொஞ்சம் தலையசைத்து வாங்க என்றேன்.

அக்கா என் தோளைத் தொட்டு "எப்போ..." என்றாள்.

"நாலு மாசம் முன்னால..."

சித்தி அதை கேட்டு... "ம்ம்... பெரியம்மாவுக்கு இந்த நல்ல காரியத்துக்குக் கூப்புடணும்னு தோணல...? உடம்புக்கு முடியலன்னதும் சொல்லி அனுப்புறாங்க..?"

"மருத்துவர் அறுவை சிகிச்சைக்குத் தேதி குடுத்துருக்காரு. ஆனால் பெரியம்மா வேண்டாம்னு சொல்றாங்க...?

"அப்புறம்... என்ன பண்ண... கஷ்டப்பட ஆசையிருக்கு போல. அக்கா... நான் சொல்றது தப்பான்னு தெரியல. நீங்க இப்படி

விதண்டாவாதம் செய்யாமல் அதை எடுத்துத் தள்ளுறதுதான் சரி.''

"பெரியம்மா... கொஞ்சம் தலையை ஆட்டியவாறே... ம்ம்... எனக்கு இவ கல்யாணம் ஆகாம சாக முடியாது. இவளை நீயும், நானும் சேர்ந்துதான் ஒருத்தன் கையில பிடிச்சு குடுக்கணும். அவ நேத்தும் கனவில வந்தா... அக்கா என் பிள்ளையை அனாதையா நிறுத்திக்கிட்டு வந்திடாதன்னு கண்ணீரோட கேட்கிறா...!''

சித்தி, "இவளை வெறும் கையோடு எப்படி யாருக்காவது கொடுப்பது...?'' என்றாள்.

"நான் இனிமேல் அதிக நாள் புழக்கத்துல இருக்க மாட்டேன் போல தெரியுது. அதுனால, இதைச் சின்னதாக ஒரு கோயில்ல வெச்சே முடிச்சிட்டா என்ன...?''

"அதுக்கும் இனி ஜாதகம் அது இதுன்னு நாள்கள் கொஞ்சம் வேணும்தானே...''

"அது நீ நெனைச்சா நடக்கும். அங்கே ஊர்ல தெரிஞ்ச நாலு பேர்ட்ட சொன்னா, உடனே நடக்கும்... அதுவும் பொண்ணு கிளி போல இருக்கா அப்பறம் என்ன பிரச்சினை.''

நான் மௌனமாக ஒரு பூ மனதின் ஓரத்தில் எங்கோ மெல்லமாக மொட்டு விடுவதை உணர்ந்தேன்.

அம்மாவின் கனவென்பது, நான் படித்து நல்ல வேலையில் அமர்ந்த பின்னர் தான் திருமணம் செய்ய வேண்டும் என்பது. ஆனால் அதில் நாட்டம் பெரிய அளவில் உருவாகவில்லை அல்லது சந்தர்ப்பம் அதை நோக்கி ஈர்க்கவும் இல்லை.

பெரியம்மாவின் கண்களைப் பார்த்தேன். அவளது இறைஞ்சும் கண்கள் என்னிடம் மன்றாடுவது போல தோன்றியது. உண்மையில் மனம் நன்றாக எப்போதும் போங்காட்டம் ஆடுவது உண்மைதான். சித்தி மேல் இப்போது கொஞ்சம் அதிகமாக அன்பு காட்டலாம் என தோன்றியது. நேரம் செல்லச் செல்ல அவர்கள் பேசியது எதுவும் காதில் விழவேயில்லை. மனம் நிலைகொள்ளாமல் கொஞ்சம் தடுமாறுவதும் உணர முடிந்தது.

அக்கா அருகில் வந்து தோளைத் தொட்டு உசுப்பினாள். நான் எப்போது கண்ணசந்து தூங்கினேன் என்றே தெரியவில்லை. "வா...

சாப்பிட்டு வரலாம்'' என வெளியே அழைத்துச் சென்றாள்.

வெளியில் ஒரு ஹோட்டல் போன்ற இடத்தில் சாப்பிடுவது அன்றே வாழ்வில் முதல் முறை. உண்மையில் அங்கே சாலையின் அருகில் சாவதானமாக நின்று தேநீர் அருந்தும் ஆண்களைக் காணும்போது பொறாமையாக இருந்தது. எவ்வளவு பெரிய விடுதலையை அவர்களுக்கு உலகம் கொடுத்துள்ளது. வீட்டில்தான் தேநீர் போட்டு குடிக்க வேண்டும் என்றோ அல்லது அப்படி ஒரு நிர்ப்பந்தம் இல்லாத வாழ்வு.

“நீயாவது அம்மா ஆசைப்பட்டது போல இன்னும் கொஞ்சம் அதிகமா படிச்சிருக்கலாம்...'' என்றாள். “தம்பி இனிமே வருவானோ மாட்டானோ. நாம இரண்டு பேர்ல நானோ படிக்காத கழுதையாகி பொதி சுமக்க விதிக்கப்பட்டேன். ஆனால் நீ... அதேபோல் நீ பாடுவதிலும் கெட்டி. அதையும் தலைமுழுக அம்மாவே காரணமாயிட்டா.''

இனிமே உன்னையும் இந்த உலகம் பொதி சுமக்க மட்டுமே பயன்படுத்தும்'' என்றவளின் குரல் கவலை தோய்ந்தது. “இனி ஒருபோதும் மாறாத நாட்கள்தான் என்னோடது. ஆனா கொறைஞ்சபட்சம் நல்ல பையனாக இருந்தா மட்டும் தலைய ஆட்டி புது வாழக்கைக்குள்ள காலடி எடுத்து வை. பெரியம்மா சீக்கிரம் செத்து விடுவாளோன்னு பயந்து அவளுக்காகக் கண்டவன் முன்னாலயும் தலையை நீட்டிடாத.''

“அவள் இன்னிக்கு சாவாள் இல்லாட்டி நாளைக்கி. ஆனா நீ இன்னும் முப்பது நாற்பது வருசங்கள் வாழணும். அதுல, நீ தோத்துப் போனா கெடைச்ச ஒரு வாழ்க்கையும் நரகமாக மாறிடும்.''

“அண்ணன்... ஏன் அங்கேயிருந்து திரும்பினான்...'' பேச்சை கொஞ்சம் மாற்றினேன்.

“அவனுக்கும் அவருக்கும் கொஞ்சம் முட்டல் ஆரம்பிச்சுது. ஒருநாள் அவன் ஏதோ பேச, அதை அவரு தப்பா புரிஞ்சிக்கிட்டு என்னையும் அவனோடு சேர்ந்து வீட்டை விட்டுப் போ –ன்னாரு. கடைசில அவன்தான் கால்ல விழுந்து அக்காவுக்கு ஏதும் தெரியாதுன்னு மன்றாடி, அங்கிருந்து கிளம்பிட்டான். எனக்குத் தெரியும் அவனை நான் கவனிக்கல. அவனுக்காக நான் பரிஞ்சும் பேசலன்னு. ஆனால்

நிலைமை அப்படி இருந்தது. நானும் அவனோடு கிளம்பி இங்கே வந்து என்ன செய்ய. பெரியம்மாவோட கடை தான் அதிகபட்சம். அதேபோல் நான் மட்டுமா? குழந்தை வேற. அதுவும் பெண். எதிர்காலம் முழுசையும் சூனியத்தோட கையில குடுத்துட்டு, எப்பிடி அம்மா செஞ்ச தப்பை செய்யறது.''

அம்மா...என்றதும். ஏனோ கோபம் சட்டென என்னை மீறி வந்தது. ''அம்மா என்ன தவறு செய்தாள்...?''

''அம்மா... எடுத்த ஒரு முடிவு கூட சரியல்ல. நிதானமாக யோசிச்சாலே தெரியுது.''

''....''

''நம்மை அவள் அந்த இல்லத்தில் சேர்த்ததுதான் நம் மூவரின் வாழ்வும் இவ்வளவு அலங்கோலம் ஆகக் காரணம். இப்போ யோசிச்சுப் பார்த்தா, எனக்கு இப்பவும் யாரையும் பார்த்து பேசக்கூட கை கால் நடுங்குது. என்ன பேச...?-ங்கற தாழ்வுணர்ச்சியில. இதோ இப்போ என் குழந்தை வளர ஆரம்பிச்சும் கூட மாத்தவோ மாறவோ முடியல்ல.''

''...''

''அம்மா மீண்டும் மீண்டும் யாரோடவும் சேராம, சொந்த அக்கா தங்கையைக் கூட தூரத்திலதான் நிறுத்தினா. ஆனால் அவங்க செய்த உதவி என்பதை விட போட்ட பிச்சைதான் இப்போது நாமாக இங்கே இருக்கிறோம். அவளுக்கு அவள் காதல் அல்லது புருஷன் மேல் உள்ள பிரியம் நல்லதுதான். ஆனால் பிள்ளைகள் என்பது அனைத்தையும் விட மேலானதுங்கறத உன் விஷயத்திலோ, என் விஷயத்திலோ கூட உணர்ந்தவள் இல்லை.''

''பாஸ்கர் போன்ற ஒரு ஆண் இப்படி ஆனதுக்கு முழு காரணமும் அம்மா மட்டும் தான். அவள் செத்துப் போனது ஒரு விதத்தில நல்லது கூட. ஆனா அது அவனையும் கொண்டுபோகும்னு நான் நினைக்கல. அம்மாவை பத்தி இப்போ யோசிச்சா ஒரு நல்ல விஷயம் கூட இல்லை... இல்லன்னா அவளை மாதிரி ரொம்ப ரொம்ப சுயநலம் பிடிச்ச ஒரு முட்டாள் உலகத்துல இல்லவே இல்லை. அவள் எதுக்குக் கல்யாணம்-கற அவளால முடியாத

- வாழ்வில் முதுகெலும்பு இல்லாம நுழைஞ்சு நம்மள மாதிரி ஜந்துக்களைப் பெத்து..." முடிக்காமல் எச்சிலை இறக்கிவிட்டு... கண்ணீரைத் துடைத்தாள்.

நான் அக்கா வாழ்வில் முதன்முதலாக தனது வேதனைகளைச் சொன்னதின் மகிழ்ச்சி ஒருபுறம், மறுபுறம் அக்கா வாழ்வில் எந்தப் பிடிப்பும் இல்லாமல்தான் நாள்களை நகர்த்துகிறாள் என்ற சங்கடமும் ஒருசேரத் தோன்றியது.

"சாப்பிடலாம்.. என்ன வேணும்" என்றாள்.

"எதையாவது சொல்லுக்கா..."

பக்கத்தில் வந்த சிப்பந்தியிடம் "அண்ணே, நாலு இட்லி வடகறியோடு..." என்றாள்.

நான் "முதன்முதலாக இப்போதான் வடகறி சாப்பிட போகிறேன்" என்றேன்.

அவள் புன்முறுவல் புரிந்து, "நானும் கலியாணம் ஆகிப் போயி, அவரு ஒரு கடைக்கிக் கூட்டிப் போனப்போ, முதமுதலாகச் சாப்பிட்டேன். உண்மையில அவ்வளவு ருசி. வடகறி, ரசவடை எல்லாம் இப்போது ரொம்பப் புடிக்குது."

அதன் பின், "அங்கே படிச்ச யாராச்சும் உன்னைச் சந்திச்சாங்களா?" என்றாள் அக்கா. "குற்றாலம் போன்ற இடங்களில் ஒருவேளை வருவார்கள்தானே."

"இல்லை... நான் அந்த இல்லத்தையே மொத்தமா மறந்திட்டேன்."

"ம்ம்... நல்லதுதான்."

"அத்தான்... உன்னை நல்லபடியா பார்த்துக்கிறாருதானே...?" முதல் தடவையாக அவள் கணவனைப் பற்றிக் கேட்டேன்.

மெதுவாக வாய் திறக்காமல் சிரித்தாள். "மூணு வேளை சாப்பாடு... உடுத்த மோசமில்லாத நல்ல துணி. அப்பப்போ ஒரு படம். அனாதையாக இருந்த எனக்கு இதெல்லாம் ராஜ வாழ்க்கைதானே பார்வதி" என்றவள் என் முகத்தை நேராகப் பார்க்காமல் தூரமாகப் பார்த்தாள்.

"என்னாச்சு-க்கா?"

“ஒண்ணுமில்ல... நான் சொல்றது உண்மைதான். என்ன... சொல்றது நம்புற மாதிரிதானே இருக்கு?!”

“அப்படி இல்ல... நீ ஏதோ யோசிச்சுச் சொல்றது போலத் தோணுது.

“ஹஹா... யோசிச்சு சொல்ல என்ன இருக்கு. இருப்பதைத்தானே சொல்ல முடியும். நீயே சொல்லு. வடகறி என்ற ஒரு பதார்த்தம் பத்தி தெரிஞ்சுக்கவே, நான் ஒரு கலியாணம் பண்ண வேண்டி இருந்தது. ரவாவும் ஊறுகாயுமான ஒரு வாழ்க்கைலேர்ந்து நான் இன்னைக்கு இருக்குற நிலைமை மோசமானதுன்னு நீ நினைக்கிறியா?”

“இல்லை... அப்படி இல்ல.”

“நீயும் கொஞ்சம் நல்ல ஒரு வாழ்க்கைக்குள்ள போயிட்டேன்னா உண்மையிலேயே நான் ரொம்ப சந்தோசப்படுவேன்.”

அமைதியாக அமர்ந்தோம்... சிப்பந்தி உணவைக் கொண்டு முன்னே வைத்தார்.

இருவரும் எதுவும் பேசாமல் சாப்பிடத் தொடங்கினோம்.

“சித்தி...” என்றேன்.

“என்ன அப்போல்லாம் கொஞ்சம் கோபமும் வெறுப்பும் இருந்தது. இப்போ யோசிச்சுப் பார்த்தா, அம்மா நெனைச்சா கூடத் தரவே முடியாத ஒரு வாழ்க்கையைத்தான் ஏற்படுத்திக் குடுத்திருக்கா. அவளையும் அவள் சுற்றத்தையும் கூட யோசிக்க வேண்டும்தானே.

“சித்தப்பா...”

சித்தியை மீறி என்னைக் குதறக் காத்திருந்த ஒரு ஓநாய்தான். ஆனால் பலகட்டப் போராட்டங்களுக்குப் பெறகு தப்பிச்சேன். அதனால்தான் நான் உன்னை எக்காரணம் கொண்டும் யாரின் வீட்டிலும் அனுப்பிவிடவே கூடாதுன்னு ஒருமுறை பெரியம்மாட்ட சொன்னேன்.

சித்தப்பாவின் மூலம் சித்தி ஒருமுறை உன்னை அங்கே கொண்டு வெச்சுக்கலாம்னு யோசனை சொன்னாள். நான்தான் ஒரு தபால் போட்டு அதை நிறுத்தினேன். உனக்குத் தெரிஞ்சிருக்க வாய்ப்பில்ல. அதுக்கப்புறம், சித்திக்கு கொஞ்சம் கோபம், பெரியம்மா மேல.

நான் வடகறியை மெதுவாக முதல் முறையாக நாக்கில் வைத்தேன். அந்த ருசி அவ்வளவு நன்றாக இருந்தது என்பதை விட புது அனுபவமாக நாக்கைத் தாண்டி தொண்டையில் இறங்கும் வரைக்கும் அதன் வாசனை மனதை என்னமோ செய்தது. "ரொம்ப நல்லா இருக்கு அக்கா... நல்ல சுவை."

அவள் சிப்பந்தியை மீண்டும் அழைத்து இரண்டு காப்பி என்றாள். அதோடு நாலு இட்லி, ஒரு மெதுவடை மற்றும் வடகறி வீதம் இரண்டு பொதி தருமாறும் சொன்னாள். அக்காவின் ஆளுமை இப்போது கொஞ்சம் மேம்பட்டுள்ளது என்று தோன்றியது. அக்காவின் முகத்தை நோக்கிக்கொண்டு யோசித்தேன். ஒருகாலத்தில் நான் வெறுத்த ஒரு பெண். அவள் கதையை ஒரு பத்து நிமிடம் அவள் கோணத்தில் கேட்டபோது என் வாழ்க்கை எவ்வளவோ மேல் என்றே தோன்றுகிறது. ஆனால் இந்த வாழ்க்கைக்கு இவளும் எங்கிருந்தோ பல உதவிகளை ரத்த உறவு என்ற ஒரே காரணத்துக்காக எனக்கே தெரியாமல்... அம்மாவை முன்னதிலும் அதிகமாக வெறுக்கத் தொடங்கி விடுவேனோ என பயந்தேன். அக்கா சொல்வது சரி தான். அவள் எங்கள் வாழ்வைப் பற்றி யோசித்த விதமே தவறுதான் போல. அண்ணனின் முடிவுக்கு உண்மையில் அம்மாதான் காரணம் என கொஞ்சம் திடமாகத் தோன்றத் தொடங்கியது.

"உன் மாமியார்..."

"நல்லவங்கதான். மாமனார் இருக்குறவரை கொஞ்சம் கஷ்டம் தான். அவர் போன பெறகு கொஞ்சம் வாய் திறந்து பேசவும் செய்யும். என் கணவரை விட அவங்களுக்கு அவரோட மூத்தவர் மேலதான் அதிக கரிசனம்."

"ம்ம்... முதல் பிள்ளை இல்லையா."

"தவம் இருந்து கெடைச்ச குழந்தையாம். அதனால் குப்பன்... குப்பன் என வாய் நிறைய அவரைத் தான் அழைக்கும்."

"ம்ம்..."

"ஆனா, எங்க பிள்ளை மேல் கொள்ளைப் பிரியம். இவதானே முதல் பெண் குழந்தை அந்தக் குடும்பத்தில. உண்மையில் பெண் குழந்தைன்னதும் நான் விதியைத்தான் நொந்தேன். ஆனால்

என் மாமியாருக்கு அவ மேல் உயிரு... இப்போல்லாம் நான் இல்லைன்னாலும் அவளுக்கு பாட்டி மட்டும் போதும்."

"நல்ல விஷயம் தான்..."

"ம்ம்... அதனால நானும் எதுவும் சொல்றதில்ல.. அவங்க புருஷன் பென்சன் காசு வருது. அதில கொஞ்சம் பேரப்பிள்ளைக்கு போட்டு வைக்கிறாங்க."

சாப்பிட்ட பின் எழுந்து சென்று கை கழுவும்போது தான் அங்கே மாட்டியிருந்த பெரிய கண்ணாடியில் முகம் பார்த்தேன். அந்த வெந்நீர் சம்பவம் நினைவில் கிளர்ந்து வந்தது. முகத்தை வருடினேன். அந்தக் கருமை பெரிய அளவில் அப்போது பிரதிபலிக்கவில்லை.

அக்காவிடம் சொன்னேன். "நீ சொன்னா மாதிரி இனி வர்ற நாளெல்லாம் எனக்கு நல்லதா இருக்க நீயும் பிரார்த்தனை பண்ணு."

"ம்ம்... வேறு என்னதான் செய்ய...?"

நான் அமைதியாகப் பார்த்து நின்றேன், அவள் காசை எண்ணிக் கொடுப்பதை. கையில் பொதியை வாங்கிக்கொண்டேன். இருவரும் பெரியம்மாவின் அறையை வந்தடைந்து இருவருக்கும் உணவு பொட்டலத்தைப் பிரித்துச் சாப்பிடச் சொன்னோம்.

சித்தி கேட்டாள், "என்ன... அக்காவும் தங்கையும் கொஞ்சம் பிரகாசமாக இருக்கிறீங்க."

நான் கொஞ்சமாகச் சிரித்து வைத்தேன்.

அக்கா பதில் சொல்லாமல்... பெரியாம்மாவுக்கு இட்லியைப் பிய்த்து மெதுவாக ஒவ்வொரு வாயாகக் கொடுத்தாள். சித்தி அதைப் பார்த்துக்கொண்டே சாப்பிட்டாள்.

மதியம் வரைக்கும் அவர்களது முன்கால நாள்களைப் பற்றி, அவர்களது பெற்றோரின் குண நலன்களைப் பற்றி, பின்னர் தங்களுக்கு வாய்த்த வாழ்வைப் பற்றி என மாற்றி மாற்றிப் பேசிக்கொண்டே இருந்தார்கள். நானும் அக்காவும் அங்கேயே படுத்துத் தூங்கினோம்.

மதியம் தாண்டியபோது ஊருக்குக் கிளம்பத் தயார் ஆனார்கள். பெரியம்மாவின் கையைப் பிடித்து சித்தி அழுதாள். அடுத்த வாரமே

மீண்டும் வருவதாகச் சொன்னாள். அவளிடம் மன்றாடும் குரலில் பெரியம்மா மீண்டும் வலியுறுத்தினாள்... எவ்வளவு விரைவாக முடியுமோ அவ்வளவு விரைவில் எனக்கு ஒரு வாழ்க்கையை அமைத்துத் தர வேண்டும் என.

நான் அக்காவைத் தலையசைத்து வழி அனுப்பினேன். சித்தி தலையைத் தொட்டு, பார்ப்போம் என்றவாறே கொஞ்சம் முன்னால் சென்றவள் என்னை அருகில் அழைத்து, "அக்காவை பத்திரமா பார்த்துக்கோ..." என்றவாறே கொஞ்சம் காசை கையில் திணித்தாள். "பக்கத்து டெலிபோன் பூத் நம்பரு அக்காட்ட குடுத்திருக்கேன்... என்ன தேவைன்னாலும் சொல்லிடு. அம்மாவை அனுப்புன போல தனியாக அனுப்பிடாத" என்றாள்.

நான் அம்மாவை அனாதையாக விருப்பப்பட்டு அனுப்பி வைத்தது போல அவள் கூறியது கொஞ்சம் வருத்தத்தைத் தோற்றுவித்தாலும் அதை முகத்தில் காட்டாமல் "சரி சித்தி..." என்றேன்.

மீண்டும் திரும்ப பெரியம்மாவின் அருகில் சென்றவள்... நான் வாரேன். நீ எதுக்கும் கவலைப்படாமல் இரு. எல்லாம் சீக்கிரத்தில் நல்லபடியாக நடக்கும் என சொல்லி அவள் கன்னத்தில் கையை குவித்து வைத்து அதைத் தன் உதட்டில் வைத்து, சிறு குழந்தைகளுக்குக் கொடுக்கும் பரிவின் முத்தத்தைக் கொடுத்துவிட்டு கிளம்பிச் சென்றாள். அக்காவும் அவள் பின்னால் இறங்கி வேகமாக நடக்கத் தொடங்கினாள்.

பெரியம்மாவின் உடலை தாதி வந்து வெந்நீரில் துடைத்துத் தலையைக் கொஞ்சம் வாரி விட்டாள். "இனிமேல நீதான் இதெல்லாம் பார்த்து பண்ணனும் புரியுதா..." என்றவாறே என்னைப் பார்த்துச் சிரித்தாள்.

"சரிக்கா..."

"அக்கா...-ல்ல... சிஸ்டர்."

"சரி..."

அவள் சிரித்துக்கொண்டே, "எப்போ தியதி கொடுத்திருக்காங்க" என்றாள்.

"இல்லை... எதுவும் சொல்லல."

“ம்ம்... அடுத்த வாரத்தில் தியதி சொல்வாங்க. முன்னமே வரிசையில ஒரு முப்பது முப்பத்தைஞ்சு இருக்கு” என்றாள்.

பெரியம்மா... மெதுவாகக் கேட்டாள். “இது அவ்வளவு பெரிய பிரச்சினைஉள்ள நோயா... குணம் ஆயிடும் தானே.”

தாதி, “ஆமா... இதெல்லாம் பெரிய அளவில் பயப்பட ஒண்ணுமில்ல. இந்த வயசுக்கு அப்புறம் அது உள்ளே இருந்து என்ன உபயோகம். இந்தப் பெயரை சொல்லி அதை வெளியே தூக்கி குப்பையில் வீசுவதுதான் நல்லது. நானே அதை முடிந்தால் தூக்கி வெளியே போடலாமா என்றே யோசிக்கிறேன்” என்று சொல்லி என்னைப் பார்த்துச் சிரித்தாள்.

நான் எதுவும் பதில் சொல்லாமல்... அம்மாவுக்கு நெஞ்சில் வந்தது. அதை வெட்டி மாற்றி கொஞ்ச நாட்களில் மீண்டும் நுரையீரல் பாதித்துதான் இறந்தாள். அவள் பட்ட பாடு கொஞ்சம் நஞ்சமல்ல. அதனால்தான் பெரியம்மா கொஞ்சம் சங்கடமாக இருக்கிறாங்க.

“அதெல்லாம் தலையெழுத்து அல்லாமல் வேறு என்ன...?”

“நாம இந்த நோய் இதோடு போகும்னு தான் நம்புறோம்... கடவுளின் சித்தம்னு ஒண்ணு உண்டு தானே...?”

“இவளோட கல்யாணம் முடிஞ்சிட்டா இந்தக் கட்டை பரபரன்னு எரிஞ்சு அணையும். இல்லேன்னா இந்த ஆத்மா சாந்தி அடையாது” என்றவாறே கண்கள் நிறைந்தன பெரியம்மாவுக்கு.

“ம்ம்... அதெல்லாம் நினைச்சு இப்படி வருத்தப்படக்கூடாது. அதெல்லாம் நினைச்சுகிட்டே இருந்தா... ஆபரேசன் முடியறதுக்கு முன்னாடியே நீங்க நெஞ்சு வலியில போக உத்தேசமா...?”

நான் சொன்னேன், பெரியம்மா... நீங்க எங்கயும் போக மாட்டீங்க. வருத்தப்படாமல் கொஞ்சம் சந்தோசமாக மனதை வைத்திருங்கள் என்று.

பெரியம்மா... பெருமூச்சு ஒன்றை வீசிவிட்டு தலையைச் சாய்த்து கட்டிலில் படுத்துக்கொண்டாள்.

“இன்னிக்கு டாக்டரை எப்போ பார்க்கலாம்” என்றேன்...? தாதியிடம்.

“இன்னிக்கு லீவு எடுத்திருக்காரு. நாளைக்கி மாலையில வரும்போது

கேட்டுப் பாருங்க. கொஞ்சம் முன்னமே செய்ய முடியுமான்னு. நல்லா சாப்பிடுங்க அம்மா... ஆளு இளைச்சுக்கிட்டே போறீங்க. அதனால கிடைக்கிறது எல்லாம் சாப்பிடுங்க.''

“முடியல... ஆசை இல்லாமல் இல்ல. இன்று காலையில் கூட வாங்கி வந்த வடகறி அவ்வளவு ருசி. ஆனா ஒரு நாலு வாய் தான் முடியுது.''

“ம்ம்... ருசிக்கு வேண்டி அல்ல. உடம்புக்கு வேண்டி.''

“ம்ம்...''

நான் கேட்டேன். “வேறு எதாவது வாங்கிக் கொடுக்கலாமா சிஸ்டர்?''

“இல்ல...இல்ல... இருக்கிறதை ஒழுங்கா தவறாம சாப்பிட்டாலே போதும்'', என்றவாறே அடுத்த ஆளைப் பார்க்கச் சென்றாள்.

நான் பெரியம்மாவைப் பார்த்தேன். அவள் அமைதியாகக் கண்ணை மூடிப் படுத்திருந்தாள்.

நானும் எதுவும் பேசாமல் கீழே கட்டிலின் அருகில் படுத்தேன்.

மறுநாள் மாலையில் மருத்துவரைப் பார்த்தபோது அவர் எதுவும் சொல்லாமல் மாத்திரைகளை மட்டும் மூன்று நாள்கள் கொடுப்பது என முடிவு எடுத்திருப்பதாகச் சொன்னார்.

“அவங்க கொஞ்ச வலிக்கிறதா அப்பப்போ சொல்றாங்க.''

“ஆமா அதுக்கு இப்போ என்ன பண்ண... பொறுத்து தான் ஆகணும். அவங்களுக்கு இப்போ நம்பர் போட்டா கூட ஐம்பது பக்கத்துல வரும். அப்படிப் பார்த்தால் இன்னும் ஒரு மூணு வாரத்துக்கு மேல் ஆகிவிடும்.''

“சார்... அவங்க மட்டும்தான் இப்போ ஒரே ஆதரவு. அவங்களுக்கு ஒண்ணும் ஆகாதுதானே...?''

“நம்பலாம்... வேற இப்போ என்ன சொல்றது.''

“அவங்களை இங்கேயே அப்போ மூணு வாரம் தங்க வைக்கவா...''

“நோ...நோ... நீங்க நாளைக்குக் காலையில் கூட்டிப் போங்க. ஆனால் ஒரு விசயம்... வாரம் ஒரு நாள் மறக்காம வந்து பார்த்துக் கேளுங்க.

இரண்டு வாரம் முடிந்த பின்னர்தான் தியதி சொல்ல முடியும்.”

“அதுவரைக்கும்...?!”

“ஒண்ணும் ஆகாது. அது இன்னும் கொஞ்சம் அங்கேயேதான் அரிக்கும். ஆனால் அது மொத்தமாக வெளியேதானே எடுக்க போறோம் ... ஒண்ணும் பயப்பட வேணாம்.”

அமைதியாக நடந்து வெளியே வந்து, பெரியம்மாவிடம், “நாளைக்கு கிளம்பச் சொல்லுறாங்க” என்றேன்.

“அப்போ... தியதி...?”

“இன்னும் இரண்டு வாரம் கழிச்சுதான் சொல்ல முடியும்னு சொல்றாங்க.”

மனம் முழுவதும் வெறுமை குடிகொள்ளத் தொடங்கியது. கொஞ்சம் காசு கையில் இருந்தால் இப்படி யாசகம் கேட்டுக் காத்துக் கிடக்க வேண்டாம். தனியார் மருத்துவமனைகளில் அல்லது பலவிதங்களில் யோசித்து முடிவு எடுக்க முடியும். அரசாங்க மருத்துவமனையில் இப்படி...

பெரியம்மாவின் முகத்தில் சோக ரேகைகள் நெளிந்தன. ஆனால் அதைப் பற்றிப் பேசினால் வருந்துவாள்...

“பெரியம்மா ஒரு தேநீர் வாங்கி வரவா...?”

“இல்ல... வேணாம்.”

மறுநாள் காலையில் வீட்டுக்குப் போகலாம் என எழுந்த உடனே சொல்லத் தொடங்கினாள், பெரியம்மா. வேறு வழியின்றி வீட்டுக்கு அழைத்து வந்தேன்.

வயிற்றில் பெரிய ஒரு பாரம் போல இப்போது ஓர் உணர்வு இருப்பதாகச் சொன்னாள்.

“அது நீங்க அதையே யோசிக்கிறதனால தோணுறது மா...”

“இல்லடி தனியாக உடம்புக்குள் எதோ ஒண்ணு வளர்ற மாதிரி தோணுது.”

நான் மருத்துவர் சொன்னதை யோசித்தேன். இன்னும் மூணு வாரம்

பெரியம்மா எப்படித் தாங்கப் போகிறாள் என்ற பயம் தோன்றத் தொடங்கியது.

அவளுக்குப் பிடித்த உணவு என எதுவும் அவள் இதுவரை சொல்லி கேள்விப்பட்டது இல்லை. இப்போது அப்படி எதாவது செய்து தரவா எனக் கேட்டால்... செத்துவிடுவாள் என நானும் நம்புவதாக நினைப்பாள். ஆனாலும் அம்மாவுக்கு அப்படி எதுவும் செய்து கொடுக்க முடியவில்லை. ஆனால் இப்போது கொஞ்சம் சமைக்க தெரியும். கேட்டுச் செய்தால் அவளைக் காயப்படுத்தியது போல... ஆகிவிடுமா என குழம்பினேன்.

எப்போதோ ஒருமுறை பால் பாயசம் என்று யாரிடமோ பேச்சின் இடையில் ஒருமுறை சொன்னது நினைவில் தோன்றியது. ஆனால் கேட்காமல் செய்தாலும் அது ஒருவேளை குற்றச்செயலாக நினைத்துக்கொள்வாளோ...?

மனம் அவளை எப்படி சந்தோசத்தில் வைத்திருப்பது என யோசிக்கத் தொடங்கியது. நான் அவள் எண்ண ஓட்டத்தை அறிய பெரியம்மா மதியம் என்ன சமைக்க. நான் போய் ஏதாவது வாங்கி வாரேன்.

“ஒண்ணும் வேண்டாம். சாகப் போற நேரத்தில் இனி சாப்பிட்டு என்ன செய்யப் போறேன். உனக்கு ஒரு கல்யாணம் பண்ணி பார்த்துட்டு போகலாம்கற ஆசையில இடிவிழும் போலத் தான் தெரியுது. கொஞ்சம் சூடு கஞ்சி எலுமிச்சை ஊறுகாய் வெச்சு, உப்பு கொஞ்சம் தூக்கலா போட்டுக் குடிக்க விரும்புது பார்வதி”.

நான் ஒன்றும் சொல்லாமல்... “அது தானே இன்னிக்கு வரைக்கும் குடிச்சது. வேற எதாவது தின்ன ஆசை இருக்கா?”

முகத்தில் வலியைக் காட்டாமல் “இங்க பாரு பார்வதி... எனக்கு சாப்பாட்டுல ஒரு ஆசையும் இல்லை. கஞ்சி கூட எனக்குப் பெரிய விஷயம் தான். சின்ன வயசுல மரவள்ளிக் கிழங்குல மட்டுமே வாழ்ந்து வந்த எங்களுக்கு இதுவே உண்மையில் ராஜபோகம்தான்.”

“கிழங்குப் புட்டுதான் வாழ்க்கையோட உச்சமா இருந்துச்சு. இப்போ அவைகளை கூட மனசு விரும்புறதே இல்லை.”

நான் அவளுக்குக் கொடுக்க வேண்டிய மதிய மருந்தை எடுத்து வந்து அருகில் வைத்தேன். இது உணவுக்கு முன்னர் சாப்பிட

வேண்டியது. நான் சீக்கிரத்தில் கஞ்சி வைத்து விடுகிறேன். அதற்கு முன்னர் இவற்றை விழுங்கிவிட்டு கொஞ்சம் சாய்ந்துகொள்ளுங்கள் என்றேன்.

அன்று இரவுவரைக்கும் அவளது பல ஆசைகளை, கனவுகளைப் பற்றி மெல்லிய குரலில் பேசிக்கொண்டே இருந்தாள். உண்மையில் உடம்பில் எலும்பு மட்டும் வெளியே துருத்திய நிலையில்தான் இருந்தாள். உரிமையுடன் அவள் விரலைக் கூட அவள் கைகளால் தூக்க முடியுமா என்பது புதிராகத்தான் தெரிந்தது. இரண்டு மாதத்துக்கு முன்னர் இருந்த அவள் உடம்பின் வலிமை அல்லது வாளிப்புக்கும் இப்போதைய நிலைக்கும் ஒரு பொருத்தமும் இல்லை.

இரவில் பெரியம்மா வெகு சீக்கிரமே தூங்கிவிட்டாள். நானும் உடம்பின் அசதியில் நீண்ட தூக்கத்துக்குள் ஆழ்ந்தேன்.

மறுநாள் அதிகாலையில் எழுந்து பார்த்த எனக்கு நெஞ்சு அடைப்பது போல ஆகிவிட்டது. அவள் உடைகள் மற்றும் படுத்திருந்த பாய் மற்றும் அந்த சாணி தரை முழுவதும் ரத்தம். அது வெளியேறியது கூட ஒருவேளை அவள் அறிந்திருக்கவில்லை போல. மனம் பேதலித்து தலை சுற்றத் தொடங்கியது. வாந்தி வருவது போல நாற்றம். அவள் உடம்பில் அசைவுமில்லை. நான் அதிர்ச்சியில் உறைந்துபோய் அமர்ந்தேன்.

என்ன செய்வது எனத் தெரியாமல் அரண்டுபோய் வேகமாக பெரியம்மாவை உசுப்பினேன். அவள் தொடையிடை துணியை விலக்கிப் பார்க்க மனம் தைரியப்படவில்லை. அவளை மீண்டும் உசுப்பினேன். அவளால் கண்ணைத் திறக்கவே முடியவில்லை. உடனே மருத்துவமனைக்குக் கொண்டு சென்றே ஆகவேண்டும். அவளை மீண்டும் அழைத்தேன். பெரியம்மா...

அவள் மிகவும் சோர்வாக “ம்ம்...” என்று முனகினாள். நிலைமை கைமீறிச் செல்வது போலத் தோன்றியது. உடனே அந்தோணி அண்ணன் ஆட்டோவைத் தேடி ஓடி அழைத்து வந்தேன். வந்து பார்த்தவர் பதறிவிட்டார். என்னம்மா இது. என்ன ஆச்சு...? இவ்வளவு ரத்தம். என் மனைவியை அழைத்து வாரேன் பாப்பா என்றவாறே அதே ஆட்டோவில் திரும்பினார்.

சற்று நேரத்துக்குள் அவர் மனைவியும் கூடவே வந்து சேர்ந்தார்.

பெரியம்மாவால் எழுந்துகொள்ளவோ, பேசவோ முடியாமல் படுத்திருந்தாள். அதிகமான உதிரப்போக்கு காரணமாக சவலை பிள்ளையின் உடம்பு போன்ற உடம்பைத் தூக்கி எழுப்ப முயன்றபோது வழுவியபடி சென்றது. அந்தோணி அண்ணனின் மனைவிதான் வேறு ஒரு சேலை மற்றும் பாவாடை எடுத்துத் தா என்றாள். சீக்கிரம் கொஞ்சம் வெந்நீர் போடச் சொன்னாள். ஆனால் அதெல்லாம் வேண்டாம். முதலில் மருத்துவமனைக்குக் கொண்டு செல்லலாம் என அண்ணன் அவசரமாக கொஞ்சம் நடுக்கத்துடன் சொன்னார். அவருக்கும் அவ்வளவு ரத்தத்தைப் பார்த்தவுடனே உடம்பு உதறல் கொள்ளத் தொடங்கியதை உணர முடிந்தது.

என்னை ஒரு துணி எடுத்து ஆட்டோவின் உள்ளே விரிக்கச் சொன்னார். நான் ஒரு சேலை எடுத்து உடனே ஓடிச் சென்று விரித்தேன். அண்ணனே பெரியம்மாவின் தோளைத் தொட்டு தூக்கினார். அக்கா கால்களைப் பற்றிக்கொண்டு வேகமாக உள்ளே என்னை உட்கார சொல்லி ஏற்றினார்கள். வாகனம் வேகமாகப் புறப்பட்டது.

நான் என்ன செய்வது என அறியாததால் நிற்காமல் கண்ணீர் மட்டும் போய்க்கொண்டே இருந்தது. மருத்துவமனையில் இறங்கும்போது எனக்கு நம்பிக்கை தகரத் தொடங்கியிருந்தது. தூக்குப் படுக்கையில் கிடத்தி அவளை உள்ளே கொண்டு செல்லும்போது ஒரு மரித்த உடல் போலவே அங்கும் இங்கும் அசைவதைப் பார்த்தபோது மனம் தளர்ந்து போய் ஓரத்தில் உட்கார்ந்தேன்.

“என்னம்மா இது... என்ன ஆச்சு...” என்றார் ஆட்டோ அண்ணன்.

“இல்லண்ணே. நேத்துதான் திரும்ப வீட்டுக்கு வந்தோம். கர்ப்பப் பையில புற்றுநோய் இருக்கறதா சொன்னாங்க. ஆனா மூணு வாரம் கழிச்சு ஆபரேசன் பண்ணா போதும்னு சொன்னாங்க... ஆனா...”

“ரத்தம் நிறைய போயிருக்கு. அதான். ஒண்ணும் பயப்படும்படி இல்லைன்னு நினைக்கிறேன்.”

என்ன சொல்வது... என அமைதியாக அவர் கண்ணைப் பார்த்தேன்.

கொஞ்ச நேரத்தில் தாதி ஒருத்தி வந்து இன்று இரவு பத்து மணிக்கு அறுவை சிகிச்சை நேரம் குறிக்கப்பட்டுள்ளது. அதனால்

தேவையானது எல்லாம் எடுத்து வந்திடுங்க. துணி, வெந்நீர் வைக்கும் குடுவைகள் மற்றும் தேவையானது எல்லாம். ஒரு ஐந்து முதல் ஏழு நாள் ஆகும்.

அண்ணன்தான் திரும்ப அதே ஆட்டோவில் ஏற்றிச் சென்றார். வழியில், "எதாவது சாப்பிடுமா... இப்படி நீ இருந்தால் அவங்களை யாரு பார்க்கிறது" என்றார்.

"இல்லண்ணே... வேண்டாம். நான் வீட்ல போயி சமைச்சு சாப்பிட்டு கொஞ்சம் பெரியம்மாவுக்கும் கொண்டு வந்திடுவேன்."

"அங்க போனால் எப்படித் தோணும். அந்த ரத்தக் கறையெல்லாம் கண்டாலே சாப்பிடத் தோணாது. நான் இட்லி வாங்கித் தரேன். நானும் சாப்பிடல. சேர்ந்தே சாப்பிட்டு போகலாம்" என்றார்.

இருவரும் ஒரு கடையில் ஏறி சாப்பிட்டுவிட்டு, வாகனத்தில் ஏறி வீடு வந்தோம்.

இறங்கும்போதுதான் கவனித்தேன். அவர் கண்கள் எனது நெஞ்சை உற்றுப் பார்ப்பதை.

ஆனாலும் அதைக் கவனிக்காதது போல இறங்கி அண்ணே காசு மொத்தமாகத் தாரேன்.

"மொத்தமா கிடைக்கும்தானே... எப்போ தருவ...?"

அவர் பேசுவதில் எதோ ஒரு பொடி இருப்பதுபோலத் தோன்றியதால், நேரடியாகச் சொல்லாமல்... "அடுத்த முறையும் கூப்பிடுறேன்" என்றவாறே நிற்காமல் உள்ளே சென்றேன்.

உள்ளே சென்று அந்தப் பாயைக் கண்டபோதே அறியாமல் கண்ணீர் பெருக்கெடுத்தது. அப்படியே அங்கே அருகில் உட்கார்ந்தேன். சற்று நேரத்தில் பின்னால் யாரோ நிற்பது உணர்ந்து திரும்பினேன். ஆட்டோ அண்ணன்... தோளில் கை வைத்து அதான் அப்போவே சொன்னேன் என்றார். நான் கையை விலக்கி விட யோசித்தாலும் உடனே செய்ய வேண்டாம் எனக் கருதி எழுந்துகொள்ள முயற்சிக்கும்போது அவரே கையை விலக்கி உட்காரு என்றவாறே தூரத்தில் போய் உட்கார்ந்தார். அவரது நீல நிற லுங்கியை கீழிறக்காமல் முட்டிக்கு மேல் கட்டியபடியே பச்சை நிற இரும்பு இருக்கை மேல் அமர்ந்தார். நான் அந்தப் பாயைச் சுருட்டி எடுத்தேன். அவள் கையில் எப்போதும்

வைத்திருக்கும் அந்தத் துண்டை எடுத்துக் கொண்டு போய் வெளியே போட்டேன். உள்ளே வந்து "நீங்க கிளம்புங்கண்ணா..." என்றேன்.

அவர் என்னை மேல் கீழாகப் பார்த்து, "நீ சமைச்சு எடுத்து வை. தேவையான துணியையும் மடிச்சு எடுத்துக்கோ. நான் இங்கேயே இருக்கேன்" என்றார். "இல்லண்ணே உங்களுக்கு ஓட்டம் இருக்கும் இல்லையா. நானே கூப்பிடுறேன். இல்லேன்னா அக்காட்ட சொல்றேன் அப்போ நீங்க வாங்க."

அப்படிச் சொன்ன உடனே கால் மேல் கால் போட்டுக்கொண்டு உட்கார்ந்திருந்தவர் சட்டென ஒரு காலை கீழே இறக்கினார். அவரது சிவப்பு நிற உள்ளாடை தெளிவாக தெரிந்தது.

உடம்பு சில்லிடுவது போல... இனம்புரியாத ஒரு பதட்டம். தண்ணீரை மண் பானையின் உள்ளேயிருந்து எடுத்து குடித்துவிட்டு அறியாதது போல தலை திருப்பி பெரியம்மாவின் சேலைகளை எடுத்து எது கொண்டு செல்லலாம் என யோசித்தேன். திரும்பி அவரைப் பார்க்க கூச்சமாகவும் தயக்கமாகவும் இருந்ததால் அமைதியாக வேறு வேறு சேலைகளைப் பார்த்தேன். அவர் அருகில் வேகமாக நடந்து வந்து, கொஞ்சம் கடுமையான நிறங்களை எடுத்து வை. அப்போதான் அழுக்கானாலும் தெரியாது. இரண்டோ, மூன்றோ நாட்கள் திருப்பித் திருப்பி உடுத்த முடியும் என்றவாறே என் அருகிலேயே நின்றார்.

"அண்ணே... நீங்க உட்காருங்க. நான் எடுத்துக்கிட்டு வெளியே வாரேன். நீங்க இல்லேன்னா ஆட்டோவிலேயே கூட போய் உட்காருங்க. அக்கா வருவாங்க. ஆட்டோ வெளியில் நிற்பதைப் பார்த்திருக்கும்..." அப்படிச் சொன்னவுடனே மீண்டும் திரும்பிப் போய் வேகமாக அந்த இருக்கையில் அமர்ந்தவர். வெளியே தலையை நீட்டிப் பார்த்தார்.

நான் இவரை எப்படி வெளியே அனுப்புவது என்றே சிந்திக்கத் தொடங்கினேன்.

அரிசி வைத்து சாதம் வடிக்க வேண்டும். ஆனால் அவர் வெளியே பார்ப்பதும் என்னைப் பார்ப்பதுமாக இருந்தார்...

உண்மையில் என்னை அவர் எதாவது செய்தால். ஒரு அவசரத்துக்கு உதவிக்கரம் நீட்டியவர். தலையைத் திருப்பாமல் அரை கண்ணில்

அவரைப் பார்த்தேன். என்னையே பார்த்துக்கொண்டு இருந்தவர் நான் பார்ப்பதைப் பார்த்தாரா என தெரியவில்லை. கால்களை விரித்து லுங்கியைக் கொஞ்சம் திறந்த நிலையில் வாசலின் அருகில் வெளியே எட்டிப் பார்க்கத் தோதாக, ஆனால் நான் வெளியே செல்ல முடியாத படி முழுதாக படுக்காமலும், அரை தோளில் சாய்ந்தபடி உட்கார்ந்திருந்தார். பின்னர் எழுந்து இரும்பு இருக்கையை வாசலின் அருகில் வாசலை மறைத்தபடி சேர்த்துப் போட்டார்...

என் உள்ளங்கால் வியர்வையில் குளிப்பது உணர முடிந்தது. தொண்டைக்குள் முள் சிக்கியது போலத் தோன்றியது. அரிசியைச் சிறிய பையிலிருந்து எடுத்து இரண்டு சிறிய கோப்பையில் அளந்து சின்ன பாத்திரத்தில் போட்டேன். அதோடு கொஞ்சம் சத்தமாக கனைக்கும் தொனியில் தொண்டையைச் சரிசெய்தேன். வேகமாக எழுந்தேன். அவரைக் கவனிக்காதது போல உள்ளே இருந்த குடத்து நீரை அரிசி கழுவும் பாத்திரத்தில் ஊற்றிவிட்டு அண்ணே கிளம்பல்லியா நீங்க. வழியில எதுக்கு உக்காந்துகிட்டு. நாங்க படுற பாடு பத்தாதா... கிளம்புங்க என தைரியத்தை வரவழைத்து முடியுமட்டும் கணீர்க் குரலில் சொன்னேன்.

அந்த வேகத்தில் கொஞ்சம் பயந்தாரோ, நடித்தாரோ... வேகமாக நேராக நிமிர்ந்து உட்கார்ந்தார். “இனிமே வீட்டுக்குப் போய் திரும்ப வர... எல்லாம் ஒண்ணுதான். உன்னை ஆசுபத்திரில இறக்கி விட்டா வேற சவாரிகளை நிம்மதியாகப் பார்ப்பேன். ஒரு வேலை முடிஞ்சது போல,” என சமாளிக்க முயன்றார்.

இந்த அரிசி வேற வேக நேரம் ஆகும். நீங்க கிளம்புங்க என்றவாறே அவர் முகத்தைப் பார்க்காமல் விருட்டென வெளியே அவரைத் தாண்டி வந்தபோது தான் மனம் கொஞ்சம் ஆசுவாசம் கொண்டது. முகத்தில் தொட்டுச் சென்ற அந்தக் காற்று கொஞ்சம் தெளிவைத் தந்தது.

அரிசியில் கிடந்த கல்லை பாத்திரத்தை ஆட்டி ஆட்டி நீக்கத் தொடங்கினேன். நேரம் மெதுவாகக் கடக்கத் தொடங்கியது. “அண்ணே... அக்கா குரல் போல தெரியுது. இங்கே உட்கார்ந்துகொண்டு வேலைக்குப் போகாமல் இருப்பது சரியல்ல. நான் மதியம் தாண்டி போகலாம்னு நினைக்கிறேன். அப்போ உங்களைக் கூப்பிடுறேன். இல்லேன்னா பஸ்ல கூட முடிஞ்சா போய்க்கிறேன்” என்றேன்.

என்ன நினைத்தார் எனத் தெரியவில்லை. “நீ ஏன் வெளியே போய் உட்கார்ந்து இருக்கிற...”

“உள்ளே என்ன இருக்கு... நல்ல காத்து கூட வராது...!” என்று முகத்தைப் பார்க்காமல் பதில் சொன்னேன்.

அவரை வீட்டை விட்டு வெளியே வரவழைக்க என்ன செய்யலாம் என்று யோசித்துக்கொண்டு இருக்கும்போது...

என் கையைப் பிடித்தால் என்ன செய்வது என்று யோசித்து, வெளியிலேயே உட்காரலாம் என முடிவெடுத்தேன். கொஞ்ச நேரம் அப்படியே காலை அகட்டி உள்ளாடை தெரியும் விதத்தில் உட்கார்ந்தவர், நான் உள்ளே செல்ல மாட்டேன் எனத் தெரிந்ததால், “சரி தூக்கம் வருது. இங்கே ரத்த வாடையும் வருது. இப்பவே கொஞ்சம் சாணி எடுத்து மேலே பூசி விடு” என்றார்.

“இப்போ இனி எப்படிச் செய்ய. முதலில் ஆபரேசன் நல்லபடியாக முடியட்டும். அப்புறம் இதைப் பத்தில்லாம் யோசிக்கலாம்” என்றவாறே அரிசியை மீண்டும் நெல் மற்றும் கல் பொறுக்குவது போல நடித்துக்கொண்டே இருந்தேன்.

அவர் உடம்பு தகிப்பது போல புது நிறத்தில் இருந்த முகம் கருமை அடைந்தது. அவர் இப்போதும் வெளியே செல்ல தயாரில்லையென்பதும் புரிந்தது.

வேறு வழி இல்லை. “அக்காட்ட ஒரு வார்த்தை சொல்லவேயில்ல. நீங்க வர்றீங்களா அண்ணா” என்றவாறே எழுந்தேன்.

என்ன நினைத்தார் என தெரியவில்லை... சட்டென எழுந்து “சரி நான் அப்புறம் கூட்டிக்கிட்டு போக வாரேன்.” அவர் வெளியே கிளம்பிய உடனே வேகமாக உள்ளே சென்று வாசலை எடுத்து வைத்தேன். அரிசியை உலையில் போட்டேன். கொஞ்ச நேரமாக நடந்துகொண்டிருந்த நெஞ்சிடிப்பு குறைந்தது. அவரை இனிமேல் அழைத்தால் அது சரியாக இருக்காது என தோன்றியதால் வாசலை மூடியே வைத்திருந்தேன்.

மதியம் நெருங்கிக்கொண்டிருப்பதை ஊர் பஞ்சாயத்து அலுவலக சங்கொலி நினைவுபடுத்தியதால் துரிதமாக துவையல் மற்றும் ஊறுகாயை எடுத்து உள்ளே கிடந்த வாழை இலையின் சிறிய

பகுதியில் பொட்டலமாக மாற்றிக்கொண்டேன். கஞ்சியை வேவு பார்த்து அடுப்பை அணைத்தேன்.

உடையைச் சரிசெய்து, சிறிய பையில் துணிகள் மற்றும் கஞ்சி வாளியை உள்ளே வைத்து வாசலைத் திறந்தபோது, வெளியே ஆட்டோவுடன் காத்து நின்றிருந்தார். ஒரு நொடி குழப்பத்தில் அழுகை வருவது போலத் தோன்றியது. வாகனத்தில் ஏறினால் அவர் என்னைத் தவறாக எண்ணக்கூடும். அதேபோல் ஏறவில்லை என்றாலும் ஒரு உதவிக்கு இல்லாமல் ஆகலாம். இறங்கி பார்க்காதது போல நடந்தேன்.

“பார்வதி... எங்க போற?”

“இல்ல...”

“எங்க போறன்னு கேட்டேன்...?”

“நீங்க சவாரிக்கு எதோ நிற்கிறீங்க போல. நான் பஸ்ல போறேன்.”

“அக்கா சொன்னதால உன்னை அழைச்சிட்டுப் போக வந்திருக்கேன். வாசல் அடைச்சி இருந்திச்சு. நீ போயிட்டயோன்னு நெனைச்சேன். அப்புறம் மேலே புகை போயிட்டிருந்தது. சமையல் நடக்குதுன்னு காத்துக் கிடந்தேன். மனசு கிடந்து அடிச்சிக்கிது. சீக்கிரமா ஏறு. அவங்க எதாவது சாப்பிட்டாங்களானு தெரியல. நானே அவள்ட்ட சொல்லிக்கிறேன் வா...” என்றவாறே இறங்கி ஆட்டோ அருகில் சென்றவர் திரும்பி, “வேற எதாவது வேணுமா இப்போ” என்றார்.

“எல்லாம் இருக்கு... நீங்க கிளம்புங்கண்ணா” என்றேன். அவரைக் காண கொஞ்சம் பரிகாசம் தோன்றியது.

உண்மையில் அவர் அப்படி யோசிக்காமல் நானே தான் கற்பனை செய்து கொண்டேனா...? உண்மையில் அக்கறைதான் காரணமா... அக்கா சொல்லிதான் செய்கிறாரா... அக்காவிடம் மறைமுகமாகக் கேட்டால் என்ன...? ஆனால் அப்படிக் கேட்டால் இல்லாத சந்தேகத்தை அல்லது அவள் கணவனின் நடத்தையை நான் கொச்சைப்படுத்தியதாக நினைத்துக்கொள்ளும் வாய்ப்பும் உண்டு. என் சிறிய மண்டை இதை யோசித்தே வீங்கி விடும் போல. வாகனத்தில் ஏறி உட்கார்ந்தேன்.

வாகனம் மருத்துவமனை அடைவது வரைக்கும் எதையும் பேசாமல்

வெளியில் பார்த்துக்கொண்டே வந்தேன். அவர் என் முகத்தை நோக்கி வழியில் கண்ணாடியை சரிசெய்து வைப்பது கண்டும், காணாதது போல இருந்தேன்.

வாகனம் சென்று சேர்ந்தவுடனே வேகமாக இறங்கி அவர் முகத்தை கூட திரும்பிப் பார்க்காமல் ஓடி பெரியம்மாவின் அறையை அடைந்தேன். அங்கே கட்டில் காலியாகக் கிடந்தது. தாதியிடம் விசாரித்தேன்.

அவங்களை அறுவை சிகிச்சை அறைக்குப் பக்கத்தில மாத்தியாச்சு. இனிமேல சாப்பாடு கொடுக்க முடியாது எல்லாம் முடியும் வரைக்கும்.

“நான் அங்கே அவங்க பக்கத்தில போகலாம்தானே.”

“ஆமா... அதெல்லாம் ஒண்ணுமில்லை. மேல் மாடி கடைசி வலது புற அறையில் இருப்பாங்க. இன்னும் ஒரு மூணு நாலு பேரு இருப்பாங்க. எல்லாருக்கும் இன்னைக்குதான் அறுவை சிகிச்சை.”

நான் வேகமாக நடந்து அங்கே சென்றேன்.

பெரியம்மா அமைதியாக வாசலைப் பார்த்துக்கொண்டு அமர்ந்திருந்தாள். என் தலையைக் கண்டதும் கொஞ்சம் முகம் வலிந்து புன்முறுவல் புரிய எத்தனித்தாள்

நான் அருகில் சென்று அவள் கையைப் பற்றினேன்.

என்னல்லாமோ பரிசோதனை செய்யவேண்டும் என்று சொன்னார்கள், என்றாள். அவளது குரலில் இருந்த நடுக்கம் ஒருவிதமான இயலாமையின், தோல்வியின் உருவமாக உணர்ந்தேன். அவள் கையை என் மடியில் எடுத்து வைத்துத் தடவினேன். அவள் எதுவும் சொல்லாமல் எனது முகத்தை மட்டும் பார்த்துக்கொண்டே இருந்தாள்.

நேரம் மெதுவாகச் செல்லத்தொடங்கியது. அறையின் வெளியே உட்கார்ந்திருந்தேன். இரவு எட்டு மணி அளவில் பிரதான அறைக்குக் கூட்டிச் செல்வதாக ஒரு தாதி சொல்லி அவளை இழுத்துச் செல்லும் படுக்கை போன்ற ஒன்றில் படுக்கவைத்து அறுவைக் கூடத்தின் உள்ளே கொண்டு செல்வதைத் தனிமையில் பார்த்துக்கொண்டே, வெளியில் மனம் வெதும்பி நின்றேன். ஆனால் வாழ்வில்

இதுவரைக்கும் ஒருமுறை கூட நம்பிக்கையுடன் அழைத்திடாத கடவுளை கும்பிட்டேன் மனதில். அவளை உயிர் பிழைக்க வைத்துவிடு என்று. வெளியே அருகில் இன்னொரு சிறுவயது ஆணின் தாய் திருவாசகம் வாசித்துக்கொண்டே இருந்தார்கள் அவர் மகனை உள்ளே அழைத்துச் சென்றது முதல்... நானும் அவர்களது மெல்லிய உச்சாடனம் போன்ற வாசிப்பில் செவிமடுத்து அமைதியாகக் கண் மூடி அமர்ந்திருந்தேன்.

பெரியம்மா ஒருவேளை இறந்தால்!?... இல்லை அப்படி ஒரு வாய்ப்பு இல்லவேயில்லை! என மனம் திடமாக நம்பியது. தூக்கம் தடைபட்டது. மனம் ஒருவிதத்திலும் ஆசுவாசம் கொள்வது போல தெரியவில்லை. அதிகாலை நாலரைக்கு தாதி வந்து அறுவை சிகிச்சை வெற்றிகரமாக முடிந்துவிட்டதாகச் சொல்லி ஒண்ணும் பயப்பட வேண்டாம் எனத் தட்டிச் சொல்லிவிட்டுச் சென்றாள்.

யாரோ... மீண்டும் தோளில் தட்டுவது உணர்ந்து எழுந்தேன். எப்போதோ அங்கேயே இருக்கையில் கண்ணயர்ந்துள்ளேன். முன்னால் அந்தோணி அண்ணன். “வீட்டில் செய்த இரண்டு அரிசி கொழுக்கட்டை, கொஞ்சம் டீ கொண்டு வந்திருக்கேன். வீட்டுக்குப் போக வேண்டாமா...?”

“அவங்களுக்கும் கொண்டு வந்தேன். ஆனால் அவங்க மயக்கத்துல இருக்காங்க, மதியம் பக்கம் ஆகும் கண் விழிக்கன்னு சொன்னாங்க. இங்கேயே சாப்பாடும் குடுப்பாங்க. நாம இங்கே இருக்க வேணாம். மதியம் முடிஞ்சு வந்தால் போதும். கிளம்பலாமா...?” என்றார்.

நான் தூக்கக் கலக்கத்தில் தான் இருந்தேன் அப்போதும். வீட்டுக்குச் சென்று கொஞ்சம் படுத்தால் போதும் என மனமும் உடலும் அலைபாய்ந்தது. எழுந்துகொள்ள முயற்சித்தேன் தலை சுற்றுவது போல உணர்ந்து மீண்டும் உட்கார்ந்தேன்.

“என்னாச்சு...”

“தலை சுத்துது”

“ம்ம்... பித்தம் போல. கொஞ்சம் தேநீர் குடிச்சிட்டுக் கிளம்பி வீட்டுக்குப் போவோம். அங்க போயி சாப்பிடலாம்.”

அவர் சொல்வது புரிந்தும் புரியாமலும் இருந்தது. அவர் தந்த

டீ சுவையாகத் தெரிந்தது. வேகமாகக் குடித்துவிட்டு அங்கேயே தலை சாய்க்க ஆசைப்பட்டது மனம்.

“எழுந்திடு பார்வதி” என உரிமையாகக் கையைத் தொட்டு எழுப்பினார். நான் கொஞ்சம் சுதாரித்து, “சரி... விடுங்க நானே நடந்து வாரேன்” என விலகி பின்னால் நடக்கத் தொடங்கினேன்.

எப்போ எந்த வழியில் வீடு வந்தோம் என்றே தெரியவில்லை. உடம்பு அவ்வளவு அசந்துபோய் உள்ளே வந்தவுடனே வேகமாக பாய் விரித்துப் படுத்தேன். படுத்ததும் தான் மூளை சட்டென விழித்து அவரைத் தேடியது. அவர் பொறுமையாக அந்தப் பைகளை உள்ளே வைத்தார். “நான் வாசலை மூடுறேன். நீங்க கிளம்புங்கண்ணே.”

“இல்லை... நான் வேணுமுன்னா இருக்கேன்”.

“எதுக்கு? வேண்டாம்...”

அவர் மார்பை உற்று நோக்கியபடி என் முகத்தைப் பார்த்தார். நான் அவராக ஏதாவது சொல்வதற்கு முன்னர். “துணி மாத்தணும். உடம்பு நாத்தமடிக்கிது. கிளம்புங்கண்ணே” என்று கொஞ்சம் கோபத்தில் சொன்னதும்... சரி என்றவாறே கிளம்பினார்.

வாசல் கதவை மூடிவிட்டு வந்து படுத்தேன்.

கண் விழித்துப் பார்த்தபோது நேரம் பின் மதியம். உள்ளே கொஞ்சம் புழுக்கம் போலத் தோன்றியது. எழுந்து வெளியே வந்தேன். மாலைக்குள் பெரியம்மாவிடம் போக வேண்டும். அவள் பாவம் தனியாக. மயக்கத்திலிருந்து கண் விழித்திருப்பாள் இந்நேரம். வேகமாகக் குளித்துத் தயார் ஆனேன். பேருந்தில் கிளம்பி வந்து சேரும்போதுதான் காலையில் நடந்த விஷயங்கள் நினைவுக்கே வந்தன.

அதை நினைக்காமல் வேகமாக நடந்து அறைக்குச் சென்றேன். அங்கே அக்காவும், சித்தியும். தாதி மூலம் பெரியம்மாதான் நேற்றே சொல்லச் சொல்லியிருக்கிறாள். ஒருவேளை ஏதாவது ஆகிவிட்டால். அமைதியாகக் கொஞ்சம் உற்சாகமாகப் படுத்திருந்தாள்.

அக்காதான் சொன்னாள். ஏதோ கடவுள் கிருபையால் நன்றாக முடிந்திருக்கிறது என்று.

சித்தி அப்போதுதான் புதுப் பேச்சைத் தொடங்கினாள். “அப்புறம், அக்கா இதைக் கேளுங்க. நீங்க விரும்பியது போல எல்லாமே கூடிய விரைவில் நீங்க குணமடைந்து எழுந்த உடனே இவளை நாம் நல்லபடியா படி இறக்கி விடுறோம்.”

என் காதுகள் கொஞ்சம் ஆர்வமானது.

“ஒரே பையன். சொத்துன்னா நாலு தலைமுறை உட்கார்ந்து சாப்பிடும் அளவுக்குக் கிடக்குது. பையன் தேக்கு போல ஒரு ஆளு. புது நிறம். அவனுக்கு அக்கா, தங்கைன்னு யாருமில்லை. பங்கு கேட்டு ஒருத்தனும் எப்பவும் வர மாட்டான்.”

மனம் யோசிக்க தொடங்கியது. அப்படி ஒருத்தன் என்னை எதுக்குக் கட்டிக்கொள்ளலாம் என நினைக்கிறான். ஒருவேளை பொய் சொல்லி அனுப்பிவிட சித்தி யோசிக்கிறாளா...?

பெரியம்மா... பொறுமையாக. “அவன் எப்படி.... இது...!” என பேச்சை முடிக்காமல் அமைதியானாள்.

“படிப்பு குறைவு. அதனால் வாற பெண்ணு ஐந்தாவது படித்தால் கூட போதும். பிக்கல் பிடுங்கல் இல்லாமல் இருந்தால் நல்லதுன்னு அவன் அம்மாவோட விருப்பம். ஒரே நிர்ப்பந்தம்தான், பொண்ணு நிறமா அழகா இருக்கணும். அதேபோல பதினெட்டு கூட ஆகியிருக்கக் கூடாது. நான் அதனால்தான் பேசி இப்போதைக்கு சமன் செய்து வைச்சிருக்கேன்.”

ஊரு வந்து ஈரோடு பக்கம் எதோ அந்தியூர்னு சொன்னாங்க. மேலதிகமாக எதுவும் விசாரிக்கல. நீ இங்கிருந்து வீட்டுக்குப் போகவே ஒண்ணு ரெண்டு வாரம் ஆகிடும்தானே. அதுக்குள்ள ஒரு நல்ல முடிவா இதை மாத்த முடியுமான்னு பார்ப்போம். காலையில வரும்போது கூட பானு கிட்ட அதைத் தான் சொன்னேன். அந்தப் பையன் அமைஞ்சா உன் தங்கை உன்னை விட ராணி மாதிரி வாழுவான்னு. அவளுக்கும் பிடிச்சிருக்கு. பையனை யாரும் பார்த்ததில்லை. உண்மையில் நாம பார்த்து எதுக்கு. அக்கா நீயும் அவளும் பார்த்தாலே போதும்.”

பெரியம்மா என் முகத்தைக் கஷ்டப்பட்டு மெதுவாகத் திரும்பிப் பார்த்தாள். நான் எனது முகத்தைப் பாவமாக வைத்துக்கொண்டு

அவளைப் பார்த்துக்கொண்டு நின்றிருந்தேன்.

“சரி. நல்லதா இருந்தா... அதுவே போதும். தலையெழுத்து இதுதான்னு இருந்தா.”

அக்கா என்னைப் பார்த்து. “அங்க நம்ம வீட்லேருந்து அதிகம் போனால நாலு மணிநேரம் கூட ஆவாது. இனி ரோடெல்லாம் நல்லதா போட்டா இன்னும்ம் சீக்கிரம் வந்து போவலாம்.”

தாதி ஒருத்தி வந்து சொன்னாள். “நேற்று இரவில் கொஞ்சம் ரத்தம் தேவைப்பட்டது. ஆனால் சொல்ல இங்க யாரு. இந்த பொண்ணுகிட்ட என்ன சொல்ல. அதனால் இருந்ததில் கொஞ்சம் இவங்களுக்கு உபயோகப்படுத்தி இருக்கோம். அதனால் ஒரு இரண்டு யூனிட் நீங்க போகும் முன்னர் கொடுக்க வேண்டும். முன்னால அதே ரத்தம்தான் வாங்குவாங்க. இப்போ கொஞ்சம் சட்டத்தை மாற்றி வேறு ரத்தம் தானமாகக் கொடுத்தாலும் போதும். மறக்காமல் கொடுங்க. அதிகமான ஆட்களைக் கூட்டிக்கிட்டு வந்து கொடுக்க வைத்தாலும் நல்லதுதான்.”

இரவே கிளம்புவதாகச் சொல்லி சித்தியும் அக்காவும் சென்றார்கள். இரண்டு நாள்களில் மீண்டும் வருவதாகவும் என் திருமணத்தின் அடுத்த கட்டம் பற்றி சீக்கிரமே முடிவெடுக்க வேண்டும் என சபதம் செய்யாத குறையாகச் சொல்லிச் சென்றார்கள்.

நானும் உள்ளே இருந்த உணவகத்தில் இட்லி மட்டும் வாங்கி வந்தேன் இரவுக்கு. பெரியம்மாவிடம் திரவ உணவு வகைகள் மட்டும் ஒன்றோ இரண்டோ நாள்கள் அருந்த சொன்னதால், அவளுக்குப் பால் மற்றும் பன் வாங்கி வந்தேன். பெரியம்மாவை எழுப்பி உட்கார வைத்துக் கொஞ்சமாக விழுங்க வைத்தேன். வாங்கி வந்த சூடான இட்லியில் ஒன்றை குழந்தைகளுக்குக் கொடுப்பது போல பிய்த்து விரல்களால் நசுக்கி தேங்காய்ச் சட்னியில் ஒருபுறமும் மறுபுறம் சீனியிலும் முக்கி வாயில் ஊட்டிவிட்டேன்.

காலையில் அவளை எழுப்பி தோள் சேர்த்து நடத்திக்கொண்டு மலம் கழிக்க வைத்தேன். பின்னர் மெதுவாக சுவரில் பிடித்துக்கொண்டு நிற்கச் சொல்லி பின்பக்கத்தைத் கழுவினேன். உண்மையில் அம்மாவுக்கு இப்படி எல்லாம் செய்து கொடுத்து பணிவிடை செய்யும் வாய்ப்பு அமையவில்லை. ஆனால் விதி இந்த அம்மாவுக்குச்

செய்ய வைக்கிறது என கொஞ்சம் மகிழ்ச்சியாக இருந்தது. கொஞ்சம் முன்னாலயும் தண்ணி ஊத்து என்ற பெரியம்மாவின் குரல்... நீங்க எப்படிக் கழுவ முடியும். நானே கழுவி விடுகிறேன் என முன்னால் கொஞ்சம் தண்ணீரை ஊற்றிக் கையால் தொடையிடுக்கு பிரதேசங்களில் கழுவினேன். மூத்திர வாடை கொஞ்சம் தெரிந்தது.

“மூத்திரம் பெய்யத் தோணுது” என்றாள்.

“அப்படியே நிண்டுகிட்டே போங்க” என்றேன். அவள் உடம்பு இப்போது எலும்பு துருத்தி நிற்கும் கூடு மட்டும் போலத் தெரிந்தது. கொஞ்சம் நாட்களுக்கு முன்னர் வரை அவள் இருந்தது பற்றி யோசித்தேன். அவள் நின்றுகொண்டே பெய்ததால் மூத்திரம் கால் முழுவதும் வழிந்தோடியது. மீண்டும் கொஞ்சம் தண்ணீர் மோந்து இடுப்பிலிருந்து கீழாக ஊற்றினேன். கொஞ்சமாக டெட்டோல் எடுத்து குவளையில் ஊற்றி அதில் தண்ணீரைக் கலந்தேன். அதை துவாலையில் தொட்டு உடம்பு முழுவதும் தேய்த்து எடுத்தேன். கீழே உட்கார்ந்து கால்கள் வரைக்கும் தேய்த்தேன். அவளைக் கொஞ்சம் திரும்பி நிற்க வைத்து மார்பு, வயிறு என கொஞ்சம் தேய்த்து நீர் மோந்து கழுத்தில் இருந்து கீழாக ஊற்றினேன். அவள் முகத்தைக் கொஞ்சம் கழுவினேன். மார்புக் காம்புகளைப் பார்த்தபோது அம்மாவின் முகமும் என்னை அவள் அனாதை இல்லத்தில் கொண்டு சேர்த்த நாளும், இவள் அங்கிருந்து கூட்டி வந்த நாளும் ஒருங்கே மின்னி மறைந்தது.

“பெரியம்மா கொஞ்ச நேரம் பிடித்துக்கொண்டு நிப்பீங்கதானே? நான் உள்ளே போய் வேறு ஒரு துவர்த்து எடுத்து வாரேன்” என்றேன்.

“சரி” என்றாள்.

நான் வேகமாகச் சென்று துவர்த்து எடுத்து வந்து ஈரத்தைத் துடைத்து மாற்றினேன். அவளுக்கு எடுத்து வந்திருந்த பாவாடையைத் தலை வழியாக நுழைத்து மெதுவாக வலிக்காத விதத்தில் இடதுபுற தொடை எலும்பின் மேல் வைத்து முடிச்சுப் போட்டேன். அது அவளுக்குப் பிடித்தமான மஞ்சள் நிறப் பாவாடை. அவள் இப்போது கொஞ்சம் பிரகாசம் ஆனாள்.

அவளது ஜாக்கெட்டை எடுத்து மெதுவாக ஒவ்வொரு கையாக உள்ளே நுழைக்க பிரயத்தனம் செய்து போட்டுவிட்டேன். அவள்

மார்பு கசங்கி, வயதான நாய்களின் கழுத்து சதை போல ஆடியது. ஜாக்கெட் குழிக்கும் அவளது ஆடும் சுருங்கிய மார்பும் கொஞ்சம் கூட சேராமல் தனித் தனியாகத் தொங்கியது. அவளை மெதுவாக அழைத்து கட்டிலின் அருகில் கொண்டு வந்தேன்.

உள்ளே வந்த தாதி தான் சொன்னாள். கடையில் கேட்டால் கவுன் போன்ற ஒரு உடை இப்போது உள்ளது. அதை வாங்கி மாட்டினால் இந்தக் கஷ்டம் இல்லை. முடிந்தால் நாளை பக்கத்து கடைகளில் கேட்டுப் பார்க்கவும் என்று சொன்னாள். பெரியம்மாவும் உடனே சேலை இப்போதைக்கு வேண்டாம் ஒரு நல்ல துண்டு மட்டும் கொடு நெஞ்சில் போட்டுக்கொள்கிறேன் என்றாள்.

காலையில் சூடாகக் கிடைக்கும் பாலை போய் வாங்குங்க என்றாள் பக்கத்து கட்டிலில் இருந்த பெண்மணி. உடனே அதுக்காகச் சிறிய தூக்குவாளியை எடுத்துக்கொண்டு நடந்தேன்.

நாள்கள் ஒன்றிரண்டு என மெதுவாக நகரத்தொடங்கின. அந்தோணியைப் பார்க்கவில்லை. மூன்றாம் நாள் வீட்டுக்குப் போய் உபயோகித்த துணிகளைத் துவைத்துக் காயப்போட்டு, உணவு தயாரித்து மருத்துவமனை அறையின் உள்ளே நுழையும்போது இரண்டு பேர் உட்கார்ந்திருப்பது தெரிந்தது. ஒரு ஆள் நாற்பது வயது மதிக்கத்தக்கவர். இன்னொருவன் இருபது வயது அளவில் இருந்தவன்.

அமைதியாகத் தலையைக் குனிந்து நடந்து பெரியம்மாவின் தலைமாட்டில் போய் நின்றேன். என்னை விழுங்குவது போல இருவரும் பார்ப்பது தெரிந்தது.

“இவங்க ஈரோட்டுல இருந்து வந்திருக்காங்க. இவரு தினகரன். தம்பி பேரு லோகநாதன்” என்றாள் என்னைப் பார்த்து.

நான் அவர்கள் முகத்தைப் பார்த்து ‘வாங்க’ என்பது போல தலையை மட்டும் அசைத்துவிட்டு தலையைத் திருப்பி கொஞ்சம் சாப்பிடுறீங்களா இப்போ என்றேன் பெரியம்மாவிடம்.

இவதான் என் பொண்ணு. பார்வதி. என் தங்கச்சி பொண்ணு. பெத்தவங்க ரெண்டு பேரும் அப்பப்போ கிளம்பிப் போயாச்சு. இப்போ நாங்க மட்டும்தான். இவ அக்காவைதான், அங்க

கோயம்புத்தூர்ல குடுத்திருக்கு. அவளை உங்களுக்குத் தெரியும்னு, என் தங்கை இங்கே வந்தப்போ சொன்னா. படிக்க வைக்க வசதி இல்லாமலும், இவ படிக்காமலும் இல்ல. ஆனா இவ படிப்பை அழிச்சது தங்கைக்கு வந்த நோயும் இது மாதிரியான பிரச்சினைகளும்தான். இப்போது விட்டாலும் படிப்பா. ஆனா இப்போ அவளுக்கே விருப்பமில்லை. வயசுக்கு வந்த பெறகு இனி போய் சின்ன பசங்க கூட எப்படி. சின்ன வயசில் கொழுக்கட்டை பிடிச்சு வெச்சது போல பால் நிறத்தில இருப்பா. இப்போ கொஞ்ச நாளாக தூக்கமும் இல்லை, அலைச்சல் வீட்டுக்கும் இங்குமாக. கொஞ்சம் நல்லாவே சமைக்கவும் செய்வா. இவ அவியல். நீங்க சாப்பிட்டு பார்க்கணும். எங்க அம்மாவோட கை பக்குவம் வந்த ஒரே பேத்தின்னு சொல்லணும்... நீங்க தூரத்திலிருந்து கிளம்பி வந்திருக்கீங்க. போகும்போது நம்ம குற்றாலம் போய் குளிச்சு, முடிஞ்சா கோயிலுக்கும் போயிட்டு போங்க...'' தொடர்ந்து பெரியம்மாவே பேசினாள்.

அவர்கள் இருவரும் பல்லாகவே இருந்தார்கள் பதில் எதுவும் சொல்லாமல்.

நான் அவனைப் பார்த்தேன். வயதுக்கும் மீறி திடமான மீசை. விரிந்த தோள்கள். என்னை விட உயரம் என உட்கார்ந்திருந்த தோரணையிலேயே தோன்றியது. என்னை நோக்கி இருவரும் சிரித்தார்கள். நான் இடைநிலையாகச் சிரித்து வைத்தேன்.

''நான் இவன் சித்தப்பா. இவங்க அம்மாவை கூட்டி வர நினைச்சோம். ஆனால் அது சரியாக இருக்காது. இவன் முடிவுதான் அவங்களுக்கும். அண்ணிக்கு ஊரு, உறவு, அங்கே இருக்குற நிலத்தையும், மாடு கண்ணிகளை பார்க்கிறது தான் உலகம்னு கூட சொல்லலாம். அண்ணன் இருந்தவரைக்கும் நானும் அவனும் பெரிய அளவுல பேசிக்கிறது இல்ல. கொஞ்சம் சொத்துத் தகராறு. அப்புறம் அவன் போன பெறகு அதை மனசுல வெச்சுக்கிட்டு இருந்தா எப்பிடி. பிறந்ததில இருந்தே என் மேல் பிரியம் அதிகம் இவனுக்கு. முத முதல்ல பள்ளிக்கூடம் போக பை, துணி முதல்கொண்டு நான் தான் வாங்கிக் கொடுத்து அனுப்பினேன். என்கிட்டதான் எல்லாம் கேட்பான். அப்புறம் என்னவெல்லாமோ நடந்துபோச்சு.''

''இப்போ கூட இவனாதான் அண்ணிகிட்ட சொல்லி என்னை

அழைச்சிட்டு வந்தான். அன்பு வச்சா உசுரு கூட கொடுக்கிற அளவுக்கு மனசு சுத்தம். ஊருல அவ்வளவு நிலம் இருக்குங்கற திமிர் இன்னைக்கு வரைக்கும் இவனை சீண்டாம இருக்கிறதுதான் எனக்கே இவன் மேல ஒரு மதிப்பு உண்டாக்குது.''

“இவன்தான் சீர் அது இது என எதுவும் வேண்டாம். ஆனா, பொண்ணு பார்த்தா மகாலட்சுமி போல இருக்கணும்னு சொன்னான். ஊர்ல ஒண்ணு ரெண்டு பார்த்தோம். எல்லாம் இவன் சொத்து கண்டுதான் சரி சரின்னு தலை ஆட்றாங்க. உங்க பொண்ணு மகாலட்சுமி தோத்துடும் போல.''

நான் கொஞ்சம் கொஞ்சமாக திருமணக் கோலம் மனதில் தரிக்கத் தொடங்கினேன்.

“நான் கேட்கிறேன்னு தப்பா எடுத்துக்க வேணாம். இவங்க அக்காவுக்குச் செய்த அளவில் இவளுக்கும் செய்து விடுங்க. அப்புறம் அது ஒரு குறையாக இந்தப் பாப்பா மனதில் கூட இருக்கக் கூடாது உங்கள் காலத்துக்குப் பின்னும். நான் சொல்றது வாஸ்தவம்தானே...?'' என்றார் அந்தச் சித்தப்பா என்பவர்.

பெரியம்மா உள்ளுக்குள் அதிர்ந்ததை என்னால் உணர முடிந்தது. ஆனாலும்... நிச்சயமாக... “அதுதானே முறையும் கூட'' என்றவள் இடையே... இப்போ டீ வாங்க என்னால் முடியாது. இவள்தான் போக வேண்டும்.

“அதெல்லாம் எதுக்கு... நாங்க கிளம்புறோம். ஊரில் போய் கலந்து பேசி உங்க தங்கை கிட்ட சொல்றோம். அப்புறம் அடுத்த நிலை பத்திப் பேசி முடிவு எடுக்கலாம்.''

சரி... என்றாள் பெரியம்மா.

அவர்கள் கிளம்பும்போது அவர் முகம் பார்த்தேன்... புன்முறுவல் ததும்பியது.

பெரியம்மா அவர்கள் கிளம்பியதும் அதைப் பற்றி எதாவது கேட்பாள் என நினைத்துக் காத்திருந்தேன். அவள் அதைப் பற்றிப் பேசாமல் நீ உடனே போய் கொஞ்சம் டீ வாங்கி வா கொஞ்சம் ரஸ்க் கூட. வாய் கசப்பது போலத் தோணுது. என் மனதில் கொஞ்சம் கோபம் தோன்றினாலும் அவள் போங்காட்டம் ஆடுகிறாள் என

தோன்றியதால் அமைதியாக இருந்தேன்.

ஒரு வார காலம் எந்தப் பதிலையும் சித்தி கடிதமாக அனுப்பவில்லை.

உண்மையில் சிறியதாக அரும்பிய விருப்பம் மறக்கத் தொடங்கியிருந்த ஒரு நாள் சித்தியும் அக்காவும் மீண்டும் பிரசன்னம் ஆனார்கள். மனம் ஏனோ என்னையே அறியாமல் வேகமாக அடித்தது. வந்தவர்கள் முகம் மலர என்னிடம் எப்படியிருக்க என ஒருமித்த குரலில் கேட்டனர்.

நல்லா இருக்கேன். பெரியம்மாவிடம் சொல்லிவிட்டு வெளியே போய் டீ வாங்கிவரச் சென்றேன். திரும்ப வரும்போதே அறை முழுவதும் மகிழ்ச்சியில் திளைப்பது போலத் தோன்றியது. உள்ளே வந்து அவர்களுக்கு டீ ஊற்றிக் கொடுத்தேன். டீயை வாங்கிய சித்தி தான் கேட்டாள்... "அன்னைக்கு ஒருத்தன் வந்திட்டு போனான்ல்ல... அவனை உனக்குப் பிடிச்சிருக்கா?"

நான் பெரியம்மாவின் முகத்தைப் பார்த்தேன். அப்போதுதான் கல் நெஞ்சக்காரி சொன்னாள்... "அவன்தான் இவளுக்குத் தோதான பையன். இவள் வேண்டாம்னு சொன்னாலும். அப்படித் தானே" என சிரிக்காமல் சொன்னாள்.

பெரியம்மா நீங்க வேற. அவ வாயைத் திறக்காமல் இருக்கிறாள். "உனக்குப் பிடிச்சிருக்குதானே" என்று இடையில் புகுந்து பானு அக்கா கேட்டாள்.

நான் "உங்க விருப்பம்" என்றேன்.

"ம்ம்... பையன் வீட்ல இருந்து வந்து பெண்ணைப் பையனுக்கு ரொம்பப் பிடிச்சிருக்குன்னு சொன்னாங்க. ஆனா நான் மேற்படி விஷயங்கள் எதுவும் பேசல".

பெரியம்மா... ஒன்றும் சொல்லாமல் சித்தியைப் பார்த்தாள். "நம்ம பக்கத்திலிருந்து விசாரிக்க வேண்டாமா...?"

"அதெல்லாம் நான் ஒண்ணுக்கு இரண்டு வாட்டி பண்ணியாச்சு. அதை விடுங்க. நாம என்ன கொடுப்பதாக சொல்ல...?"

"நாம என்ன வச்சிருக்கோம். கொஞ்சம் காசு இருக்கு. ஒரு ரெண்டு பவுன் அதிகபட்சம் தேறும். அதேபோல நீங்க இரண்டு பேரும் கொஞ்சம் கைகொடுத்தால்... கல்யாணச் செலவு முடிக்கலாம்."

“அக்கா... நீங்க வேற. எனக்குத் தெரிஞ்சு அவங்கதான் கல்யாண செலவை ஏத்துக்கறதா பேச்சுல தோணுது. சரி என்ன நடக்குதுன்னு பேசுன பெறகு யோசிப்போம்.”

மனம் கொஞ்சம் குளிர்மை அடைவது போல வாழ்வில் முதன் முதலாகத் தோன்றியது.

ஒரு மாதத்தில் பெரியம்மா உடல் நலம் பெற்று வீடு திரும்பினாள். கடையும் போடத் தொடங்கிய ஒரு நாளில் சித்தி மீண்டும் பார்க்க வந்தாள். அவளோடு அன்று ஆசுபத்திரிக்கு வந்திருந்த அவரது சித்தப்பாவும். நான் வந்தவர்களை வணங்கி வரவேற்றேன். ஏன் என்னையறியாமல் வணக்கம் தெரிவித்தேன் என சட்டென யோசித்த கணத்தில் சித்தியும் கூட அப்படி யோசித்திருக்க வேண்டும். கண்ணை இடுக்கிக் கொஞ்சம் வித்தியாசமாகப் பார்த்தாள். நான் அமைதியாக அவளை நோக்கி சிரித்துவிட்டு அவர்கள் உட்கார்ந்ததும் கொஞ்சம் குடிக்கத் தண்ணீரை நீட்டினேன்.

கல்யாணத்துக்கு நாள் குறித்துக்கொண்டு வந்திருப்பதாக அவர் சித்தப்பா என்னிடம் சொல்லிவிட்டு பெரியம்மாவிடம் மீண்டும் சொன்னார். “அடுத்த மாசமே வெச்சுக்கலாம்னு எல்லாருமே விரும்புறோம். உங்க தங்கச்சியும் சரின்னு சொன்னாங்க. உங்களுக்கு அதுல மாத்து அபிப்பிராயம் இல்லைதானே...?”

பெரியம்மா சித்தியைப் பார்த்துவிட்டு, “அவ சொல்றதுதான் சரி. எனக்கும் உடம்பு சரியில்லை... வயசும் நாளும் போகுது. அதனால் அதுவே நல்ல முடிவுதான்.”

இப்போது நாள்கள் இன்னும் மெதுவாகச் செல்வதாகத் தோன்றத் தொடங்கியது. அவர்கள் வந்து சென்ற பின் மனம் அவர் முகத்தை நினைவில் கொண்டு வர முயன்று தோற்றுக்கொண்டே இருந்தது ஆச்சரியம். அமைதியாக மனதில் மீதி அனைத்தையும் மறக்க முயன்று அவர் முகத்தை கற்பனையில் யோசித்தேன். கடவுளே... நினைவே வரவில்லை. மனம் வெறுமையானது போலத் தோன்றியது. சங்கடம் கொள்ளத் தொடங்கியது. கண்ணீர் வருவதற்குத் தயார் என்பது போலத் தோன்றியதும் என்னை மீறிச் சிரித்தேன்.

★★★

பகுதி–II

காலையில் மஞ்சள் இடிக்கும் சடங்குடன் தொடங்கிய திருமண முறைமைகள் இரவில் தேவராட்டம் முடிந்து இரண்டாம் நாள் அந்த உயர்ந்த ஓட்டு வீட்டின் கட்டில் அருகில் அடிமேல் அடிவைத்து நெருங்கிய நொடியில், பயத்தின் காரணமாக ஒடுங்கி நடந்து போனபோது ஏதேதோவெல்லாம் தோன்றி மறைந்தது.

உண்மையில் அவரது உடம்பில் தேய்த்திருந்த வாசனை திரவியத்தின் நாற்றம் மெல்லமாக மூக்கை அறைந்தது. காலில் அவர் போட்டு தந்த மெட்டியைப் பார்த்தேன். நெஞ்சு என்னை அறியாமல் விம்மியது. அருகில் உட்கார்ந்துகொண்டு இருந்தவர் எழுந்து லுங்கி கட்டினார். உள்ளே போட்டிருந்த உள்ளாடை அந்தோணி நினைவை கொண்டு வந்து மறைந்தது. போட்டிருந்த சட்டையை கழட்டி அருகில் இருந்த கொக்கியில் மாட்டினார்.

என்னை நோக்கி "நீ ஏன் இந்த உடையில இருக்கிற. புழுக்கமா இருக்கும் இல்லையா?!. அதை வேணும்னா மாத்தி வேற சேலை கட்டிக்கோ" என்றார்.

நான் தயக்கத்தில், "காலையில்..." என முடிக்கும் முன்னமே.

"போய் மாத்தி... உடம்பை கொஞ்சம் கழுவிக்கிட்டு வா" என்றார்.

எனக்கு என்ன சொல்வது எனத் தெரியாமல்... உட்கார்ந்திருந்தேன்.

“போ... சொல்றேன்தானே.”

“இல்ல... வெளியே...”

“இல்லை... நம்ம வாசல் வலது புறமா நடந்து வெளியே போனா குளியல் அறைதான்.”

என்ன சொல்ல வருகிறார் என்றே கொஞ்சம் குழப்பமாகவும் திரும்ப எப்படி என்ன கேட்பது என்றும் தெரியாமல், சரி என்ற முடிவுடன் வெளியே கதவைத் திறந்து வந்தேன். வெளியே மாமியார் மற்றும் அவர்களது ஊரின் சில கிழவிகள் பேசிக்கொண்டு இருந்தார்கள். நான் வெளியே வருவதைப் பார்த்ததும் ஒரு நொடி அதிர்ந்து பேச்சை நிறுத்தி... என்ன என்ன என விசாரிக்கத் தொடங்கினார்கள்.

“இல்லை... கொஞ்சம் வெளியே போகணும். கை கால் கூட கழுவணும்...”

ஒரு பாட்டி உடனே வேகமாக எழுந்து, “நான் கூட்டிப் போறேன் என் தங்கத்தை” என்று கையைப் பிடித்துக்கொண்டாள்.

என் கையில் அந்த மென்மையான கைகளைக் கொண்டு அழுத்தியவள் உரிமையுடன் சொன்னாள்... ஒரு வருசத்துல மடியில் ஒரு இளங்கன்னு தவழணும் என்றவாறே சிரித்துக்கொண்டு வாசலைத் தாண்டி வெளியே இருக்கும் குளியலறையைக் காட்டினாள்.

நான் அமைதியாக அந்தச் சிறிய கூரை இல்லாத குளியலறை உள்ளே சென்று ஆடைகளைச் சற்றுத் தளர்வாக்கினேன். கொஞ்சம் தண்ணீர் எடுத்து கை, கால், முகம் என கழுவினேன். துணிகளை விலக்கி மார்புப் பகுதி மற்றும் தொடையிடுக்கு என நீரைக் கொண்டு கழுவி சேலையால் துடைத்தேன். மனம் கொஞ்சம் என்னைத் தாண்டி பயப்படுவது போலத் தோன்றியது. புது இடம். புது இரவு என்பதால் இருக்கலாம் என என்னையே சமாதானம் செய்துகொண்டு ஆடைகளைச் சரிசெய்தேன்.

“எம்மா... என்னாச்சு... நான் உள்ளே வரணுமா...?”

“இல்ல... பாட்டி. நான் வெளியே வாரேன்.”

பாட்டியை அழைத்துக்கொண்டு உள்ளே சென்று வாசலை மூடினேன்.

அவர் அமைதியாக கைக்கடிகாரத்தைத் திருகிக்கொண்டிருந்தார். என்னைக் கண்டதும் அதை ஓரமாக வைத்துவிட்டு என்னை வேகமாக கட்டி அணைத்தார். நிலைதடுமாறி விழப்போனேன்.

வேகமாக சேலையைப் பிடித்து இழுத்தார். எனக்கு "அய்யோ" என்றவாறே வேகமாகத் திரும்ப இழுத்துத் தடுத்தேன். "என்ன பண்றீங்க..." என்றேன்.

அவர் என்னை மீண்டும் கட்டிப்பிடிக்க முற்பட கண்ணீர் வருவது போல ஆனது. கண்ணீரைக் கண்டதும் என்னை விட்டார். நான் அமைதியாக அந்தப் புது இரும்புக் கட்டில் மேல் அமர்ந்தேன். அவரும் அருகிலேயே வந்து அமர்ந்தார். அவர் மூச்சு பலமாக அடித்தது. எனக்கு என்ன செய்வது என்றே தெரியவில்லை. அங்கே தொங்கிக்கொண்டிருந்த நாட்காட்டி மேல் இருந்த பல்லியைப் பார்த்தேன். நாள் 11-தை மாதம்-1983-ஆம் ஆண்டு. நான் அமைதியாகத் தலை கவிழ்த்து, மழையில் நனைந்து நடுங்கும் கோழி போல அமர்ந்திருந்தேன். அவர் அப்போதுதான் அந்த முண்டா பனியனையும் கழட்டினார். நான் ஆடு போலவும் அவர் ஒரு யானையின் விரிவிலும் தெரிந்தார்.

உள்ளுக்குள் உதறல் எடுப்பது தெரிந்தது. சேலையின் புழுக்கம், கனம், தூக்கக் கலக்கம் என இருந்ததால் "தூக்கம் வருது, தலையும் வலிக்குது" என்றேன்.

கொஞ்சம் கோபமாக, "இப்போ தூங்கதான் உன்னை உள்ளே அனுப்பினாங்களா...?"

"இல்ல..."

கொஞ்சம் சிரித்தவர், "இங்க பாரு நாளைக்குப் பகல் முழுவதும் படுத்துத் தூங்கிக்கோ... ஆனால் இது நமக்கு முக்கியமான இரவு."

"நாளைக்கு...?!"

"அப்போ நாளைக்குக் கல்யாணம் பண்ணியிருக்கலாம்தானே...!"

என்ன சொல்வது என்று தெரியாமல் விழித்தேன். இந்த இரவை எப்படிக் கழிக்கப் போகிறேன் என்றே தெரியாமல் வந்த தூக்கத்தைக் கூட மறந்து அவரைப் பார்த்தேன்.

என்ன நினைத்தார் என்றே தெரியாது சட்டென இடுப்பு இடையில் கையை நுழைத்து நெஞ்சை அழுத்திப் பிடித்தார். எனக்கு மூச்சே நின்றதுபோலத் துள்ளி எழுந்தேன். சட்டென கையைத் தட்டிவிட்டேன்.

அவர் அதை அவமானமாய் உணர்ந்திருப்பார் போல. சட்டென ஆவேசமாக என் கையைப் பிடித்து "உட்காரு" என்று அதட்டினார்.

நான் உண்மையில் அந்தக் குரலில் தெரிந்த மாற்றத்தில் பயந்தது உண்மை. எனக்கு பயமாக இருக்குது என்றேன்.

"நான் என்ன கொலை செய்யவா போறேன்...?"

கையை இப்போது கொஞ்சம் தளர்த்தினார்.

மீண்டும் என்னைக் கட்டி அணைத்தார். என்னால் உண்மையில் அந்த அணைப்பினால் பல கைகள் கொண்ட நீராளிக்கு மத்தியில் சிக்கியது போல மூச்சுவிடவே முடியாமல் திணறி தலையை அவர் தோள் மேலே முயன்று தூக்கி நீள் மூச்சு எடுத்தேன்.

என்னை நானே எதிர்பாராத நொடியில் கட்டிலில் சாய்த்தார். என் மேலாகப் பரவினார். வாகனத்தின் அடியில் சிக்கிய தவளை போல நிலைமை. கத்தவும் பயம். அவர் மேல் மூச்சு கீழ் மூச்சு வாங்கிக்கொண்டே உதட்டைக் கடித்து இழுத்தார்.

"ம்ம்... வ்வ்..." எனச் சொல்லதானே முடிந்ததே தவிர தலையை தள்ளிவிட முடியாத நிலையில் நான்.

அவர் தலை முடி என் முகத்தில் காதுகளில் பட்டு கூசவும், அதே நேரம் கொஞ்சம் கிளர்ச்சியாகவும் தோன்றியது. வீட்டையே எரிக்கும் அனலாக காமத்தின் தீ கனல் விடத் தொடங்கியது.

வேகமாக சேலையை இழுத்து நீக்கி, நெஞ்சில் தலையால் இடித்தது போலத் தோன்றியது. முன்னமே உதட்டில் கிடைத்த கடியால் வலி உயிர் போய்க்கொண்டு, எரிச்சலுடனும் படுத்திருந்தேன். அதோடு ஜாக்கெட்டை பல்லால் கடித்து இழுத்தார். அது கிழிந்து விடுவது போலத் தோன்றியதால் உடம்பு கொஞ்சம் கொஞ்சமாக மரத்துவிட தொடங்கியது. அப்போதும் விடாமல் அதை கைகொண்டு ஆவேசம் வந்தவராய் நீக்கி பல்லால் மார்பு காம்பை கடித்து இழுக்கத் தொடங்கினார். வலி பொறுக்காமல் "அம்மா" என்று

அழத் தொடங்கினேன். இப்போ முடிஞ்சிடும் என்று சொன்னவர் மீண்டும் மீண்டும் இரண்டு மார்பையும் பல்லால் கடித்து கடித்து இழுத்தார்.

எனக்கு மயக்கம் வருவது போல ஆனது. “அய்யோ... அய்யோ...” என அரற்றத் தொடங்கினேன். அவர் நான் சந்தோசத்தில் மிதப்பதாக நினைத்திருப்பார் போல வாயை மொத்தமாகக் கடித்து இழுத்தார்.

மார்பு வீங்கியது போல உணர்ந்தேன்.

கொஞ்ச நேரத்தில் அப்படியே அருகில் கீழே இறங்கி படுத்தார். யானை மேய்ந்து, நீங்கிச் சென்ற வயல் போல கூரையைப் பார்த்தபடி கண்ணீருடன் படுத்திருந்தேன். மார்பைத் தொடவே முடியவில்லை. வலி உயிர் போவது போலத் தெரிந்தது. அவரின் முகத்தைப் பார்த்தேன். பாவமாகத் தோன்றியது. எழுந்து வெளியே சென்று வர கதவை திறந்ததும் தூரத்தில் படுத்திருந்த இரண்டு பாட்டிகள் ஆவேசம் கொண்டு, “எழுந்து எங்க போற...” என்றனர்.

“வெளியே போகணும்...”

“முத ராத்திரியில அப்படி வெளியே நடு ராவுல போகக் கூடாது” என்றனர்.

“உள்ளே போம்மா...” என்றார் இன்னொரு பாட்டி. வேறு வழியில்லாமல் உள்ளே திரும்ப வந்து கட்டிலில் உட்கார்ந்தேன். மார்பு வலி, வாய் வலி... இடையில் எப்போதோ தெரியாமல் அவர் வாயில் என் நாக்கும் சிக்கியிருக்கும் போல... எதோ நல்ல நேரம் துண்டாக்காமல் விட்டானே என மனதில் நினைத்துக்கொண்டு அமர்ந்திருந்தேன்.

நேரம் விடிய இன்னும் அதிக மணிநேரம் இருக்கும் போல. அருகில் சுருண்டு படுத்துக்கொண்டேன். பழுத்த சோளத்தின் நிறத்தில் குண்டு பல்பு எரிந்தது. அதை அணைக்கவும் மனம் பிரியப்படவில்லை.

காலையில் அவர் தான் முதலில் எழுந்திருந்தார். என்னைத் தட்டி எழும்ப சொன்னவர். “பக்கத்துல இருக்க சொந்தக்காரங்க வீடுகளுக்குப் போகணும் இன்னைக்கி. நல்லா குளிச்சு நல்ல துணியை மாத்திக்க. அம்மா எதாவது சமைக்கும்” என்றார்.

என்ன பேச எனத் தெரியாமல் “சரி” என்றேன்.

வெளியே வந்ததும் பாட்டி ஒருத்தி அருகில் வந்து முடியைத் தடவிக்கொண்டே எனது வலது கையை எடுத்து மூக்கில் வைத்து மோந்து பார்த்து முத்தம் தந்தது.

"என்ன சொல்றான் உன் புருஷன்... தூங்க விடல தானே..."

நான் இடைப்பட்ட விதத்தில் சிரித்து வைத்தேன். அத்தை கறுப்பு தேநீர் போட்டு அவனுக்குக் கொடு என்று கையில் தந்தாள். "பார்வதி நீயும் தேநீர் குடிப்பியா...?"

நான், "இதுகூட போதும் அத்தே" என்றவாறே அந்தத் தேநீரை எடுத்துச் சென்று அவர் அறையில் வைத்தேன். அவர் கையில் மின்கலம் உபயோகித்துப் பாடும் ஒரு வானொலிக் கருவியை வைத்து திருகிக்கொண்டு அமர்ந்திருந்தார். அவர் அருகில் சென்றதும் 'வெத்தலையைப் போட்டேண்டி...' என்ற பாடல் ஒலிக்கத் தொடங்கியது. என்னை பார்த்தவர், "அங்க ஜன்னல் ஓரத்தில வை" என்றவாறே "சீக்கிரம் தயார் ஆயிடு" என்றார்.

இருவரும் கிளம்ப அவர் புதியதாக வாங்கியிருந்த புல்லட் என்ற வண்டியில் ஏறச் சொன்னார். உண்மையில் வாழ்க்கையில் முதன்முதலாக அந்த வண்டியில் எப்படி ஏற என்றே தெரியாமல் அல்லது பயத்தால் தயங்கி நின்றேன். அவர் சிரித்துக்கொண்டே தோளில் பிடித்து சேலை நுனியைச் சரியாக மடியோடு பிடித்துக்கொண்டு அமரச் சொன்னார். தூரத்தில் தான் கட்டிக்கொடுத்த சேலையுடன் மருமகள் எப்படி வண்டியில் ஏறி அமர்கிறாள் என்று பார்க்க ஆவலுடன் அத்தை பார்த்துக்கொண்டே நின்றது.

நான் மெதுவாக இறங்கி, மீண்டும் ஒருமுறை முயன்று ஏறி அமர்ந்தேன். "கொஞ்சம் மெதுவாகவே போங்க."

அன்று மாலைக்குள் சுமார் ஆறு உறவுக்காரர்களின் வீடுகளில் போய் வந்தோம். ஆனால் யார் வீட்டிலும் சாப்பிடாமல் என்னையும் சாப்பிடக் கூடாது என்று சொல்லி அழைத்து வந்தார். மாலையில் வீட்டுக்குக் கொண்டு விட்டவர் இதோ வருகிறேன் எனச் சொல்லிச் சென்று இரவு ஒன்பதரை மணிக்குதான் வந்தார்.

"ஃப்ரெண்ட்ஸ் –லாம் பார்ட்டி கேட்டாங்க. கலியாணம் முடிஞ்ச பெறகு, அந்த வேலையும் முடிச்சாச்சு" என்றார்.

வாடை சகிக்கவில்லை. அமைதியாக அமர்ந்திருந்தேன். உணவு பரிமாறியபோது வேண்டாம் எனச் சொல்லி அதில் கொஞ்சம் எடுத்து என் மூக்குக்கு ஊட்ட முயற்சித்து நானே தலையைக் குனித்து வாயில் அதைப் போட்டுக்கொண்டேன். இரண்டு வாய் கூட சாப்பிடவில்லை வா என அழைத்து கட்டிலில் உட்காரச் சொன்னார். விளக்கு போல நினைத்தவுடன் எரியவிடும் காமம் எப்படி அவருக்கு உருவாகிறது என யோசித்தேன்.

உள்ளாடை தவிர அனைத்தையும் கழட்டி வீசியவர் அமைதியாக இரு என்பது போல வாயை விரலால் மூடிவிட்டு வாசலைத் தாழ்ப்பாள் போட்டவர் அருகில் காதை வைத்து வெளியில் என்ன பேசுகிறார்கள் என கவனிக்கத் தொடங்கினார். எனக்கு எல்லாமே விசித்திரமாகவும் பயமாகவும் இருந்ததால் கடவுளை வேண்டத் தொடங்கினேன். கொஞ்ச நேரம் அப்படியே அசையாமல் நின்றவர் சிரித்துக்கொண்டே அருகில் வந்தபோது, மழைக்காலத்தில் முளைத்த புற்கள் போல பரவி உடம்பு முழுவதும் முடியாக நின்றார். நேற்று இதை இவ்வளவு கவனிக்கவில்லை. அவரது தொப்புள் மட்டுமே அவ்வளவு பெருசு வெளியே தள்ளிக்கொண்டு நின்றது. அமைதியாக முன்னால் நின்ற அந்த பிரம்ம ராட்சசன் போன்ற உருவத்தைக் காண மனம் கொஞ்சம் பதறியது. அப்படியே என் மேல் சாய்ந்தால்...!?!

“நீங்க எத்தனை கிலோ பாரம்” என்றேன் வெள்ளந்தியாக.

“அது இருக்கும் ஒரு நூறுக்கு மேல... ஏன்?”

“இல்லை தெரிஞ்சுக்கத்தான்” என்றதும் என்னை அப்படியே இடுப்பில் பிடித்துத் தூக்கினார் சட்டென.

நான் பயந்தது போல் அப்படியே கட்டில் மேல் விழுந்தார். கதவின் இடையில் மாட்டிய பல்லி போல மூச்சு முட்டத் தொடங்கியது. மது வாடையின் வீச்சு. குமட்டல் வருவது போலத் தோன்றியது.

மெதுவாக மூச்சுவிட பிரயத்தனம் செய்தேன். ஒருவேளை மூச்சு அடைப்பு வந்தால் என யோசித்து, விடுவிக்க முயன்றேன். நகம் அவர் கழுத்தில் பட்டதாக உணர்ந்த அடுத்த நொடி தலையில் நூறு டன் பாரம் இறங்கியதாகத் தோன்றும் அளவுக்கு ஓங்கி ஒரு அறை என் கன்னத்தில் தந்தார். எனக்கு சித்தம் கலங்கியது. எங்கு படுத்திருக்கிறேன் என்பதையே சிறிது நேரம் உணர முடியவில்லை.

உதட்டைக் கவ்வி இழுப்பது போலத் தோன்றியது. காதில் ஒரு சத்தமும் விழவில்லை. ஒருவேளை ரத்தம் கசிகிறதோ என்ற சந்தேகம் வந்தது. ஆனால் அதைப் பார்க்கவும் முடியாமல் தடுமாறினேன். கண்ணீர் என்னை மீறி வழிந்தோடியது.

முந்தைய நாள் போன்ற நரகம்தான் இன்றும் என மனம் சொன்னது. அதேபோல சேலையைப் பிடித்து மார்போடு கசக்கிவிட்டு இழுத்து விலக்கினார். கட்டிலில் சரியாகக் கூட படுக்காததால் கால்கள் தரையிலும் பாதி உடம்பு கட்டிலிலுமாக, அதன் மேல் இவ்வளவு பெரிய பாரம். உடம்பு உண்மையில் சிதைந்துவிடும் போலத் தோன்றியது. கை கால்கள் அசைக்கமுடியாத நிலையில் மரணம் வந்தால் கூட போதும் என்று தோன்றியது. நேற்று கடித்த வேதனை கொஞ்சம் கூட மாறாத அதே காயத்தின் மேல் மீண்டும் பல்லைக் கொண்டு கடித்து இழுத்தபோது அடிவயிறு வரை மின்சாரம் பாய்ந்தது போல, உடம்பு பதறியது. கொஞ்சம் கூட சுயபோதம் இல்லாமல் அதை மீண்டும் கடிப்பதும், கன்னத்தில் நக்குவதுமாக...

வயற்றின் மேல் பிசுபிசுப்பு போல திரவம் கொட்டியதுபோல் உணர்ந்து பிணம்போல மாறிக்கொண்டிருந்தேன். சட்டென விக்கல் எடுத்தவர் அடுத்த நொடியில் முகத்தின் மேல் மொத்தமாக வாந்தி எடுத்தார். முகம் முழுவதும் தின்ற கோழிக்கறி, வெள்ளரிக்காய் மற்றும் வேர்க்கடலை. என்னால் அவரைத் தள்ளவும் முடியவில்லை. என்னால் எழ முடியவில்லை. “என்னங்க...” என்ற என் அழைப்பு நூறு முறைக்கும்மேல் மீண்டும் மீண்டும். அவர் அசையவே இல்லை. வாய் உள்ளேயும் வாந்தி சென்றது. வேறு வழியேயில்லை என்பதால் அதனை முயன்று துப்பினேன். மூக்கின் உள்ளே... தலை முடி முழுவதும். ‘என்னங்க’ என்ற என் அழைப்பு காதுக்குள் செல்லவில்லை. சுமார் ஒரு மணி நேரத்துக்கு மேல் ஆனபோது அவராகவே திரும்பிப் படுக்க வசதியாக சாய்ந்த போதுதான் எழ முடிந்தது.

மெதுவாக எழுந்து, பார்த்தேன். கட்டில் முழுவதும் வாந்திதான். அவரை எழுப்ப முடியாது. சேலையை மொத்தமாகக் கழட்டி அதை கொண்டே கட்டிலைத் துடைத்தேன். அவர் வாயை மெதுவாக துடைத்துவிட்டுக் கீழே கிடந்த கொஞ்சத்தையும் துடைத்தேன். பின்னர் மிக மிக பிரயாசம் கொண்டு கால்களைத் தூக்கி கட்டில்

மேல் போட்டேன். அவர் அசையவேயில்லை. கொஞ்சம் பயம் தோன்றியதால் காதை நெஞ்சில் வைத்தேன். நெஞ்சிடிப்பு கேட்டபோதுதான் மனம் கொஞ்சம் அமைதியானது.

எழுந்து வேறு புடவை எடுத்துக்கொண்டு வெளியே வந்தேன். இன்று யாருமில்லை. அத்தையைக் காணவில்லை. கதவைத் திறந்து குளியலறை சென்று அங்கே இருந்த தண்ணீர் நிறைந்த குட்டுவத்திலிருந்து வேகமாக தலையில் நீரை எடுத்து ஊற்றினேன். இரவில் எதுவும் சாப்பிடவும் இல்லை என்பதால் எனக்குக் குடலே வெளியே வந்துவிடும் அளவுக்குப் பிரட்டத் தொடங்கியது.

தலை வெடித்துவிடும் அளவுக்கு வலிப்பது போலத் தோன்றியது குமட்டலால். அங்கேயே கீழே உட்கார்ந்தேன். மனம் கனத்தது. பெரியம்மாவை நினைத்துப்பார்த்தேன். அவளால் முடிந்தமட்டும் நன்றாகப் பார்த்து கடைசியில்... அவள் மேல் பச்சாதாபம் தோன்றியது. அவளை இனிமேல் ஒரு நொடி கூட நோகடிக்க முடியாது. உண்மையில் அவள் இப்போதும் சித்தி வீட்டில்தான் இருப்பாள். நாளை போய் பார்த்து வந்தால் தேவலாம் என்றே தோன்றியது. ஆனாலும் உள்மனம் வேண்டாம் எனச் சொன்னது.

அம்மாவின் முகமும் மனதில் தோன்றி மறைந்தது. அவள் என்னிடம் எப்போதும் திரும்பத் திரும்பச் சொன்னதும், கேட்டதும் நீ படித்து நல்ல நிலையில் வரவேண்டும் என்பது மட்டுமேதான். ஆனால்...

மனம் தாங்காமல் கண்ணீர் நிற்காமல் கொட்டியது. எழுந்து வேறு உடைகளைத் தரித்தேன். நடந்து மெதுவாக அறை நோக்கிச் செல்லும்போது தூரத்தில் இரண்டு உருவங்கள் நிற்பது போல தோன்றியதால் வேகமாக உள்ளே வந்து கதவைத் தாழ் போட்டேன். நடந்து கட்டில் அருகில் சென்றேன். அவரது குறட்டைச் சத்தம் கேட்டுக்கொண்டே இருந்தது.

வெளியில் உண்மையில் இரண்டு பேர் நிற்பதுபோலத் தோன்றியது... மனதில் தோன்றியதா...? அவர் நிம்மதியாகத் தூங்குவது தெரிந்தது. எழுப்புவது கடினம். அமைதியாகக் கீழே ஒரு ஜமுக்காளம் விரித்துப் படுத்தேன். காலையில் வானொலி பாடல் கேட்டு கண்முழித்த போது அவரைக் காணவில்லை. வேகமாக எழுந்து வெளியே வந்தேன். இருசக்கர வாகனத்தைத் துடைத்துக்கொண்டு இருந்தார்.

அமைதியாக புன்முறுவல் புரிந்தவர், "எழுந்திட்டியா...?" என்றார்.

நான் பதில் ஏதும் சொல்லாமல் தலையை மட்டும் அசைத்துவிட்டு, அடுக்களை நோக்கிச் சென்றேன். "அத்தே நேத்து நீங்க எங்க போனீங்க. உங்களைத் தேடினேன். சொல்லாம எங்கே போனீங்க."

"நான் நம்ம தோட்டத்தில இருக்க குடிசையில போய் தங்குனேன். நீங்க ரெண்டு பேரும் இருக்கிற இடத்தில் எனக்கு என்ன வேலை."

"ஓ... அது தூரமா...?"

"இல்ல... நம்ம வீட்டு வாசல்ல இருந்து பின்னால இருக்க ஒரு தொண்ணுத்தாறு மா நம்ம இடம்தான் கண்ணு. இதில எல்லாம் ராத்திரியிலயும் பகல்லயும் அலைஞ்சி திரியுறேன். இவன் எதுக்கும் வர மாட்டான்."

"இனிமே எல்லாம் நீ தான் பார்த்து நடத்தணும். எனக்கு ஐம்பது நெருங்கியாச்சு. பக்கத்துல ரோடு இருக்குன்னு இங்க வீடு கட்டியாச்சு. சொந்த பந்தம் கொஞ்சம் பக்கத்து பக்கத்தில இருக்கு இல்லையா, அதான். இவனோட சின்ன வயசுல, நிலத்திலதான் இருந்தோம். அவங்க அப்பா போனப்பறம்தான்... அது முடிஞ்சு ஆச்சு ஒரு பத்து பதினைந்து வருசம்."

"அத்தே... நேத்து அவரு சாராயம் குடிச்சிட்டு வந்தாரு."

இடைமறித்து... "இல்லையில்ல. அவன் சாராயம் எல்லாம் குடிக்கவே மாட்டான். நீ வேற. அப்பப்போ இந்த வைன் கடையில் போய் கொஞ்சம் சாப்பிடுவான். நேத்து சாப்புட்டு வந்தானா... பயப்படாத கண்ணு. அவன் கொஞ்சம் செல்லம். எல்லாம் நீதான் மாத்தணும். ராணி போல நீ இங்க வாழலாம். மனசில் சூது வாது தெரியாத பையன். கொஞ்சம் ஆடம்பரமா வாழணும்கற எண்ணம் உண்டு. அது இப்போ உள்ள பசங்க எல்லார்க்கும் இருக்குது. ஆமா, கொஞ்சம் காசு இருந்தும் கஞ்சம் காட்டுறது எதுக்கு."

அவர் பார்வதி என அழைப்பது கேட்டு ஓடினேன்.

"என்னங்க..."

"அந்தச் சிறுக்கிக் கிட்ட என்ன பேசுற... கிளம்பு, இன்னைக்குப் புதுப் படம் பார்த்துட்டு சாப்பிட்டுட்டும் வரலாம்" என்றார். திரும்பி

அத்தையைப் பார்த்தேன். நீங்க போங்க என்பது போல கையால் சைகை செய்தார்.

“இல்லை... நாளைக்குப் போகலாமே அத்தான்.”

“ஏன்... இன்னைக்கு இங்க என்ன அம்மணகுண்டி ஆட்டமா காட்டுறாங்க.”

எனக்கு, “ச்சீ... என்ன பேசுறார்” எனத் தோன்றியது. என்ன நினைத்தார் என தெரியவில்லை “சரி... அப்போ நாளைக்குப் போகலாம்” என்றவர் “கொஞ்சம் ஆடு சமைத்து வைக்க அவகிட்ட சொல்லு” என்றார்.

நான் கொஞ்சம் அதிர்ச்சி அடைந்தாலும் அமைதியாக உள்ளே அடுக்களை நோக்கிச் சென்றேன்.

நான் போய் இறைச்சி வாங்கி வாரேன். நீ இருப்பதில் நல்ல வெங்காயம் எல்லாத்தையும் வெட்டி வைம்மா. நான் சீக்கிரம் வாரேன் என்றவாறே அத்தை வேகமாகக் கிளம்பினார். சற்று நேரத்தில் அவரும் வாகனம் எடுத்து கிளம்பும் சத்தம் கேட்டு ஓடி வந்து பார்த்தேன். தூரமாகச் சென்றுகொண்டிருந்தார்.

மனதில் சிறிய சந்தேகம் தோன்றியது. அனைத்தும் மர்மமாகவே இருந்தது. உண்மையில் அம்மா பையன் பேச மாட்டாங்களா...? அல்லது உண்மையில் இவர் அம்மாதானா இது. அத்தையைப் பார்த்தால் ஐம்பது வயது மதிக்கும்படி இல்லை. இருவரும் என்னிடம் தெளிவாக எதையும் சொல்லவுமில்லை. கொஞ்சம் குழம்பிப்போய் வெங்காயம் வெட்டி பாத்திரங்கள் கழுவி அடுக்கினேன். ஒரு அடுப்பில் சாம்பல் வாராமல் கிடந்ததை கையால் வாரினேன்.

சற்றுநேரத்தில் அத்தை தூரத்தில் நடந்து வருவது தெரிந்தது. நான் வாசலில் வந்து நின்றுகொண்டேன்.

“என்ன அந்தக் கோபக்காரப் பய வண்டி எடுத்திட்டு போயிட்டானா” என்றவாறே சிரித்தார்.

நானும் மையமாகச் சிரித்து... “எனக்கும் கொஞ்சம் அவரைப் பார்த்தால் பயமாதான் இருக்கு அத்தே” என்றேன் சிரித்துக்கொண்டே.

“என்... ராசாத்தி. கொஞ்சம் படம் படம் என, படம் பைத்தியம். வேற ஒண்ணும் எனக்குத் தெரிஞ்சு இல்லை. உன்னைப் பொண்ணு

பார்த்திட்டு வந்த அன்னிக்கு அவனோட நண்பர்களுக்கு எல்லாம் சாராயம் வாங்கிக் குடிக்க காசு குடுத்தான். இவன் சித்தப்பாக்காரன்தான் இவனை இயக்குறது எல்லாம். அவன் பொண்டாட்டி அவனை விட்டுப் போயிடிச்சு. அது பெரிய கதை. அப்புறம் ஒரு நாள் சொல்றேன். அதனால் அவனுக்கு, இருக்குற சொத்தை அழிக்க வழி வேண்டாமா... இவன் சித்தப்பாவை, இவனோட அப்பா இடத்துல வெச்சுப் பார்க்குறான். அதுனால, அவன் என்ன சொன்னாலும் இவனுக்கு வேத வாக்குதான். ஒருமுறை பிடிச்சு வாங்குற முறையில வாங்குனேன். இப்போ என் கண் முன்னால் வாரது குறைவு.''

''உன்னைப் பெண் பார்க்கவும் நான் தனியாகதான் போகச் சொன்னேன். அப்புறம்தான் தெரியும். இரண்டு பேரும் ஊரெல்லாம் ஒரே பெருமை பேச்சுதான் உன்னைய பத்தி. 'அவ அப்படி இருக்கா... இப்படி இருக்கா' –ன்னு. நான் வந்து பார்க்க நெனைச்சேன். அப்புறம் தான் தோணிச்சு. இவன் அப்படி கொஞ்சம் கோக்கு மாக்கா இருந்தா பார்க்கக் கூட மாட்டான். இது மகாலட்சுமின்னு சொல்றாங்கன்னா. உண்மையில பார்க்கணும்கற ஆசையை வேணும்னேதான் தள்ளி போட்டேன். உன்னை முதலில் பார்த்தப்போ என் கண்ணே பட்டுடுச்சு.''

நான் அவர்களின் பேச்சில் மெய்மறந்து கேட்டுக்கொண்டே இருந்தேன்.

''உண்மையில் உன் புருஷன் நல்லா சமைக்கவும் செய்வான். அவனுக்குப் பிடிச்சது நல்ல சாப்பாடு. அவன் உடம்பைப் பார்த்தாலே உனக்கும் தெரிஞ்சிருக்கும். அப்புறம் படம்... அப்புறம் இப்போ அந்த வண்டி. புதுசா நீயும்...''

மதியம் சமைத்து முடிந்த போது வாசனையின் மூலமே மனம் உண்ண ஆசை கொண்டது. ஆனால் அவர் வரவில்லை. காத்திருந்து காத்திருந்து நேரம் சென்றுகொண்டே இருந்தது. மதியம் தாண்டி மாலையும் தாண்டிபோய் விட்டது. அவரைக் காணவில்லை. அத்தை சாப்பிட்டு முடித்துத் தூங்கியும் எழுந்து விட்டார்.

''அத்தே அவர் சாப்பிட்டிருப்பாரா...?

''ஏம்மா... நான்தான் உன்னைச் சாப்பிட சொல்றேன். நீ இப்படி பட்டினி கிடந்தா எப்படி. அவன் ஆம்பள, வெளியில் கூட

சாப்பிடுவான். நீ இப்படி இருந்தா, நாளைக்கு வயித்துல உண்டாகும் போது... இது சரியல்ல. நீ சாப்பிடு. அவன் வந்தா நல்லா சாப்பிட பரிமாறு. அப்புறம் கடமைக்கு அவன் முன்னால் கொஞ்சமாகச் சாப்பிடு. போதும்."

நேரம் நடு இரவானபோதுதான் வாகனத்தின் சத்தம் கேட்டு வெளியில் ஓடிச் சென்றேன். "என்னங்க எங்க போனீங்க" என்றேன்.

"நான் கொஞ்சம் ஃப்ரெண்ட்ஸ் கூட்டிட்டு டவுன் வரைக்கும் போனேன். என்ன முகம் வாடி இருக்க. நீ சாப்பிட்டியா...?"

"நீங்க வாங்க. அத்தை உங்களுக்குப் பிடித்த ஆட்டுக்கறியைச் சமைத்து வைச்சிருக்காங்க."

அவருக்குப் பிரியமாகப் பரிமாறினேன். விரும்பி உண்டார். நான் கொஞ்சமாக சாப்பிட்டு அத்தை தந்த பழங்களையும் எடுத்துக்கொண்டே அறையில் சென்று உட்கார்ந்தேன்.

"நீ ஏன் இப்படி சாப்பிடாமல் இருக்க. அவளைப் பாரு."

"அத்தையை ஏன் திட்டுறீங்க. பாவம்."

"ம்ம்... பாவம்தான்... அவளுக்குப் பிள்ளையாய் பிறந்ததுக்கு."

"சரி... நீங்க இந்தப் பழங்களைச் சாப்பிடுங்க."

"யார் வாங்கியது...?"

"அத்தைதான் தந்துவிட்டாங்க..."

"அப்போ மயக்கமருந்து கொடுத்திருப்பா... தேவடியா... அப்படி நாம தூங்கினா அவளுக்கு எவன் கூடயாவது படுக்கலாம் இல்லையா" என்றார்.

எனக்குத் தூக்கி வாரிப் போட்டது. இவருக்கு என்ன இவ்வளவு வன்மம் சொந்த அம்மாவின் மேல். கொஞ்சம் கோபமாக "ஏங்க சொந்த அம்மாங்க...அவங்களைப் போய்..."

அவர், "சரி, அவ கிடக்குறா... முண்ட.... நீ கதவை அடைச்சிடு" என்று லுங்கியைக் கழட்டினார்.

அவர் பேசிய வார்த்தைகளின் சத்தம் எனக்குள் கேட்டுக்கொண்டே இருந்தது.

அமைதியாக சேலையை முன்னமே விலக்கினேன்.

"நீ என்ன தேவடியாங்க மாதிரி துணி எல்லாம் அவுத்துப் போடுற."

நான் அந்த வார்த்தைகளை ஜீரணிக்கவே முடியாமல் தடுமாறினேன். என் கையைப் பிடித்து இழுத்தவர் மீண்டும் அதேபோல் மேலே பாய்ந்தார். வாய் திறந்து சொன்னேன்... "என்னங்க... மார் வலிக்குது."

"அது முதல் தடவை இல்லையா... அப்பிடித்தான் இருக்கும். ஆனால் ஒரு வாரம் ஆனா எல்லாம் சரியாயிடும்."

சரி என தலையை ஆட்டத்தான் அப்போது முடிந்தது. உடல் முழுவதும் மின்சாரம் பாயும் மின்கம்பி போல மாறியபோதும், நேற்றைய நினைவுகள், வெளியே நெகிழி கொண்டு பொதிந்தது போல என்னைத் தற்காத்துக் கொண்டதால் அமைதியாக எந்தச் சுரணையுமில்லாமல் படுத்திருந்தேன்.

இன்று வேகமாக பாவாடையை மேலே தூக்கியவர் கொத்தாக என் தொடையிடை முடியை பிடித்தார். "ஏண்டி இதை வழிச்சுக்கிட்டு வரணும்னு உன் பெரியம்மா உனக்குச் சொல்லலியா..." என்றார்.

எனக்கு அவர் என்ன சொல்கிறார் என்றே புரியவில்லை.

"என்ன காடு மாதிரி வளத்துக்கிட்டு திரியுற...? எதுக்கு...? எனக்கு சொறி படை வரவா...?" என்றார்.

நான் உண்மையில் குழம்பினேன். அங்கே முடியை எப்படி நீக்குவது...? யார் நீக்குவார்கள்.. அல்லது ஏன்...?

அவர் பேசாமல் கீழே இறங்கி கோபமாக படுத்தார். "முதல்ல இந்த மசுரை எல்லாம் நீக்கி சுத்தமா என்கிட்ட படுக்க வா" "போய் கீழ படு" என்றார்.

இடது கையை மோந்து பார்ப்பது தெரிந்தது. வேகமாக எழுந்து கதவை கோபமாகத் திறந்து வெளியே சென்று கையை அலம்பும் சத்தம் கேட்டது. உடம்பு முழுவதும் கேவலமாக உணர்ந்தேன். எதுவும் சொல்லாமல் அவர் திரும்ப வந்து கதவை மூடும் முன்னரே கீழே படுத்தேன். அவர் வந்து கட்டிலில் படுப்பது தெரிந்தது. நான் திரும்பிப் பார்க்கவில்லை. கொஞ்ச நேரத்தில் குறட்டைச்சத்தம் எதிரொலித்தது.

மறுநாள் காலையில் அத்தையின் சத்தம் கேட்டு எழுந்தேன். அமைதியாக எதுவும் அவளிடம் பேசாமல்... உண்மையில் அவர்கள் முகம் பார்க்கவே வருத்தமாக இருந்தது. சொந்த அம்மாவைப் போய்... நான் தயங்கியே சொன்னேன் "அத்தே... அவர் ஏன் இப்படி... யார் அன்பும் புரியாதது போல...?"

அத்தை என்னை நோக்கி புன்முறுவல் புரிந்தார். "எல்லாம் சரியாகும்மா... அதான் நீ வந்திட்ட இல்ல."

உண்மையில் இதற்கு என்ன பதில் சொல்வது. இந்த ஆளை நான் என்ன செய்து மாற்ற முடியும். அல்லது எப்படி மாற்ற இவர்கள் சொல்கிறார்கள்.

"அத்தே..."

"சொல்லும்மா..."

"ஒரு சந்தேகம்..."

"சொல்லு..."

"இல்லை... தொடையில கொஞ்சம் முடி அதிகம் போலத் தோணுது... அதை..."

அத்தை சிரித்தார். "ஓ..." என்றவர்... தூரத்தில் வீட்டை நோக்கி நடந்து வந்து கொண்டிருந்த பாட்டியை... பார்த்து வாங்க. கீழே விழாம" என குரல் உயர்த்திச் சொன்னாள்.

அருகில் வந்த பாட்டி என்னிடம் "நல்லா இருக்கியா...? என்று சிரித்துக்கொண்டே கேட்டவர்... "என்ன? மாமியார், மருமக என்ன பேசிக்கிட்டு இருந்தீங்க" என்றார்.

"இல்லம்மா... அவளுக்கு முடி வளர்ந்து போய் கிடக்குதாம். அதான் கேட்டா..."

"எங்க காலத்தில காலையில ஆம்பளைங்க எழும்பும் முன்னயே மூணு மணி அளவில் எழுந்து அடுப்பு சாம்பலைக் கை நிறைய அள்ளிக்கிட்டு போயி ஒட்டாங்குச்சியில் போட்டு கொஞ்சம் தண்ணீர் விட்டு அதை கலக்கி பூசுவோம். அப்புறம் கொஞ்ச நேரம் காயவிட்ட பின்னர்.. ஒவ்வொரு மயிரா புடிச்சு இழுத்துப் புடுங்கி எடுப்போம்."

பாட்டி பேசிக்கொண்டு இருக்கும்போதே முதுகெலும்பு கூசுவது போலத் தோன்றியது. "பாட்டி எப்படி ஒவ்வொண்ணா பிடுங்க... ரொம்ப நேரம் ஆகுமே...?"

"ஆமா... நேரம் விடியற வரைக்கும் வேற என்ன வேலை...?"

"ரெண்டு மூணு நாள் கூட ஆவும். ஆனா புடுங்கித் தானே ஆவணும்"

"அதெல்லாம் இவ எப்படிம்மா. சின்னப் பொண்ணு... நீ நான் சொல்றது போல செய்... எங்கிட்ட ஷேவிங் கருவி இருக்கு, அதைத் தாரேன். நீயே உட்கார்ந்து மழிச்சிடு."

"என்னது...?"

பாட்டி சொன்னாள்... "எங்க அம்மா காலத்தில தொடையிடுக்குகளில் உள்ள முடியை தீயைக் காட்டிப் பொசுக்குவார்கள் எனச் சொல்வார்கள். அதேபோல கல்லை கத்திபோல கூர் தீட்டி மேலே இருந்து கீழ இழுத்து..."

எனக்குக் கண்ணீர் வருவது போல ஆனதால். "அய்யோ!" என்றேன் என்னையுமறியாமல்.

அத்தை சிரித்துக்கொண்டே "நீ சின்ன வயசுலேர்ந்தே மஞ்சள் போட்டிருந்தாலும் இவ்வளவு வளராது" என்றாள்.

"சரி நான் இப்போ உனக்கு என் சவரத் தகடைத் தாரேன். நீ போய் அதை நீக்கிடு" என்றாள்.

நான் அதை பயத்துடன்... வேண்டா வெறுப்பாக வாங்கிக்கொண்டு குளியல் அறை நோக்கி நடந்தேன். பின்னால் அவர்கள் இருவரும் சிரித்து ஏதோ பேசுவது தெரிந்தது.

அமைதியாக உடையை மாற்றி அதைக் கையில் பிடித்தபோது கை நடுங்கியது. கடவுளே ஒரு வேளை மாற்றித் தவறு செய்தால்... இரத்தத்தில் மிதக்க வேண்டியதுதான். மருத்துவமனைக்குக் கூடச் செல்ல முடியாது.

வெளியே அத்தையும். பாட்டியும் வரும் சத்தம் கேட்டது.

நான் கையில் இவ்வளவு பெரிய கூர்மையான ஆயுதத்தை வைத்துக்கொண்டு இதுவரை உடம்பில் தொட்டது கூட கிடையாது. இது...

பாட்டியின் குரல் கேட்டது… “நீ உள்ள போய் கொஞ்சம் உதவு. சின்னப் பொண்ணு… அது…”

அத்தை வெளியில் நின்று அழைத்தாள்…

“பார்வதி…”

“சொல்லுங்க அத்தை…”

“என்ன பண்ணுற… சரி பயமா இருந்தால் ஒரு வழி பண்ணு முதலில் கத்திரிக்கோல கொண்டு கொஞ்சம் வெட்டிக்கோ… நாளைக்கு அதை மழிச்சிடு. இல்லாட்டி கொஞ்ச நாள் தாண்டி கூட பண்ணலாம்.”

“உனக்குப் போதும். அந்த ஆளு… வந்து என்ன சொல்லப் போறாரோ” என்று மனதில் நினைத்தவாறு… “சரி அத்தே.. நானே ஏதாவது பண்றேன்” என்றேன்.

அவர்கள் இருவரும் அமைதியாகத் திரும்பச் செல்வது தெரிந்தது. எல்லாம் முடிந்து ஆசுவாசத்தோடு சற்று மெதுவாக வெளியே வந்தேன்.

புல்லட் சத்தம் கேட்டது. வந்தவர் கிளம்பு என்றார். நானும் எங்கே என்று கூட கேட்காமல் வேகமாகக் கிளம்பத் தயாரானேன். அவரும் நானுமாக ஒரு திரையரங்குக்குச் சென்றோம். அங்கே அவரது பல நண்பர்கள். அனைவரையும் அறிமுகப்படுத்தி வைத்தார். அனைவருமாகத் திரைப்படம் காணப் போவதாக அவர் சொன்னபோது கொஞ்சம் தர்மசங்கடமாக தோன்றியது. ஆனாலும் முதன்முறையாக அவர் அன்புடன் கூட்டி வந்ததால் எதுவும் சொல்லவில்லை.

அந்தப் படம் முடிந்த பின்னர் அவர்கள் அனைவரும் சென்றார்கள். மீண்டும் வாகனத்தில் மாலைக் காட்சி காண வேறு ஒரு திரையரங்குக்கு அழைத்துச் சென்றார். பின்னர் இரவு ஒரு பெரிய உணவகத்தில் முதன் முறையாக ஆப்பம் மற்றும் ஆட்டுக்கால் பாயா என ஒன்றை வாங்கிக்கொடுத்தார். அதன் சுவை புரிபடவேயில்லை.

அவர் விரும்பி உண்பதைக் கண்டபோது மனம் கொஞ்சம் அதை என்னை அறியாமலே விரும்பி உண்ணத் தொடங்கினேன் வேகமாக. ஆனாலும் அவர் வேகத்துக்கு ஈடுகொடுக்க முடியாமல் ஆனது.

அன்று இரவிலும் அதேபோல் கடித்து, இழுத்து, வலித்துத் தூங்கிப்போனேன். மனம் ஏனோ பெரிய அளவில் அதை சிந்திக்கவில்லை. காமம் ஒரு சிறு நாய்க்குட்டியைப் போல அழகாக, மகிழ்வுடன், பரவசம் நல்கும் என்ற எண்ணம் மொத்தமாக மாய்ந்து போனது.

மறுநாள் அத்தை அவர்களது நிலத்தையும், அவள் இரவில் வந்து தூங்கும் ஏறுமாட குடிசையையும் காண்பித்தாள்.

அந்த இரவு அவர் முழு போதையுடன் வந்து வாசலில் நின்று கத்தத் தொடங்கினார். "இனிமே என் பொண்டாட்டி இருக்கிற வீட்டில் உன்னைக் கண்டால் கொல்லுவேன். இவளைக் கெடுக்கப் பார்க்கிறியா நாயே... உன்னை இன்னைக்கிக் கொல்லாம விட மாட்டேன்" என அத்தையைப் பார்த்துக் கூப்பாடு போட்டார்.

அத்தை பின்வாசல் வழியாக வேகமாக இறங்கிச் சென்றாள். எனக்கு என்ன செய்ய என்றே தெரியவில்லை. வீட்டின் உள்ளே வந்தவர் ஒவ்வொரு பொருளாகத் தூக்கிச் சென்று வாசலின் வெளியே வீசத் தொடங்கினார். நான் என்ன செய்வது எனத் தெரியாமல் அழுதுகொண்டே தடுக்கப் பார்த்தேன். வேறு வழி தெரியாததால் அழுதுகொண்டே அமைதியாக அமர்ந்தேன்.

கொஞ்ச நேரத்தில் அவரது சித்தப்பா வந்தார். நான் ஓடிச் சென்று "இங்க பாருங்க. அவர் ஏன் இப்படி செய்யுறார்" என்றேன் அழுதுகொண்டே. அவர், "நீ பயப்பட வேண்டாம். அவன் ஒன்றும் செய்ய மாட்டான். இது கொஞ்ச நேரம் இப்படி தான். பைத்தியம் போல" என்றவாறே என் தோளைத் தொட்டுக் கொஞ்சம் தண்ணீர் கொண்டு வா என்றார். கொஞ்சம் தண்ணீரைக் கொண்டு சென்று கொடுத்தேன்.

அவர் கையில் கொண்டு வந்திருந்த ஒரு பொதியைத் தந்து "உனக்கு வேண்டி வாங்கி வந்தவன். அங்கே மறந்து வந்தான். அதைக் கொடுக்கத்தான் நான் பின்னால் வந்தேன்" என்றார்.

"அவரு சாப்பிட்டாரா...?"

"அவன் இதுக்கு மேல சாப்பிட என்ன இருக்கு.. நீ சாப்பிடு... அண்ணி எங்க...?"

"அவங்க இல்ல..."

“ஓ... சரி நான் கிளம்புறேன். அவன் பேசாம தூங்குவான். நீ சாப்பிட்டு படுத்துத் தூங்கு” என்றவாறே கிளம்பிச் சென்றார்.

நான் அந்த இரவில் எப்படி அத்தையைத் தேடிச் செல்வது என்று அவர் மல்லாந்து வாசலில் படுத்திருப்பதை பார்த்தவாறே தூங்காமல் காவல் காத்தேன்.

விடிந்து பார்த்தபோது அவரை வெளியே காணவில்லை. உள்ளே கட்டிலில் படுத்திருப்பது தெரிந்தது. மனம் கொஞ்சம் சங்கடத்தின் உச்சியில் இருந்தது. எழுந்ததும் உள்ளே வா என்றார். நான் அமைதியாக கட்டிலில் சென்று தூக்கக் கலக்கத்துடன் அமர்ந்தேன். வேகமாக வாசல் கதவை மூடியவர்... வாய்கூட கழுவாமல் என் சேலையைத் தூக்கினார். நான் தடுத்தேன். மீண்டும் தூக்கினார். நான் கோபத்தில் கையைத் தட்டி விட்டேன். காலால் உதைத்தார். ஓங்கி ஒரு மிதி நெஞ்சு நோக்கித் தந்தவர் இறங்கி வெளியில் சென்றார்.

எனக்கு நெஞ்சு எலும்பே உடைந்தது போலத் தோன்றியது. கொஞ்ச நேரம் மூச்சுக் காற்று உள்ளே போவதையே உணர முடியாமல் தவித்தேன். மனம் முழுவதும் விரக்தி உருவானது. நடக்க முடியாமல் நடந்து ஏறுமாடம் நோக்கிச் சென்றேன். அங்கே அத்தை தனியாக சமைத்துக்கொண்டு இருந்தார்.

என்னைக் கண்டதும் ஓடி வந்து, “என்னாச்சு” என்றார். “அத்தை பைத்தியம் போல மிதிக்கிறாரு” என்றேன் பொங்கி வந்த கண்ணீரைத் துடைக்காமல்.

“விடும்மா... அப்பப்போ... இப்படித் தான். சாயங்காலம் போய் பாரு. வீட்டு சாமான் எல்லாம் அடுக்கி புதியது போல இருக்கும். கொஞ்சம் உடைஞ்சது எல்லாத்தையும் புதுசா வாங்கி வைச்சிருப்பான். நீ இன்னைக்கி இங்கயே இரு” என்றாள்.

இரவு பத்துமணி அளவில் இருசக்கர வாகனம் சத்தம் அருகில் கேட்டது. வாகனத்தை அப்படியே போட்டுவிட்டுத் தடுமாறி மேலே ஏறி வந்தவர்.

“எங்கடி போன. வா... வீட்டுக்குப் போகலாம். இந்தத் தேவடியா கூட எதுக்கு வந்து இங்க இருக்க... இவ புருஷனை அவ கொன்னது போல என்னைக் கொல்ல உனக்கு யோசனை சொல்லித் தாராளா...

முண்டச்சி” என்றார்.

“நான் வரல்ல... நீங்க போங்க. நான் காலையில வாரேன்...”

“அப்போ இங்கேயே நானும் படுக்கிறேன். நீ இங்கேயே இப்போ என் கூட படு” என்றார்.

“என்ன பேசுறீங்க” என்றேன்.

அத்தை வேகமாக இறங்கிக் கீழே சென்றார்.

என் துணிகளை வேகமாகக் கிழிக்கத் தொடங்கினார். தொடையை கடித்தார். என்னால் வலியைத் தாங்க முடியாமல் கத்தினேன். வாயை கையால் மூடினார். என்ன செய்கிறார் என்றே புரியவில்லை. “என்னங்க...” என சொல்லக் கூட முடியாமல் துடித்தேன். மூத்திர ஓட்டையில் அவரது மோதிரம் போட்ட கையுடன் உள்ளே விரலை எங்கோ நுழைத்தார். நான் அலறினேன். அழுகை அவர் காதில் விழவேயில்லை. காற்று மெல்லமாக பாம்பின் சீறல் போல ஓலைக் கூரையை அசைத்து சத்தம் கொடுத்தது.

தூரத்தில் அத்தையின் சத்தம், “டேய் பாவம் அந்தப் பொண்ணை கொல்லாதே.” என்ன செய்வது எனத் தெரியாததால் அப்படியே படுத்தேன். இரத்தம் வடிவது போலத் தோன்றியது. சிறிது நேரத்தில் அவர் இறங்கி வேகமாகச் செல்வது போல உணர்ந்தேன். பாலைவன அமைதி போல இருந்தது சுற்றும்.

கொஞ்ச நேரத்தில் அத்தை அருகில் வருவது தெரிந்தது. கைவிளக்கை எடுத்து சேலையை விலக்கி உள்ளே பார்த்தார். என்னால் பேசவோ எழுந்திருக்கவோ முடியவில்லை. அப்படியே கண்ணீருடன் படுத்துத் தூங்கினேன். மறுநாள் காலையில் எழுந்தபோது உடம்பே வலியால் அசையக்கூட முடியவில்லை. அத்தையைக் காணவில்லை. மெதுவாக எழுந்து அமர்ந்தேன். ஏதோ தோன்றி தொடையிடையை பார்த்தேன். உள்ளே நகக் கீறல்கள் மற்றும் பல் தடங்கள். மனம் முழுவதும் கசப்பு படர்ந்தது. “ஒருவேளை இவன் பைத்தியமாக இருப்பானோ...?”

அன்று இரவும் வீட்டுக்குப் போகாமல் அங்கேயே படுத்தேன். இரவில் இயற்கை உபாதை கழிக்க எழுந்தபோது தூரத்தில் அத்தையைப் போல ஒரு ஆளும் சித்தப்பா போலத் தெரிந்த ஒருவரும்

கட்டிப்பிடித்து நிற்பது போல வெகு தூரத்தில் தெரிந்தது. ஆனால் அத்தை அருகில் இல்லை என்பது தெரிந்ததால் மனம் கொஞ்சம் பரபரப்பு அடைந்தது. 'உண்மையில் அப்படி இருக்குமா...?'

மனம் அதை நம்ப முடியாமல் அதையே கூர்ந்து கவனித்தேன். ஆம்.. அவர்கள் போலதான் தெரிந்தது. அவரின் சித்தப்பாதான்... அண்ணி என்று நேற்றும் சொன்னாரே. ஆனால்... இது... "ச்சீ...!!"

மனம் தடுமாறியது. "இது என்ன குடும்பம். இப்படி..."

பேசாமல் படுத்தேன். அத்தை நடந்து வந்து படுப்பது தெரிந்தது. ஆனால் "என்ன கேட்க... யாரிடம் சொல்ல..."

காலையில் எழுந்தபோது அருகில்தான் அமர்ந்திருந்தார். "உடம்பு எப்படி இருக்கு பார்வதி." நான் "ம்ம்" என்று மட்டும் சொன்னேன். "நேத்து ராவுல நீங்க இங்கே இல்லையே...!" வாய் என்னை மீறிக் கேட்டது.

"ஆமா... நேற்று ராத்திரி முழுக்க எங்க தூக்கம். நீ இங்க இப்படி படுத்துக் கெடக்க... அவன் அங்க... அவன் சித்தப்பாவை ஆள் விட்டு கூப்பிட்டு பேசினேன். அவரு எல்லாம் சரியாயிடும்னு சொல்றாரு ராத்திரி முழுக்கத் தூங்கவே இல்ல..."

எனக்கு சந்தேகம் வந்தது. உண்மையில் என் மனம்தான் தவறாக சிந்திக்கிறதா...? மனம் முழுவதும் இருட்டாக இருந்தது. "நான் வீட்டுக்குப் போறேன்" என்றேன். "அப்படியானா நானும் கூடவே வாரேன். அவன் கோபத்தில ஏதாவது செஞ்சா?!"

இருவரும் வீடு நோக்கிச் சென்றோம்.

அவர் வீட்டு வாசலில் உட்கார்ந்திருப்பது தெரிந்தது. என்னைக் கண்டதும் ஓடி அருகில் வந்தவர். மன்னித்துவிடு பார்வதி எனச் சொல்லும்போதே கண்கள் நிறைந்தன.

நானும் சரி என்பது போல தலை அசைத்துவிட்டு நடக்கமுடியாமல் தான் நடந்து வீட்டுக்குள்ளே சென்றேன். இரவு நானே உங்கள் இரண்டு பேருக்கும் உணவு சமைத்துப் பரிமாறுகிறேன் என்றார்.

அத்தை... என்னைத் தொட்டு, "நாமே செய்யலாம்தானே" என்றார்.

நான் இருவரையும் பார்த்தேன்.

“இல்ல... இன்னைக்கி நான்தான் சமைப்பேன். உங்கள் ரெண்டு பேரையும் ரெண்டு நாள் வருந்த வெச்சதுக்கு இதுதான் சரி” என்று சொல்லிக் கிளம்பிச் சென்றார்.

மதியம் தாண்டியும் ஆள் வரவில்லை. மாலை ஆனது. இரவு ஆனது. ஒன்பது தாண்டியபோது வாகனத்தில் வந்து இறங்கியவர் கையில் இரண்டு பைகள். ஒன்றில் ஆட்டு இறைச்சி. இன்னொன்றில் அதைத் தயார் செய்யத் தேவையான பொருட்கள்.

எங்களை அதைக் கழுவியும், ஆய்ந்தும் வைக்கச் சொன்னவர் மண்ணெண்ணெய் அடுப்பின் அருகில் சென்று நிற்கும்போதே உடம்பு தள்ளாடுவது தெரிந்தது. நான் அருகில் சென்று நானே செய்கிறேன் என்றேன். நீங்க போய் உட்காருங்க என்றேன். என்னைப் பிடித்துத் தள்ளியவர். “நீ போடி... வெளியே” என வெளியே துரத்தினார். நானும் அத்தையும் வெளியில் காத்திருந்தோம். நேரம் செல்லத் தொடங்கியது. காலை முதலே நாங்கள் இருவரும் எதுவும் சாப்பிடாமல் பசியில் வாடி சாப்பாடு தட்டுடன் வெளியே உட்கார்ந்து கொண்டே இருந்தோம்.

ஆனால் அதை அவர் நினைவில் வைத்திருந்தாரா என்று கூட இல்லை. அவர் சமைத்து அவராகவே சூடாக சோறும் பொங்கிச் சாப்பிடுவது தெரிந்தது. நாங்கள் பசியில் கண் கூட தெரியாத அளவில் வெளியில் காத்துக்கொண்டே இருந்தோம். நினைவு சட்டென சிறு வயதில் இல்லத்தில் இருந்த நிலைமையை உணர்த்தியது. என்னை அறியாமல் ஆவேசம் வந்து உள்ளே சென்றேன். அவர் சாப்பிட்டுக்கொண்டிருந்த கையால் ஓங்கி அடித்தார் கன்னத்தில். நான் ஆவேசம் வந்தவளாய் கண்ணீரோடு அந்தக் கையில் இருந்த பாத்திரத்தை தூக்கி வீசினேன்.

அவர் சிரித்துக்கொண்டே உடனே இரண்டு பாத்திரத்தை எடுத்து அதில் கொஞ்சம் சோறும் ஆட்டுக்கறியில் துண்டுகள் இல்லாமல் சாற்றை மட்டும் ஊற்றி “எடுத்துக்கொண்டு போங்கடி” என்றார். அத்தை அதை எடுத்துக்கொண்டு வெளியே வந்து என்னோடு உட்கார்ந்து “சாப்பிடும்மா” என்றார். துணி கூட இல்லாமல் நடு சாலையில் நிற்பது போன்ற அவமானம் உணர்ந்து அமைதியாக அமர்ந்திருந்தேன். சிறிது நேரத்தில் அவர் எழுந்து கட்டில் பக்கம் செல்வதைப் பார்த்த அத்தை ஓடிச் சென்று அந்த சமைத்த பாத்திரத்தை

எடுத்து வந்தார். உண்மையில் அதில் அவர் சாப்பிட்டு போட்ட கொஞ்சம் எலும்புகள் மற்றும் கொஞ்சம் சதைகள். அத்தை வேகமாக அதில் கொஞ்சம் எனக்காக என் பாத்திரத்தில் போட்டாள். மீதி கொஞ்சத்தை அவள் போட்டுகொண்டு சாப்பிடத் தொடங்கினாள்.

எனக்கு அது ஒரு வாய் கூட விழுங்க முடியாமல் அப்படியே வைத்துவிட்டு எழுந்தேன். மயிரிழையில் பைத்தியம் பிடிக்காமல் தடுமாறி முள்ளின் நுனியில் நின்றுகொண்டிருந்தேன். நேராக அறைக்குச் சென்று அவரைப் பார்த்தேன். மனம் முழுவதும் அவர் மேல் வெறுப்பாக மாறியிருந்தது. பேசாமல் இரண்டு துணிகளை எடுத்துக்கொண்டு வெளியே வந்தேன். அத்தையை அழைத்துக்கொண்டு ஏறுமாடம் நோக்கி நடந்தேன்.

மறுநாள் காலையில் எழும்போதே கீழே வாகனத்துடன் காத்து நிற்பது தெரிந்தது. நான் எதுவும் சொல்லாமல் கீழே சென்று கொல்லை பக்கம் மறைவில் ஒதுங்கச் சென்றேன். பின்னால் வருவது தெரிந்தது. நான் மரத்தின் பின்னால் போய் குந்த வைத்தேன்.

“மன்னிச்சுடு பார்வதி. உன்னை அவ மாத்திடுவான்னு பயந்து என்னென்னவோ செய்றேன். இனிமே அப்படிச் செய்ய மாட்டேன்”
“நாம ரெண்டு பேருக்கும் மட்டுமான ஒரு உலகத்த உருவாக்குவோம். நம் குழந்தைகளும் நாம ரெண்டு பேர் மட்டும் போதும். அவ வேண்டாம். அவ உன்னையும் என்னையும் பிரிச்சிடுவா.”

நான் எந்த வித ஆமோதிப்பையும் வெளிப்படுத்தாமல், காலைக் கடனை கழித்துக் கொண்டிருந்தேன்.

மரத்துக்குப் பின்னாலிருந்து கொண்டே, “நீங்க ஒரு சதவிகிதம் கூட அன்பில்லாத ஆள். நீங்க சாராயத்த குடிச்சிட்டு வந்து ஏதேதோ சொல்றீங்க. எனக்கு உங்க கூட வாழவே பயமா இருக்கு. உங்களுக்கும் ஏதோ பிரச்சினைஇருக்குது போல” என்றேன்.

கொஞ்ச நேரம் பதிலும் இல்லை... அரவமும் இல்லை.

தலையை நீட்டிப் பார்த்தேன். அழுதுகொண்டிருந்தார்.

நான் வேகமாக தண்ணீர் விட்டுக் கழுவிக்கொண்டே எழுந்து அருகில் சென்றேன்.

சின்ன வயதில் அப்பா இறந்த பின்னர் தினமும் இரவானால் அம்மா காசு தந்து படம் காண அனுப்பி வைக்கும்... அப்படி ஒருநாள் அனுப்பிய பொழுதில் நான் மழை காரணமாக திரும்பி வந்தேன். இங்கே வந்தால் வேறு ஒரு ஆண் அம்மாவின் மேலே புரண்டுகொண்டிருந்தான்.

அப்புறம் இதைக் காணவே திரும்ப வரத் தொடங்கினேன். ஒரு நாள் அப்பாவின் மரண திதி. அன்றும் அவள் அப்படிச் செய்யவே அவளையும், அவனையும் கொல்ல அரிவாளைத் தூக்கிக்கொண்டு இந்த ஊர் முழுவதும் சுற்றினேன். அன்று முதல் நான் அவளை வெறுத்தேன். பெண்கள் என்றாலே கோபம் கூட. நீ வேறு அவளை 'அத்தை' 'அத்தை' என பாசமாக நெருங்கும்போது எனக்கு பயமா இருக்கு. உன்னையும் அவள் இப்படி ஏதாவது செய்துடுவாளோன்னு. அவளைக் கொல்லணும்னு அப்பப்போ தோணும். ஆனா, அவள் அம்மா... அதோட சொத்து பெரும்பாலும் அவ பேர்ல தான் இப்பவும் இருக்கு. அதனாலதான் நான், அவளை இப்படித் தொந்தரவு பண்ணிட்டே இருக்கேன். ஆனா இப்போது அது என்னை மீறியும் பல வேளைகள்ல எப்படியெப்படியோ நடந்துக்கிறேன்.

"உண்மையா என்னை மன்னிச்சுடு..."

அம்மா... அப்பா... செய்யுற பாவங்கள் மற்றும் நல்லதுகள் எதுக்கும் நாம் எப்படி பொறுப்பு வகிக்க முடியும். அவர்கள் செய்தது, செய்வது அவர்களின் சுயநலத்தில்தான். அதில் சமூக நலம் தெரிந்தோ தெரியாமலோ இருப்பதுபோலதான் நமக்குக் கிடைக்கும் பலன்களும். அதற்காக அவர்கள் செய்யும் ஒவ்வொரு செயலுக்கும் பிள்ளைகள் பொறுப்பு ஏற்க வேண்டும் அல்லது அந்த பாவச் செயல்களை அவர்கள் நமக்காகச் செய்தார்கள் என்றால் எப்படி ஒப்புக்கொள்வது. என் மனவோட்டம் இப்படியாக இருந்தது.

"இல்ல... எனக்கு இப்போ ஊர்ல யாரைப் பார்த்தாலும் ஒரு விதமா கோவம் வருது"

"இதுல என் பங்கு என்ன. நான் என்ன பாவம் செஞ்சேன்...?"

"இல்லை... இதுல நீ இல்லைன்னு எனக்குத் தெரியும்... ஆனாலும், ஏதோ ஒரு சொல்ல முடியாத துயரம் என்னைத் துரத்துது. உண்மையில உன்னைப் பார்த்த பெறகுதான் வாழ்க்கை மேல நம்பிக்கை

வந்திருக்கு. ஆனா, நீயும் இப்படி என்னைப் பிரிஞ்சு இருக்கறத என்னால தாங்க முடியல. அவளை அங்க வர வேண்டாம்னு சொல்லுவோம். நாம அந்த வீட்ல சந்தோசமா இருப்போம்...''

‘‘சரி நான் யோசிக்கிறேன்.''

அவர் கிளம்பிச் சென்றார். அத்தையிடம், அவர் வீட்லதான் நான் இருக்கணும்னு சொல்றாரு. உங்களைப் பத்தி பேசவே கூடாதுங்கறார். என்ன தான் பிரச்சினை உங்களுக்குள்ள?''

‘‘அவனுக்கு சந்தேகம். நான்தான் அவங்கப்பாவை கொன்னேன்னு. அவரு ஏற்கனவே வசதியானவருதான். நானும் சொத்து உள்ள குடும்பத்துல இருந்துதான் வந்தேன். என் அத்தை பையன்தான் அவரு.''

நான் எதுவும் சொல்லாமல்... ‘‘இப்போ நான் என்ன செய்ய அத்தே'' என்றேன்.

‘‘அவன் நிறைய சமயம் கிறுக்குத்தனமா நடந்துக்குவான். அதனால் நீ கொஞ்சம் எச்சரிக்கையாவே இரு.''

உள்ளுக்குள் எனக்கு பயம் தோன்றியது. ஆனால் வேறு வழியில்லை என்பதால் வீட்டுக்குச் சென்றேன். அவரே உணவை சமைக்க தொடங்கினார். என்னை உள்ளுக்குள் செல்ல விடவில்லை. எனக்கு கொஞ்சம் உணவை ஊட்டிவிட்டு ருசிபார்க்கச் சொன்னார். எனக்கு அந்த ஆளைப் புரிந்துகொள்ளவே முடியவில்லை.

உணவு உண்டு கொஞ்ச நேரம் அமைதியாக அமர்ந்திருந்தவர் என்னை வா என உடனே அறைக்கு அழைத்துச் சென்று தொடையிடுக்கை காட்டு என்றார். எனக்கு இப்போது முந்தைய நினைவு வந்து பயம் கொள்ளத் தொடங்கி அழும் நிலையில் இருந்ததால் ‘‘வேணாங்க... பேசிக்கிட்டு இருக்கலாம்'' என்றேன்.

‘‘பேச என்ன இருக்கு?'' என்றவாறே இயங்கத் தொடங்கினார். முதன் முதலாக உடலின் கீழ்ப் பாகத்தின் மூத்திர வழியில் எதோ ஒரு வலியுடன் கூடிய உயிர் போகும் வேதனை. ‘‘அம்மா...!!'' என ஓங்கி அலறினேன். உனக்கு அப்படி ஒன்று இல்லையா... ஏன் இப்படி இடையில் நிற்கிறது. தவறாக எங்கே போகிறது என்றார். எனக்கு என்ன பேசுகிறார்... என்ன... எங்கே போகிறது... அய்யோ... ஈரம்

கசிவது போல உணர்ந்து கையால் தொட்டால் ரத்தம்... "அய்யோ அம்மா... ரத்தம்... என்னங்க... எழுந்து போங்க... ரத்தம் வருது" என்று அழத் தொடங்கினேன். அழைத்துச் சொல்ல அத்தையும் இல்லை. "அய்யோ... என்னை விடுங்க" என்று அரற்றினேன். கண்ணீர் நிற்கவும் இல்லை. அவர் சில நொடிகள் அப்படி இப்படி அசைந்தவர் என் மேல் சாய்ந்தார். நமக்கு முன்னர் கழிவறை இருக்கையில் உட்கார்ந்து சென்ற முன்னவரின் வெப்பம் நமக்கு வெறுப்பை உமிழ்வது போல, மனம் அவர் எழுந்து சென்ற பின்னும் அவரது முகத்தை யோசிக்கத் தோன்றவில்லை.

கொஞ்சம் நீங்கிப் படுக்க மன்றாடி அவர் விலகவும்... எழக் கூட முடியாமல் எழுந்து நடக்கவே முடியாமல் வாசலில் வந்து அங்கே உட்கார்ந்தேன். துணியில் துளித் துளியாக ரத்தம். மாதச் சுழற்சி வந்தது என நினைத்துக்கொண்டே மனதில் அவரைச் சபித்தேன். உயிர் போகும் வலி... இந்தப் போராட்டத்தினிடையில் மார்பையும் அழுந்த கசக்கியிருந்தது, வலியெடுக்கையில் உணர்த்தியது. உடம்பு முழுவதும்.. மனம் முழுவதும் வலி மற்றும் கோபம். அப்படியே வாசலில் சாய்ந்து அமர்ந்தேன்.

மீண்டும் உள்ளே அழைத்தார். கையில் எனக்கு ஒரு கத்தி கிடைத்தால் அவனை அங்கேயே சர சரவென்று கழுத்தை அறுத்துத் தூக்கிப் போட மனம் உண்மையாக விரும்பியது.

இல்லை... ரத்தம் வருது. கை கால் நடுங்குவது போல... வாந்தியும் வருவது போல இருப்பதாகச் சொல்ல முடியாமல் சொன்னேன்.

மீண்டும் அழைப்பது தெரிந்தது.

ஏங்க... என்றவாறே கட்டில் வரை போய் கட்டிலில் சாய்ந்து கீழே அப்படியே தடுமாறி உட்கார்ந்தேன்.

"சரி... எழுந்து கட்டிலில் உட்காரு."

என்னால் எழக்கூட முடியாமல் அப்படியே அசையாமல் அமர்ந்திருந்தேன்.

கொஞ்ச நேரம் என் கையைப் பிடித்துத் தூக்கப் பார்த்தான். என்னால் நிற்கக்கூட முடியாமல் தடுமாறி குழைந்து போய் கீழே உட்கார்ந்தேன் என்பதை விடப் படுத்தேன் என்பதே சரி. இரண்டு மூன்று முறை

முயன்று பின்னர் என் காலில் ஓங்கி மிதித்துவிட்டு வெளியே கிளம்பிச் சென்றான். உண்மையில் அங்கேயேதான் இரவு வரை ஒரு அடி கூட அசையாமல் படுத்திருந்தேன்.

இருசக்கர வாகனம் கிளம்பிய சத்தம் கேட்டு அத்தை மெதுவாக வந்திருந்தார். உள்ளே வந்து என்னை எழுப்பி குடிக்கத் தண்ணீர் தந்தார். எனக்கு என்ன சொல்வது என்றே புரிபடாமல் அத்தே... ரொம்ப வலிக்குது அத்தே என்றேன் அழுகையைக் கட்டுப்படுத்த முடியாமல்.

“நீ... வா. அங்கே போகலாம். இங்கே இருந்தா ஒருவேளை குடிச்சிட்டு வந்தாலும் வருவான்.”

“இல்லை. நான் இங்கேயே இருக்கேன். நீங்க கொஞ்சம் கஞ்சி மட்டும் வச்சுத் தாறீங்களா. என்னால எழுந்து நிக்க முடியல.”

“முதமுதல்ல சேரும்போதும் அப்படி கொஞ்சம் இருக்கும். நீ கொஞ்சம் பொறுத்துக்கோ. நான் போய் கொஞ்சம் சாதம் வடிச்சு எடுத்திட்டு வாரேன்.” ரத்தப்போக்கு கொஞ்சம் கம்மி ஆனது போல தோன்ற, தொடை இடையில் கை வைத்து பார்த்தேன். மனம் ஏனோ அவனை முழுப் பைத்தியம்தானோ என யோசிக்க வைத்தது. உள்ளம் முழுவதும் இருட்டும் பயமும் நிறைந்தது.

இரவு பத்து மணி அளவில் வந்தவன் கூடவே அவனது சித்தப்பனையும் கூட்டி வந்திருந்தான். “ஏதாவது அவருக்கு சீக்கிரம் சமைச்சுக் குடு. சித்தப்பாவும் நானும் இன்னைக்கி உன்னோட சமையல் ருசியைப் பார்க்கணும். கோழி வாங்கி வரவா...” என்றான்.

“டேய்... இப்போ எங்க கிடைக்கும். இருக்கிறதில எதையாவது சமைச்சிக் கொடும்மா. வயிறு அப்படிப் பசிக்குது” என்றான் அவன். எனக்கு நடக்கமுடியாமல் இருந்ததால் இழுத்து இழுத்து நடந்து சென்று உணவைத் தயார் செய்யத் தொடங்கினேன். இருவரும் ஊர் வம்பு அளந்துகொண்டே இருந்தனர். எவன் பொண்டாட்டி எவன் கூட இருக்கிறா என்பதே பேச்சாக இருந்ததைக் கேட்டுக் காது கூசியது.

“டேய்... அந்தப் பொண்ணு தனியா கிடந்து அடுப்படியில் திணறுது போல. போய் என்னன்னு பாரு.” சூடு பாத்திரத்தின் மூடி கையில்

பட்டதால் அது தவறி கீழே விழுந்த சத்தம் கேட்டு சித்தப்பா ஓடி வந்தான்.

"என்னம்மா... என்னாச்சு?"

"அண்ணி எங்க...?"

"அவங்க வரல. இவரு வரக்கூடாதுன்னு சொல்லிட்டாரு."

"லூசுப் பய. ஏன் இப்படிப் பண்றானோ... சோறும் ஊறுகாயும் இருந்தா கூட போதும்மா. எதுக்கு நீ இப்போ அம்மியைக் கழுவுற" என்றார்.

"இல்லை... ஒரு துவையல் மட்டும் அரைக்கலாம்னு."

"உனக்கு உடம்புக்கு என்னம்மா ஆச்சு இழுத்துக்கிட்டு நடக்குற. பய கால்ல எங்கயாவது அடிச்சானா?"

"இல்ல..." என்று முகத்தை பார்க்காமல் சொல்லிவிட்டு "நீங்க வெளியே இருங்க. நான் சமைச்சிட்டு கூப்பிடுறேன்" என்றேன்.

அவன் கொஞ்சம் போதையில் இருந்திருக்க வேண்டும். "இல்லை நானே சமைக்கிறேன். நீ வெளியில் போய் உட்காரும்மா..."

"வெளிய போங்க சித்தப்பா..." என்ற கோபமான குரல் அவனை ஒரு நொடி அதிர்ச்சிக்குள்ளாக்கியது. வெளியே உட்கார்ந்திருந்தவன் தட்டுத் தடுமாறி உள்ளே வந்து "என்ன...? என்ன....?" என்றான். கரண்டியை எடுத்து எறிந்து "வெளியே போங்க" என்று நிறைந்து நின்ற கண்ணீரைத் துடைத்துக்கொண்டே சொன்னேன்.

இருவரும் தடுமாறி வெளியே சென்று உட்கார்ந்தனர்.

கொஞ்சம் சோறு வடித்து ஒரு துவையல் மற்றும் ஊறுகாய் வைத்து இரண்டு தட்டுகளில் பரிமாறி முன்னால் கொண்டு வைத்தேன். சித்தப்பா வேகமாக எடுத்துச் சாப்பிடத் தொடங்கியவர், அவனையும் எடுத்துச் சாப்பிடச் சொன்னார். அவன் அமைதியாக என்னைப் பார்த்துவிட்டு தட்டையும் பார்த்தான்.

"கோழிக் கறி எங்கடி" என்றான்.

"கோழி சமைக்கல. இந்த ராத்திரியில எங்கே போய் கோழி வாங்க?" என்றேன்.

"அப்புறம் என்ன புண்டைக்கு இதைக் கொண்டு வந்து வாயில நுழைக்கப் பார்க்கிற. தேவிடியா" என்றான்.

நான் எதிர்பார்க்காத நொடியில் அந்தத் தட்டை எடுத்து முகத்துக்கு நேராக வீசி எறிந்தான். நான் கவனிக்கவில்லை. சோறு முகம் மற்றும் தலை முழுவதும். முகத்தில் துவையல் மற்றும் கண்ணில் ஊறுகாய்.

"டேய்... என்னடா பண்ற. பொண்ணு உடம்பு முடியாம இருக்கும்போது கஷ்டப்பட்டு சமைச்சுக் குடுத்த... நீ இப்படி பண்ற. நான் கிளம்புறேன்" என்று சித்தப்பா பாதியில் எழுந்தார்.

"நீங்க உட்காருங்க. சாப்பிட்ட பிறகுதான் போகணும்."

நான் சாப்பிடாத பசியில், உடம்பு முழுவதும் அடுப்படியில் நின்ற அழுக்குடன், கண்ணீருடன் அமைதியாக நடந்து வெளியே அத்தையை நோக்கிச் சென்றேன்.

அத்தை எதுவும் கேட்காமல் உணவு பரிமாறி உண்ணச் சொன்னாள். ஒரு வாய் கூட உண்ண முடியவில்லை. "அவர் எதுவும் சாப்பிடவில்லை அத்தே" என்றேன்.

"நீ அதை யோசிச்சுக்கிட்டே இருக்காதே. நீ முதல்ல சாப்பிடு."

நடுஇரவில் அவளை உள்ளே எதுக்குப் படுக்கக் கூப்பிட்ட. அவளை அனுப்பி விடுடி என்ற குரல் கேட்டு விழித்தேன். இல்லேன்னா இப்போ கூரையைக் கொளுத்துவேன் என்று வெளியில் நின்று கொண்டு கத்தினான்.

எனக்கு என்ன செய்கிறான் என்றே புரியவில்லை. "எம்மா... நீ அங்கே போய் படுத்துக்கோம்மா.. அவன் கத்துறான்" என்றாள் அத்தை.

நான் வேறு வழியின்றி இறங்கிப் பின்னால் நடந்தேன். அன்று மீண்டும் பிணமாய் மேலே படுத்து எழுந்தான். மனம் நொந்து இறந்தால் என்ன என்று கூட யோசித்தேன். அடுத்து வந்த நாட்களில் ஒரு விஷயம் கண்டுகொண்டேன். கொஞ்சம் குளிக்காமல், அழுக்கு படிந்த முகத்துடன் இருந்தால், இவன் அருகில் வரவே யோசிக்கிறான் என்பதை உணர்ந்துகொண்டேன்.

அடுத்த நாள் முதல் தப்பிக்க பல வழிகள் யோசித்தும் இது மட்டும் தான் சரி என அறிந்து ஒருமுறை இரவில் அழைத்த போது உடனே வெளியில் சென்று கொஞ்சம் சாணி எடுத்து கால் அடியில் தேய்த்தேன். உடம்பில், முகத்தில் கொஞ்சம் மண் எடுத்துப் பூசினேன்.

அப்படியே தப்பித்து ஒரு இரண்டு வாரம், மாதவிலக்கு என அடுத்து ஒரு வாரம் எனச் சொல்லித் தப்பித்துக்கொண்டு இருந்த ஒரு இரவில் வேறு வழியின்றிக் கொஞ்சம் முன்னமே தூங்கியதால் அவன் என் மேல் படருவது உணர்ந்து விலக முயன்றேன். என்ன நினைத்தான் என்று உணர்வதற்குள், வேகமாக அடுக்களை சென்றவன் அங்கே அணையாமல் கிடந்த விறகுக் கட்டையை அடுப்பில் இருந்து எடுத்து வந்து என் இரண்டு கால்களையும் அவன் கால்களால் மிதித்துக்கொண்டே கரண்டைக் காலின் மேல் தீயினால் சுட்டான். நான் அலறிய அலறல் ஊருக்கே கேட்டிருக்கும். வாயில் அவனது அழுக்கு லுங்கியைத் திருகி ஏற்றியவன், சத்தம் கேட்டால் முகத்திலும் மார்பிலும் தீயால் சுடுவேன்" என்றான்.

நான் அழுது அழுது அந்த இரவைக் கடந்தேன். அடுத்த நாள் மீண்டும் காலையில் எழுந்தவுடனே சொன்னான். "படுக்கத்தானே கட்டினேன். நீ பெரிய அறிவாளின்னு நெனைச்சுக்கிட்டு ஒரு மாசமா என்னை ஏமாத்துற. என்னை பார்த்தால் எப்படி தெரியுது ஒனக்கு?"

பெரியம்மாவுக்கு ஒரு கடிதம் எழுதி சித்தப்பன் மூலம் அனுப்பினேன். ஆனால் பதில் வரவேயில்லை. சித்தியும் அக்காவும் ஒரு நாள் பார்க்க வந்தனர். அவளது இரண்டாவது மகனையும் அழைத்து வந்திருந்தாள் அக்கா. மிக அழகாக என்னை நோக்கி அம்மா என்றான். அவர்கள் வந்ததும் தடபுடலாக விருந்துக்கு ஏற்பாடு செய்தான்.

அக்காதான் கேட்டாள்... "மாசம் தவறாம குளிக்குறதானே?"

"ம்ம்..."

"என்ன உன்னை எப்படிப் பார்த்துகிறார்?"

நான் தலையை மட்டும் ஆட்டினேன். பெரியம்மாவுக்கு உன்னை வந்து பார்க்கணும்னு எண்ணம் உண்டு. ஆனா அந்தக் கடையைப் பார்த்துக்கிட்டு... பாவம்".

“நான் ஒருமுறை போய் பார்க்கணும்னு தபால் போட்டிருக்கேன்.”

“ம்ம்…”

“உனக்கு ஏதாச்சும் நல்ல சேதின்னா சொல்லி விடு” என்றவாறே மதியம் தாண்டியதும் கிளம்பிச் சென்றார்கள்.

உண்மையில் அவர்கள் சென்றபோது தனிமையில் வாழ்வது போல தோன்றியது. கண்ணீருடனே அவனிடம் கேட்டேன். “ஒரு தரம் பெரியம்மாவைப் போய் பார்த்துட்டு வரலாமா…?”

உண்மையில் நம்பிக்கை இல்லாமல்தான் கேட்டேன். ஆனால் உடனே ஒத்துக்கொண்டான். அடுத்த நாளே கிளம்பச் சொன்னான். உண்மையில் இவன் செய்த கொடுமைகளை எல்லாம் ஒரே நொடியில் மறந்துவிட்டுக் கிளம்பிச் சென்றோம்.

அங்கே சென்றால்… “பெரியம்மா அமைதியாக என்னை நோக்கியவள், அவனைப் பார்த்து வாங்க வாங்க” என்றாள்.

இருவரும் உள்ளே சென்ற சிறிது நேரத்தில் வெளியே சென்று உட்கார்ந்து கொண்டான்.

“பெரியம்மா தலையைத் தடவினாள். நல்லா இருக்கியா… உன்னை வந்து பார்க்கணும்னு நெனைச்சேன். சரி… முத ஆறு மாசந்தான் என்னையும் மறந்துட்டு நீ சந்தோசமா இருக்க வேண்டிய நாட்கள். அதுக்கப்புறம் உன்னைப் பார்க்க வரலாம்னு இருந்தேன்…”

நான் பெருமூச்சு எறிந்துவிட்டு அவளிடம் சொன்னேன். “ஆமா, சித்தி வந்திட்டுப் போன நிமிசத்துல இருந்து உன்னை வந்து பார்க்கணும்னு மனசு தவியா தவிச்சிது. நல்லா இருக்கியா பெரியம்மா…” வார்த்தைகளை முடிக்கும் முன்னமே கண்ணீர் பெருக்கெடுத்தது. “நான் உன்னை மறந்துட்டு அவ்வளவு தூரமா போயிட்டேன் போலன்னு நேத்து வர்ற வழியெல்லாம் மனசு வேதனையா இருந்திச்சு. மன்னிச்சிடு பெரியம்மா” என வாய் விட்டு அழுதேன்.

மூளை முழுவதும் அவனைப் பற்றி நிறைந்திருந்தது. ஆனால் பெரியம்மாவிடம் எதுவும் சொல்ல வேண்டாம் என்றே மனம் முடிவு செய்தது. அவளிடம் கேட்டேன். “திரும்பவும் டாக்டரை பார்த்தியா? நான் கூட வாரேன்… நாளைக்கிப் போவோமா?

“இல்லையில்லை.” சிரிப்பின் ரேகைகள் முகத்தில் வலை போல விரிந்தது. “நான் இப்போ ரொம்ப சந்தோசமா இருக்கேன்... உங்கம்மா ஞாபகந்தான் அப்பப்போ. உன்னைப் படிக்க வைக்காமல் நான் கலியாணம் கட்டிக் குடுத்தது பத்தி வருத்தப்படுறா. நான் சொன்னேன்... அவள இப்போ நல்ல இடத்துக்கு அனுப்பி வெச்சிருக்கேன்னு. இனிமே அவளுக்கு ஒருநாளும் துக்கம்கறதே கெடையாது. சாப்பாட்டுக்குக் கூட நம்ம கூட இருந்தப்போ எவ்ளோ கஷ்டப்பட்டா, அப்படின்னு சொல்லி அவளை நேத்தும் கூட சொல்லி சமாதானம் பண்ணிருக்கேன்” என்றாள்.

நான் அமைதியாக அவள் பேசிக்கொண்டு இருப்பதைக் கேட்டு மனம் முழுவதும் படர்ந்திருந்த கசப்பை மறக்க நினைத்து அமைதியாகச் சிரித்தேன்.

இரண்டு பேரும் கிளம்பிச் சென்று குற்றாலம் அருவிகளில் குளித்துவிட்டு வந்து சாப்பிடச் சொன்னாள். நானும் அவனும், பெரியம்மாவின் வார்த்தைகளுக்குக் கட்டுப்பட்டு எனக்கு விருப்பம் இல்லையென்றாலும், கிளம்பிச் சென்றோம்.

மதியம் நெருங்கும் நேரத்தில் திரும்ப வீட்டுக்கு பசியுடன் வந்து சேர்ந்தோம்.

அத்தை ஆட்டுக்கறி வாங்கி வந்திருந்தாள் போல. அவள் உணவை சூடாக பரிமாறத் தொடங்கினாள். அவளது சேலை மற்றும் நெஞ்சை அவன் கூர்ந்து பார்ப்பது தெரிந்தது.

நான் எதுவும் சொல்லாமல் அன்று மாலையில் கிளம்பினோம். அவனாகவே ஆயிரம் ரூபாய் எடுத்து அத்தையிடம் கொடுத்தான். அவள் வாங்கத் தயங்கவே, “ஒங்க பொண்ணு குடுத்ததா நினைச்சுக்கோங்க” என்று சொல்லி கையில் திணித்தான்.

இருவரும் விடைபெற்றுப் பேருந்து நிலையம் நோக்கி நடந்து வரும்போது, அம்மாவை விட்டு பள்ளிக்கூடம் சென்ற நாள் நினைவில் அலைமோதியது. அதன் பின்னர் அம்மாவை அதிக நாள்கள் காணமுடியாமல் ஆனது. வாழ்வின் பேரிரைச்சல் மற்றும் அலங்கோலத்தில்தான் நாள்களைக் கடக்க முடிந்தது. திரும்பி பெரியம்மாவைப் பார்த்துக் கையசைத்தேன். அவளும்

நானும் இப்போது நிஜமான தாய் மகளாக ஒரே துயரில் துடித்துக்கொண்டேதான் இருந்தோம்.

பேருந்தில் ஏறி உட்கார்ந்தது முதலே அம்மாவின் முகமும், அவள் சொன்ன வார்த்தைகளையும் காதுகளில் அந்தக் காற்று ஓதிக்கொண்டே இருந்தது. படிக்க வேண்டும். நன்றாகப் படிக்க வேண்டும் என்ற அவளது ஓயாத அல்லது அவளது எப்போதைக்குமான கனவு. அவள் விரும்பிய அல்லது என்னிடம் கடைசி வரை கேட்ட அல்லது சொன்ன ஒரே ஆசை. அவள் ஆசையின் ஒரு பகுதியைக் கூட என்னால் நிவர்த்தி செய்ய முடியவில்லை. நான் அதற்கான ஒரு சிறு முயற்சியைக் கூட எடுத்ததில்லை. அதைப் பற்றி நினைத்ததும் இல்லை.

பேருந்தில் இருந்தவன் அமைதியாகக் கையில் ஒரு பீடி எடுத்துப் பற்ற வைத்தான். கீழே எனது மடியின் அருகில் புகையை விட்டான். எனக்கு அது பிடிக்காத வாடையாக இருந்தாலும், பயண அலுப்பில் ஏதும் மனதில் ஏறவில்லை.

வீட்டுக்கு வந்த அந்த நாள் இரவும் உடலின் மீது படர்ந்து உடலைத் துண்டாடினான். இந்த அனுபவமே கொடுமையாக, காட்டேரியின் கையில் கிடைத்த குழந்தை போலக் கிழித்து துவைக்கப்பட்டேன். என் வாழ்வில் இரவுகள் இல்லாமல் போனால் நன்றாயிருக்கும் என்று உடலும் மனமும் வேண்டிக்கொண்டன.

அருகில் இவனை வராமல் ஆக்க... அல்ல இந்த உடல் மேல் கொஞ்சம் அதிக வெறுப்பை உருவாக்க என்ன வழி என்று மேலும் அதி தீவிரமாக யோசிக்கத் தொடங்கினேன்.

விதியின் மற்றொரு முகம் மெதுமெதுவாகத் தெரியத் தொடங்கியது. உடலுக்குள் புதியதாக மாற்றம் உருவாகத் தொடங்கியதை உணர்ந்துகொள்ள அதிக பிரயாசம் கொள்ளவில்லை. பாட்டி வந்து நாடி பார்த்து வெற்றிலையின் வாடையை விசிறி அடித்து ஊருக்கே கேட்கச் சொன்னாள்.

இப்போது மனம் கொஞ்சம் உவகைகொள்ளத் தொடங்கியது. இனிமேல் கொஞ்ச நாள்களுக்கு அருகில் வரமாட்டான் என்பதுடன் கொஞ்சம் நிம்மதியாக நாள்கள் அமையப்போகின்றன என்றும் நினைத்துக் கொண்டிருந்தேன்.

ஆனால், ஒரே வாரத்தில் அந்தக் கனவு சிதைந்தது. வாந்தி எடுத்து எடுத்துக் களைத்துப்போய் உணவே உண்ண முடியாமல் மனமும், உடலும் கசந்து தளர்ந்துபோய் உடம்பே நடுங்கும்படி, அரை உயிரில், கண்ணே திறக்க முடியாத நிலையில், தூக்கக் கலக்கத்தில் படுத்திருந்த என் வாய்க்குள் ஆணுறுப்பை வைத்து அழுத்தத் தொடங்கினான். என்னால் நீங்கிப் படுக்கவோ அல்லது தயவு செய்து வயிற்றில் வளரும் சிசுவை யோசித்தாவது அமைதியாக இருங்கள் எனச் சொல்லக்கூட வாயை, தலையை, கையை கூட தூக்கவோ அசைக்கவோ முடியாமல் வாயில் திணித்ததை ஏற்பதைத் தவிர வழியில்லாமல் கண்ணீரைக் கொட்ட மட்டுமே முடிந்தது. உடம்பின் வாடை மற்றும் அந்த பிரதேசத்துக்கே இருக்கும் மாதக்கணக்கில் கெட்ட தண்ணீரில் கிடந்து ஊறிய கதம்பையின் நாற்றமும் சேர்ந்து முன்னமே பசியில் வதங்கிப்போய் படுத்திருந்த நான், இல்லாத வயற்றிலிருந்து குடலை வெளியே துப்பிவிடும் நிலையில் வாந்தி எடுத்தேன்.

அடுத்து வந்த நாள்களில் இது தொடர் பிரச்னையாக இருந்தது. முழு உடம்பும் வேண்டும் என சண்டை. பிறகு மேல் பாதி உடம்பு செய்யும் வேலைகள் போதும் என்றும் பின்னர் இல்லை என்றும் தினம் தினம் தொந்தரவுகள். அடுத்த ஒரு வாரம் தலைமறைவு வாழ்க்கையைப் போல ஏறுமாடத்தில் மற்றும் தோட்டத்தில் என்று பேயைப் போல இரவில் அவனது தொந்தரவுக்குப் பயந்து சுற்றித் திரியத் தொடங்கினேன்.

நான் தற்போது அவனோடு சேர்ந்து வாழ்வதில்லை. தாம்பத்தியம் ஏதுமில்லை என்றும் அவன் கோபத்தில் எனது அக்காவுக்கும், பெரியம்மாவுக்கும் கடிதம் எழுதியிருந்ததாகவும் மேலும் இதற்கு உடனே ஒரு தீர்வு செய்தாக வேண்டும் இல்லையென்றால் பிறக்கப் போகும் குழந்தை என்னுடையது இல்லை என்று ஊருக்கு தெரிவிப்பேன் என்று கடிதம் எழுதியிருப்பதாகவும், அவர்கள் எனக்குத் தனியாக எழுதிய கடிதத்தில் குறிப்பிடப்பட்டிருந்ததைக் கண்டு அதிர்ச்சியடைந்தேன்.

பெரியம்மாவின் கடிதம் மொத்தமும் அவனைத் திட்டியும், ஆனால் என்னைக் கொஞ்சம் இசைந்து செல்ல முடிந்தால் முயற்சி செய்துகொண்டே அதேநேரம் வேளா வேளைக்கு சாப்பிட்டு குழந்தையை நல்லபடியாக பாதுகாப்பாகப் பெற்றுக்

கொள்ளவேண்டும் என்றும் இருந்தது.

அக்கா, 'இதை சமாளிக்க கடவுள் எனக்கு அருள் புரிவார் என்றும் மனதைரியத்தை ஒருபோதும் கைவிட வேண்டாம் எனவும்... இப்போது எனக்கு நல்ல நாள்கள் விரைவில் வர இருப்பதால் இப்போது சனியின் பிரவாகம் காரணமாகவே இது இப்படி என்றும்... இன்னும் என்னென்னவோ... சொல்லியிருந்தாள்.

யாரிடமும் இதைப்பற்றி முறையிட முடியாது. அவனுக்கு உடம்பு இப்போதைக்குக் கொடுக்க விருப்பமில்லை என்பதை விட கோழிக் குஞ்சின் கனம்தான் உடம்பே இப்போது இருக்கிறது. இதற்கிடையில் எதையும் சாப்பிடவும் முடியாமல். ஒவ்வொரு நொடியும் நரகத்தில் உழல்வது போன்ற நிலையில்... மனப்பிறழ்வு எந்நேரமும் ஏற்படலாம் என்றிருக்கிற இந்த நேரத்தைய அவஸ்தையில். ஒரு நொடி கூட அன்புடன் "உணவு சாப்பிட்டாயா... ஏதாவது வேண்டுமா" என்றெல்லாம் அனுசரணையாகக் கேட்டது கூட இல்லை.

மனம் முழுவதும் பயமும் இயலாமையும் விரக்தியுமாய் திரிந்துகொண்டிருந்த ஒரு இரவில் எதோ ஒரு பெண்ணைக் கூட்டி வந்து ஏறுமாடத்தில் வைத்துப் புணர்வதை தூரத்தில் நின்று பார்த்துக்கொண்டே நின்றேன். அத்தையை அதட்டிக் கெட்ட வார்த்தைகளை வீசி அந்த இரவில் அவளை வெளியே போகச் சொன்னதையும், அவள் இறங்கி அந்த இருட்டில் வீடு நோக்கிச் செல்வதும் தெரிந்தது. நான் அங்கே இல்லாததைக் கண்டு ஒருவேளை பயந்து ஊரைக் கூட்டிவிடுவாள் என்று தோன்றியது. அதனால் அவள் பின்னால் இன்று அவளோடு அங்கே சென்று தூங்கலாம் என்று நினைத்தேன்.

ஆனால், கொஞ்ச நேரம் தாண்டிச் செல்வதுதான் சரி. உடனே சென்றால், அவனும் பின்னாலேயே வருவான். போவான். கொஞ்ச நேரம் தாண்டி செல்லும்போதே சிறுநீர் கழிக்கத் தோன்றியதால் அதையும் முடித்துவிட்டு, கை கால்களை அங்கே வீட்டில் சென்று கழுவலாம் என நினைத்து, மெதுவாக நடந்து வீட்டின் அருகில் சென்றேன். அங்கே தூரத்தில் அத்தையின் சேலை கொஞ்சம் படபடத்தது. அருகில் இன்னொரு உருவம். இரண்டும் சேர்ந்து நிற்பது கண்டு ஒரு நொடி பயந்து மீண்டும் கூர்ந்து கவனித்தேன். உண்மையில் அது யார் என்றே தெரியவில்லை. மெதுவாக நடந்து

குளியல் அறையின் அருகில் சென்றேன்.

"அவன் வருவானா...?"

"இன்னைக்கு வேற ஏதோ ஒரு தேவடியாளைக் கூட்டி வந்திருக்கான்."

"ஓ... அதான் காலை முதலே என்னைக் கண்டுக்காமல் சுத்திக்கிட்டு திரியுறானா...?"

"தெரியல. அந்தப் பொண்ணு பாவம் அவனுக்கு பயந்து உயிரைக் கையில் பிடிச்சிக்கிட்டு திரியுறா. அங்கே எங்கேயாவது தோட்டத்தில் தான் படுத்திருக்கும்."

"ம்ம்..." என்ற அந்தக் குரலுக்கு மீண்டும் காது கொடுத்தேன். "சித்தப்பா...? அவர்...

"ச்சீ... இப்படி."

மனதில் அத்தையை நினைத்துக் கேவலமாக உணர்ந்தேன். இந்த வயதில். மகனுக்கு மேலாக இவ்வளவு பித்துடன் திரிந்தால்...?

அவர்களது உடல்கள் இணையத் தொடங்கியதைக் கண்டபோது கோபம் கோபமாக உடல் வெப்பமடையத் தொடங்கியதை உணர்ந்து திரும்பவும் ஏறுமாடம் நோக்கி நடந்தேன். அங்கே தூரத்தில் நின்று பார்க்கும்போதே உள்ளே அவர்கள் புணர்வது தெரிந்தது. மனம் முழுவதும் சோர்வாகி தோட்டத்தில் எப்போதும் அமரும் வாழை மரத்தின் அடியில் போய் உட்கார்ந்தேன்.

இந்நரகத்தில் இருந்து ஒரு புதிய உயிர் என்னை இன்னும் சிறிது காலத்தில் கரைசேர்த்துவிடும் என்ற திடமான நம்பிக்கையோடு அந்தத் தருணங்களைக் கடந்தேன்.

சில நாட்களுக்கு பின்னர்...

இனி உன்னைத் தொந்தரவு பண்ண மாட்டேன் குழந்தை பிறப்பது வரை என தோட்டத்தில் தேடி வந்து சத்தியம் செய்துக்கொண்டதால் வேறு வழியின்றி வீட்டிற்குச் சென்றேன். மனம் முழுவதும் அந்த இரவின் நினைவு. அதைக் கடக்க முடியாமல் பரிதவித்ததால் அக்காவுக்கு ஒரு கடிதம் எழுதினேன்.

அவள் பதில் இன்னும் கொஞ்சம் ஆத்திரத்தைத்தான் கொண்டு

வந்தது. 'நீ கர்ப்பம் எனத் தெரிந்ததும் அவருக்கு இருக்கும் ஆசைகளை மற்றும் உன் மேல் உள்ள கோபத்தைத் தான் இப்படி காட்டியிருப்பான். ஊர் உலகத்தில் நடக்காததா? கொஞ்சம் கண்டும் காணாமலும் கடந்து போவதுதான் உனக்கு இப்போதைக்கு நல்லது. அவரிடம் மல்லுக்கட்டி என்ன செய்ய உத்தேசம். நமக்கு என எதுவும் இப்போதைக்குக் கிடையாது. இருப்பதை நமக்காக மாற்றி கொள்ள வேண்டும். அல்லது நாம் மாறிக்கொள்வது அதைவிடப் பாதுகாப்பானது.'

அக்கடிதம் கொஞ்சம் கொஞ்சமாக என்னிடம் வெறுப்பின் உச்சத்தை தான் உருவாக்கியது. மறுபடி மீண்டும் மீண்டும் படித்து விதியை நொந்துகொள்ளத்தான் முடிந்தது.

அன்றொரு நாள் காலையில் அதிசயமாக வாங்கி வந்திருந்த ஆப்பிள் மற்றும் கொய்யாப் பழங்களை வெட்டிச் சாப்பிட புதுக் கத்தியைக் கொண்டு வெட்டிக்கொண்டு இருக்கும்போது அவன் கோபமாக அழைப்பது கேட்டு வேகமாக திரும்ப, கத்தி விரலை ஆழமாகப் பதம் பார்த்தது. ரத்தம் நிற்கவேயில்லை. அந்த பயத்தில் உருவான பதட்டமும் சேர்ந்துகொள்ள ரத்தம் கசிவது தொடர்ந்ததால் மருத்துவமனை செல்ல வேண்டிய நிலை. ஆனால், அங்கிருந்த தாதி ஒருத்தி நரம்பில் வெட்டுப்பட்டுள்ளது அதோடு ரத்தம் போய்க்கொண்டே இருப்பதாகவும் சொல்லி இரண்டு ஊசிகள் போட்டாள்.

ஆனால் விதி, அவள் ஊசி போட்ட அரை மணிநேரத்தில் ரத்தப்போக்கு தொடையிடையில் தொடங்கியது. மீண்டும் வேறு மருத்துவமனைக்குச் சென்று பார்த்தபோது கரு கலைந்து விட்டது என்றனர். உண்மையில் அந்த நொடியில் அங்கேயே செத்துவிடலாம் என்றே விருப்பம் கொண்டேன். ஒரே நொடியில் அந்த ஊசியில் ஏதோ ஒன்றை போட்டுக் கொன்றுவிடுமாறு மருத்துவரிடம் மன்றாடினேன்.

மனம் முழுவதும் ரணமாக அங்கேயே மருத்துவமனையில் அனுமதி பெற்று இரண்டு நாள் இருந்தேன். என்னை ஆஸ்பத்திரியிலிருந்து அழைத்துச் செல்லவும், பார்த்துக்கொள்ளவும் அத்தை மட்டுமே வந்தாள். அவன் இதை அறிந்தது முதல் சாராயம் குடித்துவிட்டு அந்த ஏறுமாடத்தில்தான் கிடக்கிறான் என்றாள். நான் ஒரு பதிலும் சொல்லவில்லை.

இரண்டு நாள்கள் நானும் அத்தையும் மட்டுமாக அந்த வீட்டில் இருந்தோம். மூன்றாம் நாள் வந்தவன் என் முகத்தைப் பார்க்காமல் தலையைக் குனித்து வாசலில் அமர்ந்திருந்தான். நான் அன்று என்னை மீறி உற்சாக மனநிலையில் சமைத்துக்கொண்டிருந்தேன்.

மனதில் எதுவும் தோன்றவில்லை. உணவை எடுத்துக் கொண்டு வந்து வெளியில் அவன் முன்னால் கொண்டு வந்து வைத்தேன். "சாப்பிடுங்க" என்று சொல்லிக்கொண்டே, அவன் சாப்பிட்டு எழுந்து செல்லும்வரை உள்ளே வந்து அடுப்படியில் நின்றேன். அவன் சாப்பிட்ட பாத்திரத்தை எடுத்து வந்து கழுவி வைத்து விட்டுத் தூங்கிவிட்டேன்.

இரவில் அன்று என் மேல் வன்காமத்தை ஆடி முடித்தவன் ஒரு வார்த்தையும் சொல்லாமல், கேட்காமல், கண்களைக் கூட நோக்காமல் இறங்கிச் சென்றான். இரண்டு வார காலம் அப்படியே போனது. பிறகு, கொஞ்ச நாள் கழித்து, புதியதாகத் தொழில் தொடங்கப் போவதாகச் சொல்லி, சொத்தில் தன்னுடைய பங்கிலிருந்து கொஞ்சத்தை விற்று மூன்று கார்கள் ஒரே நேரத்தில் வாங்கினான். என்னிடமோ, அத்தையிடமோ கூட சொல்லவில்லை.

கார் வந்த பின்னர்தான் எங்களுக்கு தெரிய வந்தது. அவ்வூரில் முன்னமே கார் ஓட்டுனராக இருந்தவர்களில் மூன்று பேரை வேலைக்கு வேறு சேர்த்துக்கொண்டிருக்கிறான் என்று. இதற்கென ஒரு அலுவலகமும் தயார் செய்து, தினமும் சென்று வரத் தொடங்கினான்.

இரண்டு மாதத்தில் தொழில் கொஞ்சம் மேம்படத் தொடங்கவும், தொலைபேசி வைத்துகொள்ள அதிகமாக காசு கொடுத்து அனுமதி வாங்கி வைத்துக் கொண்டான். அதன் ஒரு பகுதியாக வீட்டுக்கும் தொலைபேசி இணைப்பு கொடுக்கச் செய்தான். நான் கொஞ்சம் நம்பிக்கை கொள்ளத் தொடங்கினேன். அப்படி மனம் கொஞ்சம் நிம்மதி கொள்ளத் தொடங்கிய நாளில் இன்னும் அதிக மகிழ்வுடன் அந்தச் செய்தியும் வந்தது. நான் மீண்டும் கர்ப்பம் தரித்தது.

அன்று அனைவருக்கும் உணவு மற்றும் சாராயம் என வேலையாட்களுக்கு அள்ளி வீசினான். ஆனால் அதுவும் சில நாட்களில் யார் கண் பட்டதென்று தெரியவில்லை. ஒரு நாள் இரவில் வீட்டுக்கு வந்தவன், அது தன் குழந்தையில்லை என்றான். நான் மூர்ச்சையாகிச் சரிந்தேன். கரு அப்போது ஐந்து மாதங்களும்

தாண்டி வளர்ந்துவிட்டது. நான் அருகில் இருந்த அம்மன் கோயிலில் சென்று அழுத நிமிடம் இப்போதுவரை நினைவில் உண்டு.

கண் விழித்து எழுந்த நிமிடம், நாற்சந்தியில் நிர்வாணமாக நின்று சிறுநீர் கழிப்பதைப் போல கூசி உட்கார்ந்திருந்தேன். "இது அப்போ உங்க குழந்தை இல்லை என்று தோன்றினால் என்னை இங்கேயே வெட்டிப் போட்டுவிடுங்கள்" எனக் கத்தினேன். சித்தப்பா இங்கே எதுக்கு அடிக்கடி நான் இல்லாதபோது வந்து செல்கிறார் என்றான்.

'நலம் விசாரிக்கவும் ஏதாவது தேவை என்றால் வாங்கித் தரவும், அதுவும் இப்போது தானே?' என்றேன்.

"அவரு எதுக்கு நான் இல்லாத நேரமாகப் பார்த்து வாறாரு?"

"அவரு என் அப்பா மாதிரி. அவரை சந்தேகம் கொள்வது கூட சரியா? நீ எப்படி கூடவே இருக்குற என்னை சந்தேகமா பார்க்குற" என்றேன். "எனக்கு உன் முகத்தைப் பார்க்கவே அச்சமாக இருக்கு. இப்படி ஒரு சந்தேக புத்தி கொண்டவன் கூட வாழ்க்கை நடத்துனா, நாளைக்கு நான் தூங்கும்போது வெட்டிக் கொன்னுட்டு இதேபோல இன்னொரு கதையைப் பண்ண மாட்டேன்னு என்ன நிச்சயம்?"

"இல்லை... அப்படியில்ல."

"இல்லை... எனக்கு உன்கூட வாழ இனிமே தைரியமில்லை" என்றேன் தடாலடியாய்.

ஒருநொடி அதிர்ந்து சுதாரித்தவன், "இல்லை... நீ எப்போதும் எனக்கு மட்டும்தான் என்ற சுயநலத்தில்தான் இதை..."

"அதனால உன் பிள்ளைக்கு வேறு அப்பனை நீயே கைகாட்டுவியா...?"

"இல்லை..." என்று மீண்டும் பேச வாய் எடுத்தவனிடம்...

"சரி. உனக்கு சந்தேகம் இருக்கறது ஞாயம்தான். நான் உயிரோட கர்ப்பமா இருக்கும்போதே, வேற ஒரு பொண்ணோட படுத்தவனுக்கு புத்தி இப்படித்தான் போகும்" என்றேன்.

"இல்லை... அதை விடு."

மீண்டும் மீண்டும் அத்தை மற்றும் பலரின் தலையீடுகள் காரணமாக நாள்கள் மெல்ல நகர்ந்துகொண்டே இருந்தன. பிரசவ வலி வரும்

வரைக்கும் நேரத்துக்கு நல்ல உணவு சாப்பிட்டதே கிடையாது. கடைசி நிமிடம் வரைக்கும் வாந்தியில் வாழ்ந்தேன். பல இரவுகள் வாந்தி எடுத்துவிட்டு, தலையைக் கூட தூக்க முடியாமல் மறுநாள் காலை வரைக்கும் அதன் மேல் அப்படியே படுத்திருந்திருக்கிறேன். ஆனாலும், அவன் எழுந்து ஒரு வாய் தண்ணீர் கூட எனக்குத் தந்தது கிடையாது.

ஒரு நாள் அதிகாலை வேளையில் தொடங்கிய வலி. அறையில் அவன் இருக்கிறானா என்று படுத்துக்கொண்டே உடம்பை இழுத்து இழுத்துத் தலையைத் தூக்கிப் பார்த்தேன். அவன் அங்கே இல்லை. யாரை அழைப்பதென்று தெரியவில்லை. வலி கொஞ்சம் கொஞ்சமாக அதிகரிக்கத் தொடங்கியது. வேறு வழியே இல்லை என்பதால் மிகவும் வலியுடன் முயன்று பெரும் முயற்சி செய்து சுவரை பற்றிக் கொண்டு எழுந்தேன். அதிகாலை மூன்று மணியளவில் அத்தையைத் தேடிக் கீழே இறங்கி கல், முள் என மிதித்து அந்த உச்சி வலியின் தாக்கத்தில் எதையும் யோசிக்காமல் ஏறுமாடத்தின் அருகில் சென்றபின் ஒரு அடிகூட எடுத்துவைக்க முடியாத நிலையில் கீழேயே அமர்ந்து விட்டேன்.

“அத்தே... அத்தே...” என்ற அலறல் சத்தம், எப்போதோ தூங்க தொடங்கிய அவளின் காதுகளில் விழவே அதிக நேரமானது. ஒரு நாயின் தொடர் குரைத்தல் சத்தம் கேட்டும்... எனது முனகல் ஒலி அளவேயான சத்தத்தைக் கேட்டும் இறங்கி வந்த அத்தை மருத்துவமனைக்கு அழைத்துச் சென்றார்.

அங்கு சென்றதும் அவர்கள் வயிற்றைக் கிழித்து உடனே எடுத்து விடலாம் என்றார்கள்.

“இல்லை... வேண்டாம். எனக்கு சுகப்பிரசவம்தான் ஆக வேண்டும்” என்றேன்.

“புருஷன் எங்கம்மா” என்ற பக்கத்து பாட்டி ஒருத்தியின் குரல் கேட்டு அத்தை சொன்னாள். இன்னும் கொஞ்ச நேரத்தில் வந்திடுவான் என்று.

நான் வாசலைப் பார்த்துக்கொண்டே இருந்தேன். அவன் விசயம் தெரிந்து வருவானென்று.

எதுவும் சொல்லமுடியாமலும் வலி தாங்க முடியாமலும்... நாய் போல முனகிக்கொண்டே படுத்திருந்தேன். இப்போதாவது வந்து விடுவான் என்ற நம்பிக்கையில், பிரசவ நேரத்தில் எனது அருகில் குழந்தையின் அப்பா இருக்க வேண்டும் என்று அவ்வளவு விரும்பி கடவுளிடம் வேண்டினேன்.

நேரம் சென்று கொண்டே இருந்தது. மீண்டும் ஒரு தாதி வந்து கேட்டாள்.

“வேண்டாம்... சுகப்பிரசவம்தான் வேண்டும்” என்றேன்.

அவள் “நேரம் போய்க்கிட்டே இருக்கு. நீயும் அதுக்கான முயற்சி எடுக்குற மாதிரி தெரியல. அதுவா ஆகறது மாதிரியும் தெரியல...”

மதியம் சுமார் ஒரு மணி தாண்டியபோது அவ்வளவு வலி. அவன் அப்போதும் வந்து சேரவில்லை. வாசல் மேல் வைத்த கண்ணை ஒரு நொடி கூட மூடாமல் பார்த்துக்கொண்டே துடித்தேன்.

அத்தைதான்... “அவன் வரமாட்டான். எங்கயாவது சுத்திக்கிட்டு இருப்பான். நீ வருத்தப்படாத.”

“அத்தை... அவருதான் முதல்ல குழந்தையைப் பார்க்கணும்னு மனசு தேடுது” என்று அந்த நிலையிலும் சொன்னேன்.

“அவன் வர்ற வரைக்கும் அதுக்காகப் பொறுக்க முடியுமா?!”

சுமார் பத்து மணிநேரம் வலியில் துடித்துக்கொண்டே என் வைராக்கியம் போலவே சுகப்பிரசவம்தான் ஆனது.

அன்று இரவு பத்து மணிக்குத் தான் பார்க்கவே வந்தான். நான் என் கண்ணீரை மட்டும் பதிலாகத் தந்து அமைதியாகப் படுத்திருந்தேன். எதையாவது சாப்பிட்டாயா என்று கூட அவன் ஒரு வார்த்தை கேட்கவில்லை.

கடிதம் கிடைத்து பெரியம்மாவும் அக்காவும் சித்தியும் ஒரே நேரத்தில் பார்க்க வந்தார்கள். உண்மையில் பெரியம்மாவை பார்த்ததும் அதிர்ச்சியில் உறைந்தேன். பெரியம்மாவை இருவரும் தாங்கிப் பிடித்துக்கொண்டு வந்தனர். அவள் தலையில் முடியே இல்லை. வழுக்கைத் தலையைக் கண்டு மனம் வெதும்பியது.

பெரியம்மா என என்னை மீறி கண்ணீர் பெருக்கெடுத்து அலறினேன்.

அவள் பெரியளவில் எதிர்வினை புரியாமல்... "நல்லா இருக்கியா பாரு" என்று கேட்டபோதே தளர்ந்துவிட்டேன்.

"என்னாச்சு?!" சித்தியைப் பார்த்துக் கேட்டு முடிக்கும்போதே.

அக்காதான் சொன்னாள்... "புற்றுநோய்தான் நுரையீரல் வரைக்கும் பரவிவிட்டது. அதனால் இப்போது எங்களோடு இங்கேதான் இருக்கிறாள்" என்றாள்.

"எத்தனை நாட்களா...?"

"மூணு நாலு மாசமா."

பெரியம்மாவைப் பார்க்க உண்மையில் அன்று பிறந்த மந்தி போலத் தோன்றினாள்.

அவள் கடும் பிரயத்தனம் செய்து குழந்தையைக் கையில் எடுத்தாள். கை கொஞ்சம் நடுங்குவது தெரிந்தது. அத்தை கொஞ்சம் மோர் கொண்டு வந்து தந்தாள். அவர்கள் குழந்தைக்கு வாங்கி வந்த பொருட்களை அக்காவே அத்தையிடம் கொடுத்தாள்.

"அவர் எங்கே?" என்று சித்தி கேட்டாள்.

"வெளியேதான்" என்று மெலிதாக அக்கறையின்றிக் கூறிவிட்டு, என் மனம் பெரியம்மாவின் நிலை கண்டு கவலை கொண்டது. "பெரியம்மா... இப்படி...? இனியும் இந்த பூமியில்... இந்தக் கடினமான நிலையில் இருக்க வேண்டுமா?" என்று ஒரு நொடி முழுமனதால் பிரார்த்தித்தேன்.

பெரியம்மா கைகளைப் பற்றிக்கொண்டு மீண்டும் கேட்டாள்... "இப்போல்லாம் உன்கிட்ட அன்பாதானே இருக்கான்...? நீ எலும்பும் தோலுமா இருக்கறத பார்க்கத்தான் சங்கடமா இருக்கு. குழந்தைக்குப் பால் குடுக்கவாவது உடம்புல தெம்பு வேணுமில்லையா?!" என்று வருந்தினாள். "நீ கொஞ்சம் உன் உடம்பையும் பார்த்துக்கிட்டு அவருக்குப் பிடிச்ச மாதிரி மனசாலயும், உடம்பாலயும் உன்னை மாத்திக்கிறதுதான் நல்லது" என்றாள்.

"நான் பார்த்துக்கிறேன் பெரியம்மா. நீங்க ஏன் உங்க நிலைமை பத்தி எதுவும் என்கிட்ட சொல்லவே இல்ல?"

"நீ உன்னைப் பார்த்துக்கிட்டா போதும். உன் அம்மா இருந்திருந்தா

ஒருவேளை இந்த வயசுல நீ இப்படி இருந்திருக்க மாட்டியோன்னு இப்போல்லாம் அப்பப்போ தோணிட்டே இருக்கு.”

நானும் அவளும் ஒருசேர பெருமூச்சு சொரிந்தோம்.

அவர்கள் மாலை வரைக்கும் காத்திருந்தார்கள். தொலைபேசியில் அழைத்தும் அவனது அலுவலகத்தில் யாரும் எடுக்கவில்லை. மாலையில் அவர்கள் கிளம்பும்போது பெரியம்மா சொன்னாள். “ஒருவேளை நாம் இனி பார்க்காமலே கூட போகலாம். இது கடைசி சந்திப்பாக கூட மாறலாம். உன் பிள்ளையையாவது நன்றாக படிக்க வை. என்னால் ஏனோ அதை அன்று செய்ய முடியாமல் போனதற்கு இப்போது தினமும் அதன் கசப்பையும் சேர்த்தே மூச்சில் விழுங்கி என்னை நானே சமாதானம் செய்து கொண்டிருக்கிறேன்” என்றாள்.

“செய்யுறேன் பெரியம்மா” என்றவாறே தலையாட்டினேன். அவர் இப்போது வருவார் என்றே தோன்றவில்லை. “நீங்க ஒருநாள் தங்கிட்டுப் போனா என்ன...?” என்றேன்.

“இல்லையில்லை. நாங்க கிளம்புறோம்.” அத்தையிடம் சொல்லிவிட்டு அனைவரும் கிளம்பியபோது ‘சுசீலா’ அழத்தொடங்கினாள். அத்தை அவளை எடுத்துச் சென்று பெரியம்மாவிடம் காட்டி அவளிடம் மீண்டும் ஒரு முத்தம் வாங்க வைத்தாள். கண்ணீரைத் துடைத்துக்கொண்டு அவள் அவர்களின் கைகளைப் பற்றி நடந்து செல்வதைப் பார்த்துக்கொண்டே நின்றேன். வாழ்வில் இனிமேல் பார்க்கவே முடியுமா எனத் தெரியாத ஒரு உறவு. அவளால் முடியுமட்டும் என்னை அரவணைத்துக் கொண்டவள். கிடைத்த ஒரு வாழ்க்கையை யாருக்காகவோ எதற்காகவோ வாழ்ந்து இப்போது திசையை, உடலை இழந்து... மானசீகமாக அவள் காலில் விழுந்து வணங்கினேன்.

அத்தை அவர்கள் சென்றபின் சொன்னாள்... “இனி அதிக நாட்கள் புழக்கத்துக்கு அந்த உடம்பு தாங்காது” என்றவாறே குழந்தையை அருகில் படுக்க வைத்துவிட்டு சமைக்கச் சென்றாள்.

வட்டத்தை சதுரமாக்கும் முயற்சி போல மனம் அவள் இன்னும் கொஞ்ச நாள்கள் இருக்கவேண்டும் என நினைக்கிறது. அவள் என்னை அனாதை இல்லத்தின் படிக்கட்டுகளில் இருந்து இறக்கிக்

கொண்டு வரும்போது இருந்த கொஞ்ச நஞ்ச நம்பிக்கை கூட வாழ்வில் இப்போது இருக்கிறதா என்று எனக்கே தெரியவில்லை. ஆனால், அவளது அன்பென்பது மாறுபாடற்ற அதே நிலையில் அல்லது இன்னும் சற்று அதிகமாகவே. ஆனால் அதைக் காட்டத் தெரியாமல் வாழ்வு அனைத்தையும் சிதைத்துத் தூக்கி எறிந்துவிட்டு மௌனமாக வேடிக்கை பார்த்துக்கொண்டு நின்றிருந்தது.

கொஞ்ச நாள்கள் கழிந்த பின்னர் ஒருநாள் அதிகாலை இரண்டு மணியளவில் அவனுக்கும் அத்தைக்கும் இடையில் மிகப் பெரிய சண்டை. அவன் அத்தையை அடிக்கும் சத்தம் கேட்டு நானும் குழந்தையும் விழித்துக் கொண்டோம். குழந்தை அழுவதை மீறி அத்தையின், "காப்பாத்துங்க... காப்பாத்துங்க..." என்ற கேவல். என்ன என்று புரியாமல் குழந்தையை அப்படியே போட்டுவிட்டு அத்தையைக் காப்பாற்றச் சென்றேன். என்னைத் தூக்கி தூரமாக வீசியவன், "இவளைக் கொல்லாம விட மாட்டேன்" என்றான் அத்தையைப் பார்த்து. நான் அவனது கால்களைப் பிடித்துக்கொண்டு, "விட்டுடுங்க" என்று கெஞ்சினேன். மீண்டும் மன்றாடிக்கொண்டிருக்கையில், அத்தை கதவைத் திறந்து ஏறுமாடம் இருக்கும் திசை நோக்கி வேகமாக ஓடுவது தெரிந்தது.

என்னை ஓங்கி மிதித்தவன், "ரெண்டு தேவடியாங்களும் சேர்ந்து வீட்டை நாசமாக்குறீங்க..."

எனக்கு எதுவும் புரியாமல் அழத் தொடங்கினேன். குழந்தையின் அழுகைச் சத்தம் கேட்டு நினைவு வந்து எழுந்து உள்ளே சென்று தூக்கித் தூங்க வைக்க முயன்றேன்.

மறுநாள் காலையில் கிராம சுகாதார நிலையத்தில் உள்ள தாதி வந்திருந்தார். உடம்பையும் பார்த்துக் குழந்தையையும் பார்த்துவிட்டு என்னிடம் "அடுத்த குழந்தை இப்போ வேணாம், தள்ளிப்போடலாம்னு எண்ணமிருந்தா, பாதுகாப்பா காப்பர்-டி பொருத்திக்கலாம்" என்றார்.

உண்மையில் அது என்ன என்றே அறியாததால் அவரிடம் கேட்டுச் சொல்றேன் என்றேன்.

வேண்டாம்... அது உள்ளே வைத்தால் குழந்தை பிறப்பது தள்ளிப் போடலாம் என்றும் அதைப் பற்றி அதிகமாகச் சொன்னவர்,

எக்காரணத்தைக் கொண்டும் உடனே கணவனிடம் சொல்ல வேண்டாம். பல ஆண்கள் அதை சம்மதிக்க மாட்டார்கள். அதோடு உடனே அடுத்த குழந்தையும் வேண்டும் என்று கட்டாயப்படுத்திப் பெற்றுக்கொள்ள செய்வார்கள். அதனால் நாளைக்கு அங்கே குழந்தைக்குத் தடுப்பூசி போட எனச் சொல்லி அழைத்துச் செல்கிறேன் என்றார்.

நான் உண்மையில் கொஞ்சம் குழம்பித்தான் போனேன். அவனிடம் சொல்லாமல்... ஒருவேளை சொல்லாமல் அவனாக அறிந்தால்... மனம் உள்ளுக்குள் பயம் கொள்ளத் தொடங்கியது.

காலையில் அவன் கிளம்பிவிடுவான். பிள்ளையை எடுத்துக்கொண்டு செல்ல முடியாது. அரை மணிநேரத்தில் திரும்பிவிடலாம். ஆனால் அத்தையைத் தாண்டி...?! சரி குழந்தையை எடுத்துக்கொண்டே செல்ல முடிவெடுத்து அடுத்த நாள் காலையில் சென்று அதைப் பொருத்தினேன்.

திரும்பி வரும்போது நடக்க கொஞ்சம் அசவுகரியமாக உணர்ந்ததால் கவட்டியபடிதான் வீடு வந்து சேர்ந்தேன். வாழ்வில் முதல் முறையாக அந்த வீட்டை விட்டுத் தனியாக வெளியே போய் வந்தேன் என்பதே அவ்வளவு பரவசமாய் இருந்தது.

தாதியிடம் பேசும்போது சொன்னாள், "படிப்பு இப்போ ரொம்ப அவசியம்மா... எங்க ஊர் பொண்ணுங்கதான் சாதி சனம்னு இருக்காங்க. நீங்க கோயம்புத்தூர்ல இருந்து வந்துகிட்டு?!"

"இல்லையில்லை... ஊர் திருநெல்வேலி பக்கம்" என்றபோது "அங்கேயும்தான் நிறையவே படிப்பாங்கதானே?" என்றார்.

இப்போதான் திறந்த நிலைப் பள்ளிக்கூடம் என்றெல்லாம் இருப்பதாக இங்கே வரும் ஒரு மருத்துவர் பேசிக் கேட்டிருக்கிறேன். அதில் வீட்டில் இருந்தே படித்து பத்தாவது எழுதலாம் என்றெல்லாம் சொன்னார்.

மனம் தாதி சொன்னதை யோசித்துக்கொண்டே இருந்தது. படிக்கலாம்... பக்கத்து பள்ளிக்கூடங்களில் போய் கூட, படித்து முடித்தவர்களின் புத்தகம் வாங்கலாம். ஆனால் நிச்சயமாக அவன் அறியாமல் எப்படி பரீட்சையும் எழுதுவது...?

கொஞ்ச நாள்கள் சென்றன. ஒரு நாள் மதியம் சமைக்கும்போது

தொலைபேசி ஒலித்தது. உண்மையில் அதைத் தொடவே பயப்படும் ஆள். அன்று திரும்பத்திரும்ப அடிக்கவும் எடுத்து "யார் வேண்டும்" என்றேன். மறுபுறம் பதில் இல்லை.

மீண்டும் மதியம் முடிந்து அதேபோல் தொலைபேசி அடிக்கிறது. எடுத்தால் மறுபுறம் சத்தம் இல்லை. கொஞ்சம் கோபமாக, "பேசுங்க... வாயில் என்னடா பனங்கொட்டையா வச்சிருக்கீங்க" என்றேன்.

மாலையில் அவன் வந்ததும் கேட்டான், "யாராவது ஃபோன்ல கூப்பிட்டாங்களா?"

பெரியம்மாவின் பேச்சைக் கேட்டு அப்போது கொஞ்சம் உடலை பேணத் தொடங்கியிருந்தேன். கொஞ்சமாக கன்னத்தில் சதை நிரம்பத் தொடங்கிய நாள்கள். அதோடு குழந்தையைப் பார்க்கும்போது வரும் மகிழ்வும் சேர்ந்து கொஞ்சம் நல்ல லட்சணமாக மனமும் உடலும் மாறிக்கொண்டிருந்தது.

நான் அவனுக்குப் பதில் சொல்லும் விதமாக, "யாரும் கூப்பிடலயே" என்றேன்.

அவனது முகம் சட்டெனச் சுருங்கியது. "ஓ..." என்றான்.

அவன் யார் அழைப்பையோ எதிர்பார்க்கிறான் போல என்று அதை அன்று கடந்து சென்றேன்.

ஆனால் இது தொடர் நிகழ்வாக மாறியபோதுதான் சந்தேகம் தோன்றியது. ஒரு நாளில் ஒரு முறை அழைப்பு வரலாம். மீறிப் போனாலும் இரண்டு முறை. இது தொடர்கதையாக ஆனபோது ஒரு நாள் அவன் என்மேல் சந்தேகம் கொண்டு வேவு பார்க்க இப்படிச் செய்கிறானோ என்று திடமாகத் தோன்றியதால், வேறொரு நாள் அவன் கேட்டபோது, 'ஆம் ஒரு அழைப்பு வந்தது' என்றேன்.

அவனது முகம் மலர்ந்தது.

அவன் தான் இதை வேவு பார்க்கவே செய்கிறான் என உணர்ந்து மனம் சங்கடமும் கோபமும் கொண்டது.

"என்ன சொன்னாங்க..."

“ஏதோ தேவடியா பசங்க... ஒண்ணும் பேசாம இருக்கிறாங்க” என்றபோது அவன் அதிர்ச்சியின் உச்சத்துக்கே சென்றான்.

முதன்முறையாக, அவன் அன்றுதான் என்னுடைய வாயிலிருந்து, நான் ஆவேசத்தில் வேண்டுமென்றே சொன்ன கெட்ட வார்த்தையை கேட்கிறான். அதுவும் அது அவனைத்தான் நேரடியாகத் தாக்குகிறது என்பதை அவன் உணர்ந்தபோது அவன் நிலைகுலைவது புரிந்தது. உண்மையில் நான் கர்ப்பமாக இருக்கும்போது என் கண் முன்னால் இன்னொரு பெண்ணை அழைத்து வந்த நீ என்னை எப்படி சந்தேகம் கொள்ளலாம் என்ற கோபம் இப்படி வெளிப்பட்டதை அவன் எதிர்பார்க்கவில்லை.

அடுத்த நாள் முதல் வீட்டுக்கு பொருட்கள் வாங்குவதேயில்லை. கேட்டால் பதிலும் சொல்லாமல் கிளம்புவான். பொண்ணு பசியால் கிடந்து அழுவதைப் பார்த்த ஒருநாள், “இது என்னைப் போல இல்லயே?!” என்று என் முகத்தைப் பார்த்துச் சொன்னான்.

அதன் அர்த்தம் முழுவதும் புரிந்தாலும்... முயன்று புன்முறுவல் புரிந்து, “அவ, அப்பா வழி பாட்டியைப் போலதான் முகசாடையில் தெரிகிறது” என்று வேண்டுமென்றே சொல்லால் ஓங்கி அடித்தேன்...?

அவனின் நடத்தையைப் பார்க்கும்போது அவன் இந்தக் குழந்தையை நன்றாகப் பார்த்துக் கொள்வான் என்ற குறைந்தபட்ச நம்பிக்கையும் அற்றுப் போனது. இனி இவனை நம்பினால், பல நேரங்களில் பிச்சை எடுக்கும் நிலைக்குக் கூட என்னையும், குழந்தையையும் இட்டுச் செல்லும் என்று தோன்றிக்கொண்டே இருந்தது. அப்படி ஒரு நாளில் இரவு அம்மா நேராக கனவில் வந்தாள். அன்றும் அவள் ஏன் நீ பள்ளிக்கூடம் போகவில்லை என்று கேட்டதுதான் மறுநாள் முழுவதும் மனதில் ஒலித்தது.

இதுதான் சரியான நேரம். இனி படிப்பதற்குத் தேவையானதைப் பார்க்கலாம் என்று அந்த மாலை வேளையில் முடிவெடுத்தேன். உண்மையில் அப்போதும் நம்பிக்கையைத் தவிர வேறு ஒன்றுமில்லை மனதில். தாதியின் உதவியை நாடினேன். உண்மையில் குழந்தையை காண வருகிறேன் என்ற ரீதியில் எனக்காக ஒவ்வொரு சிறிய உதவிகள் செய்யத் தொடங்கினாள். படிப்பதற்கு புத்தகம் கொண்டுவந்து தந்த நாள் மனதில் அவ்வளவு நிம்மதி மற்றும் மகிழ்ச்சி. யாரோ உபயோகித்த புத்தகமாக இருந்தாலும் அதில் இருந்து வரும் சிறிய

ஒரு மணமும் பதட்டமும் ஒருசேர ஏதோ மலை உச்சியில் நிற்பது போல உணர்ந்தேன்.

அன்று முதல் அவன் மாலையில் வரும்வரை குழந்தை தூங்கும் நேரத்தில் எல்லாம் படிப்பு படிப்பு என என் அறிவுக்கும் மீறி, தாதியிடமும் பல சந்தேகங்கள் நிவர்த்தி செய்துகொண்டு படிக்கத் தொடங்கினேன். அப்படி ஒரு நாள் படித்துக்கொண்டு இருக்கும்போது அத்தை உள்ளே வந்துவிட்டாள்.

நான் சாவதானமாக அந்தப் புத்தகத்தை எடுத்து அருகில் வைத்தேன்.

“என்ன புத்தகம் அது?”

“குழந்தைக்குத் தாலாட்டுப் பாடல்கள்” என்றேன். “ஓ...” நாங்கல்லாம் பாட்டிங்க சொல்லித் தந்ததைக் கேட்டுப் படித்தது. இப்போ அதெல்லாம் புத்தகமாவும் வருதா... பரவாயில்லை. நல்லதுதான்.”

“குழந்தை இன்னைக்கி அவ்ளோ லட்சணமா இருக்கா அலங்காரத்துல” என்றாள். சரி, நான் கிளம்புறேன் எனக் கிளம்பியவள் அருகில் வந்து “அவன் கிட்ட கொஞ்சம் பத்திரமாக இருந்துக்கோ” என்றவாறே கிளம்பினாள். மனதில் கொஞ்சம் சந்தேகம் வந்தது. அத்தை ஏன் அப்படிச் சொல்கிறாள் என்று.

அதற்கான விடை சில வாரங்களிலேயே கிடைத்தது. ஒரு நாள் பின்னிரவு வெகுநேரம் கடந்து வந்தபோது கால் சட்டையின் முட்டி பகுதி முழுவதும் மண். அன்று அதை நான் முதலில் கவனிக்கவில்லை. அடுத்த நாள் காலையில்தான் பார்த்தேன். ஆனால் எதையும் கேட்கவில்லை. ஆனால் அது இன்னும் சில பல நாட்கள் தொடரவே, “என்ன...?” என்றேன்.

“அது மண்ணு...”

“அது சரிதான். அதெப்படி முட்டியில மட்டும்... தினமும் ஒரு மனுசன் கீழே தவறி விழுவானா... என்ன...?!” என்றேன்.

கையை அடிக்க ஓங்கியவன், “அடிச்சு செத்துப் போனா இந்த ஜென்மத்தை யாரு பார்த்துக்க முடியும்”, என்று குழந்தையைப் பார்த்துச் சொல்லிவிட்டு, வேறெதும் பேசாமல் இறங்கி வேகமாக வெளியே சென்றான்.

இன்னொரு நாள் இரவில், வரும்போது மீண்டும் அப்படியே இருந்ததால் சண்டை போட்டேன். அப்போதே வீட்டை விட்டு வெளியேறச் சொன்னான். குழந்தையை எடுத்துக்கொண்டு வெளியில் வந்து காத்து நின்றேன். ஏனோ மீண்டும் அத்தையைப் போய்க் காண மனம் விரும்பவில்லை. குழந்தை குளிர் தாங்காமல் அழவும், வேறு வழியின்றிக் கதவைத் தட்டினேன். வேகமாகத் திறந்தவன் காறி மூஞ்சியில் உமிழ்ந்து விட்டு, கதவைப் பூட்டிக் கொண்டான்.

மனம் அப்படியே குறுகியது. முகத்தைக் கழுவிக் கொண்டேன். வேறு வழியில்லாமல் பின் வாசல் வந்து பார்த்தால் அது மூடாமல் இருந்ததால் அமைதியாக உள்ளே ஏறி குழந்தையுடன் அங்கேயே உணவு கூட தொடாமல், குழந்தை அழாமல் இருக்க கட்டாயப்படுத்தி மார்பைத் திறந்து வாயில் கொடுத்துவிட்டு அடுக்களையின் கீழே படுத்துக்கொண்டேன். உண்மையில் அவ்வப்போது பாம்புகள் கூட வரும் அளவுக்கு பெரிய ஓட்டை உள்ள, கதவு என்ற பெயரில் இருக்கும் ஒன்றின் அருகில் உயிரைக் கையில் பிடித்துக்கொண்டு காலை வரை விழித்தே படுத்திருந்தேன்.

பரீட்சை நெருங்கியபோது மனம் வெறி கொண்டது போல படித்தேன். அப்படி ஒருநாள் காலையில் ஒரு நீண்ட அழைப்பு வந்தது. அதில் ஒரு பெண் பேசினாள்.

“யார் வேணும்?”

“நீ யாரு...?”

“நீங்க யாரு...?”

“நான் அவரோட பொண்டாட்டி பேசுறேன்” என்றாள்.

எனக்கு ரத்த ஓட்டம் மொத்தமாக நின்றது போலத் தோன்றி, “புரியல. பொண்டாட்டியா...?” என்றேன்.

“ஆமா... நீ அவர் கிட்ட கொடு” என்றாள்.

நான் பதில் சொல்லத் தெரியாமல், “உண்மையில் இது சரியான எண்தானா” என்றேன்.

“உன் புருஷன்னு சொல்லிட்டு ஒரு ஆள நீ சும்மா வெச்சுக்கிட்டு இருக்கிறதானே. அவர் கிட்ட குடு. நேத்து ராத்திரி இங்கேருந்து கிளம்பும்போதே போதையில இருந்தாரு. போய்ச் சேர்ந்ததைப்

பத்தித் தெரிஞ்சிக்கத்தான் கேக்குறேன். அங்கே இருக்காருதானே?" என்றாள்.

நான் பதில் சொல்லாமல் அமைதியாக இணைப்பைத் துண்டித்துக் கீழே வைத்தேன். இதுவும் ஒருவேளை என்னை மறைமுகமாக மிரட்ட அவன் எடுக்கும் ஆயுதமா... இதுவரை உடல் கொடுக்காமல் இருப்பதால், வேறு உபாயங்களைக் கையாள்கிறானா? என்று யோசிக்கத் தொடங்கினேன்.

ஆனால் அவள் சொன்ன அனைத்து விஷயங்களும் உண்மையும் கூட. நேற்று இரவில் நடந்ததைத்தான் சொல்கிறாள். முட்டியில் மண் இருந்தது. அவனிடம் கேட்டால் எதையாவது சொல்லுவான், என்ன செய்யலாம் என்று நினைக்கும்போதே அவன் வெளியில் கிளம்பிச் செல்வது தெரிந்தது. அந்த நிமிடத்தில்தான் மீண்டும் ஓர் அழைப்பு வந்தது.

எடுத்துப் பேசிய என்னால் ஒரு வார்த்தை கூட பதில் சொல்ல முடியவில்லை. "ஆம்... பெரியம்மா இனி ஒருபோதும் திரும்பாத பாதையில் நடையைத் தொடங்கிவிட்டாள்" என்று. அழைத்தது அக்கா தான். உடனே கிளம்பி வா என்றாள். அவன் அப்போது தான் கிளம்பிச் சென்றான். எப்படி அழைத்துச் சொல்வது? அலுவலகம் போய்ச் சேரவே வெகு நேரம் பிடிக்கும்.

மாலையில் அடக்கம் செய்ய முடிவு செய்துள்ளதாகச் சொல்லியிருந்தாள்.

இரண்டு நாளில் பரீட்சையும் கூட. விதி என்னை அப்போதும் திட்டமிட்டே தோற்கடிக்கச் செய்கிறது. குழந்தையை எடுத்துக்கொண்டு அலுவலகம் நோக்கிச் சென்றேன். அவன் அங்கே இல்லையென்பது அங்கு சென்று சேர்ந்தபோதுதான் தெரிந்தது.

ஓட்டுனர் அண்ணனிடம் கேட்டேன். அவர் முதலில் கொஞ்சம் தயங்கியவர்...

"அண்ணா... சொல்லுங்கண்ணா..." எங்க அவர் என்றேன் அழாத குறையாக.

புதியதாக ஒரு பெண்ணை வேலைக்குச் சேர்த்திருப்பதாகவும் அவளுடன் வெளியில் சென்றிருப்பதாகவும் சொன்னார். நான் என் நிலைமையைச் சொன்னேன். அண்ணா அவரை உடனே பார்க்க

வேண்டும். அழைத்துக்கொண்டு கோயம்புத்தூர் செல்ல வேண்டும் என்று சொன்னேன்.

கூட்டி வருவதாகச் சென்றவர் ஒரு மணிநேரம் கழித்துத் தனியாக வந்தார். என்னை 'அழைத்துச் செல்ல' சொன்னான் என்றார்.

நான் என்ன செய்வது எனத் தெரியாமல், நின்றிருந்த காரில் அவருடன் கோயம்புத்தூர் நோக்கிக் கிளம்பினேன். மனம் முழுவதும் பரீட்சை, பெரியம்மா மற்றும் அவன், அதோடு கையில் இருந்த குழந்தை வேறு.

அங்கு சென்று சேரும்போது பெரியம்மாவைக் குளிப்பாட்ட எடுத்துச் சென்றிருந்தார்கள். குழந்தையை அங்கே நின்ற பெண்மணி ஒருத்தியிடம் கொடுத்துவிட்டு குளிப்பாட்டும் இடத்துக்குச் சென்றேன். அதிகம் போனால் ஒரு இருபதுக்கு சொச்சம் பாரம் கொண்ட ஒரு சிறிய உரிக்கப்பட்ட கோழி போல படுக்க வைக்கப்பட்டிருந்தாள். நான் கண்ணீர் வடித்துக் கொண்டே நின்றேன். சித்தியும் அக்காவும் உடம்பை பால், தயிர், தேன், பன்னீர், சந்தனத் தைலம் போன்றவற்றைக் கொண்டு குளிப்பாட்டி புது ஆடைகளை அணிவிக்க, அவளை நானும் முன்னின்று தூக்கி வந்து வீட்டின் உள்ளே கிடத்தினோம். மனதில் ஏனோ கொஞ்சம் பாரம் இறங்கியது போலத் தோன்றியது.

மனம் பெரியம்மாவின் வெற்றிலை தின்னும் அழகை நினைத்தது. என் அம்மாவிடம் காணாத பழக்கம். என்னிடம் ஏனோ உருவாகாமலே போன பழக்கம். அந்த முகத்தைக் கண்டு நிற்கவே முடியாமல் தலையைத் தாழ்த்தினேன். ஐந்து நாள்கள் அங்கேயே தங்கினேன். வேறு வழியின்றிக் கிளம்பும்போது அக்கா சொன்னாள், நம் இருவரையும் இணைக்கும் கண்ணியாக இருந்தவள். உண்மையில் அம்மாவைத் தாண்டியும் உரிமையுடன் நமக்கு அனைத்தும் செய்த ஒரு அம்மா. சித்தி என்னை அழைத்து வந்தபோது இருந்த குடும்பமல்ல இப்போது. நானும் நீயும் மட்டுமே எஞ்சி நிற்கும் ஒரு குடும்பத்தின் பின்னொட்டுகள். தம்பி இருந்திருந்தால் நம் அம்மா அப்பாவின் பின் தலைமுறை இருந்திருக்கும். இப்போது... அதனால் நேரம் கிடைக்கும்போது இங்கே வா. நானும் வர பார்க்கிறேன் என்றாள்.

சித்தி எதுவும் சொல்லவில்லை... என் குழந்தையை எடுத்து முத்தமாகப் பொழிந்தாள். ஒவ்வொரு ஆட்களாக விடை வாங்கிக் கொள்கின்றனர். நானும் இனி அதிக காலம் இல்லை போலும். நீ அப்பப்போ வந்து பார்த்துவிட்டுப் போ... எனக்கு அரசல் புரசலாக அனைத்தும் தெரியும். ஆனால் நீ அதை சகித்துக்கொண்டு செல்வது தான் இந்தப் பெண்ணின் எதிர்காலத்துக்குச் சரியாகும் என்றவாறே குழந்தையின் வயிற்றில் முத்தம் கொடுத்தாள்.

குழந்தையை வாங்கிக்கொண்டு வாழ்வின் தொடர் கண்ணிகளில் ஒன்றை இழந்து தனியாகக் கிளம்பி பேருந்து நிலையம் நோக்கி நடந்தேன். மதியம் தாண்டி வீட்டுக்கு வந்தபோது அவன் தூங்கிக் கொண்டிருந்தான். நான் எதுவும் கேட்கவுமில்லை சொல்லவுமில்லை. குழந்தையின் சத்தம் கேட்டு எழுந்தவன் எதுவும் சொல்லவில்லை.

சிறிது நேரத்தில் நான் படிக்க வாங்கி வைத்திருந்த புத்தகங்கள் ஒவ்வொன்றையும் எடுத்து என்னை நோக்கி வீசினான். நான் அமைதியாக எடுத்து அடுக்கி வைத்தேன். “ஓ... படிச்சிப் பெரிய ஜில்லா கலெக்டர் ஆகப் போற...?”

நான் ஒன்றும் சொல்லாமல் குழந்தைக்குக் கொடுக்க கொஞ்சம் தினை மாவை காய்ச்சிக் கொண்டிருந்தேன். ஒவ்வொரு புத்தகமாக எடுத்து அடுப்பில் வைத்து எரித்தான். மனம் முழுவதும் தோற்று போய் ஒடுங்கி இருந்ததால் அழுதுகொண்டே கையறுநிலையில் பார்த்துக்கொண்டே நின்றேன். ஒவ்வொரு புத்தகமாக எரிந்து அடங்கியதும் எதுவும் சொல்லாமல் கிளம்பிச் சென்றான்.

இரவு வந்தவன் உடனே அறைக்கு அழைத்தான். இதை முன்னமே நினைத்திருந்ததால், இன்று விலக்கு என்றேன். பரவாயில்லை நான் உறை வாங்கி வந்துள்ளேன் என்றான். குழந்தை நிம்மதியாகத் தூங்கிக் கொண்டிருந்தது. மனதில் என்னென்ன தோன்றுகிறது என்பதே புரியவில்லை. அந்தப் பெண்ணின் அழைப்பைப் பற்றிக் கேட்க மனம் விரும்பினாலும், உடனே அது சண்டையாக மாறும் என்பதால் உடம்புக்குள் வலி என்றேன்.

“அதெல்லாம் ஒண்ணுமில்லை. வா... ரொம்ப நாளாகுது இல்லையா... உன் உடம்புக்கும் நான் தீனி போடணும்தானே” என்று சொல்லும்போது சுளீர் என்று தோன்றி... “ஊர்ல உள்ள

எல்லாருக்கும் தீனி போடுறதை இப்போ தொழிலா ஏத்துக்கிட்டு நடத்துறீங்க போல" என்றேன்.

அந்த திடீர் பதில் அவனை மெதுமெதுவாய் கோபம் கொள்ள வைப்பதை உணர்ந்து அமைதியாக சோறு வடிக்கத் தயாரானேன். ஓடி வந்தவன் என் கழுத்தைப் பிடித்து குரல்வளையில் கைவைத்து சுவரோடு சாய்த்தான். மூச்சு முட்டத் தொடங்கியது. கண்கள் மங்கிக் கொண்டு வந்தது. மூச்சுவிடமுடியாமல் தடுமாறினேன். என்னை ஓங்கி வயிற்றில் குத்தினான். நான் மூர்ச்சையாகிவிடும் அளவுக்கு கண் மண் தெரியாமல் சரிந்தேன். அப்படியே போட்டுவிட்டு, இனிமேல் என்னிடம் சொல்லாமல் இந்த வீட்டை விட்டு நீ வெளியே போனதாக நான் அறிந்தால் முதலில் அந்தத் தூங்கும் சனியனைத்தான் கொல்வேன் பார்த்துக்கோ என்றவாறே, அவன் மூச்சிரைக்க இறங்கிச் செல்வதைப் பார்த்துக்கொண்டே எழ முடியாமல் படுத்திருந்தேன்.

நாள்கள் முன்னோக்கிச் செல்லவும் மீண்டும் படிக்க புத்தகம் ஏற்பாடு செய்தேன். மீண்டும் அவன் காணாத இடங்களில் ஒளித்தும், பதுக்கியும் வைத்துப் படிக்கத் தொடங்கினேன். உண்மையில் குழந்தையுடன் சேர்த்துப் படிப்பையும் பார்க்கவே முடியாமல் தடுமாறினேன் என்பதே உண்மை. ஆனால் நாள்கள் நகர்ந்து நகர்ந்து, தேர்வு நாளும் வந்தது. காலை பத்து மணிக்குத் தேர்வு. பக்கத்து ஊரில்தான் தேர்வு மையம். ஆனால் இவன் காலையில் ஒன்பது மணி வரைக்கும் கிளம்பாமல், முந்தைய நாள் கட்டாயப்படுத்தி எனது உடம்பை சின்னபின்னமாக்கிய மகிழ்வோடு இருந்தான். நான் என்ன செய்வது என்று தெரியாமல் காத்துக்கொண்டே இருந்தேன். ஒருவழியாக ஒன்பதரை மணிக்கு அவன் கிளம்பிச் சென்றவுடனே குழந்தையைத் தூக்கிக்கொண்டு, தேவையான புட்டிப்பாலையும் அடைத்துக்கொண்டு விரைந்தேன். அங்கே சென்றபோது தேர்வு தொடங்கி பத்து நிமிடம் கழிந்திருந்தது.

கையில் குழந்தையுடன் என்னைப் பார்த்த அந்தப் பெண்மணி கொஞ்சம் அதிர்ச்சி அடைந்தாலும், நல்உள்ளம் கொண்டு உள்ளே அனுமதித்தார். இப்படியாக இரண்டு தேர்வுகள் எழுதி முடித்துத் திரும்பிய இரண்டாம் நாள் இரவு வந்தவன் குழந்தையின் விளையாட்டுப் பொருட்கள் மற்றும் குழந்தைக்குத் தேவையான

பொருட்கள் அனைத்தையும் ஒவ்வொன்றாக எடுத்து வெளியே தூக்கி வீசத் தொடங்கினான். எனக்கு விசயம் புரியாமல் அழுதேன்.

“நீ இன்னைக்கு யார் கூட ஊர் சுத்துன?” என்றான்.

எனக்கு ஒன்றும் புரியாமல் தவித்தேன். “நீ இன்னைக்குக் குழந்தையைத் தூக்கிக்கிட்டு காலையில எவன் கூட படுக்கப் போன?”

“நான் எங்கும் செல்லவில்லை” என்றேன்.

“உன்னை ஒரு ஆம்பளையோட பார்த்த விவரம் எனக்குத் தெரியும். அவன் யாருங்கறத மட்டும் சொல்லு.”

“நான் எங்கேயும் போகல.”

“அப்போ நீ எனக்குத் தெரியாம எவன் கூடவோ படுக்குற. நான் கேட்டா மட்டும் உனக்கு உடம்பு வலி... புண்டை வலின்னு பொய் சொல்ற.... என் காசுல சாப்புட்டுட்டு பார்க்குறது தேவடியா தொழிலா?” சொல்லிக்கொண்டே முடியைக் கொத்தாகப் பிடித்தான்.

என்னை அன்று கோயம்பத்தூர் அழைத்துச் சென்ற ஓட்டுனர் அண்ணா தான், பார்த்துவிட்டுச் சொன்னதாக பேச்சினிடையில் சொன்னான். அதைப் பிடித்துக்கொண்டேன். காரணம் நான் அன்று பேருந்தில் தான் பயணித்திருந்தேன். ஆனால், தேர்வின் முதல் நாள் வழியில் பார்த்த ஒரு தாத்தாவின் இருசக்கர வாகனத்தில் இடம் கேட்டுப் பயணித்தது நினைவில் வந்தது.

இரவு தூங்காமல் காத்திருந்தேன். நான் இது பொய் என்றேன். ஊர் மக்கள் கூடி விட்டார்கள். அத்தை என்னிடம் என்ன சொல்வது என அறியாமல் அமைதியாக, “உண்மையைச் சொல்லும்மா... யாரோட போன...?”

“வாயைக் கிளறாதீங்க அத்தே. அப்புறம் நாறிப் போய்டும்” என்றேன் கொஞ்சம் கோபமாக. அதைக் கேட்டதும் கொஞ்சம் பின்வாங்கினாள்.

நான் இப்போ அந்த ஓட்டுனர் அண்ணன் வந்தே ஆகவேண்டும் என்றேன். பிரச்சனையின் சத்தத்தில் குழந்தையின் அழுகைச் சத்தமும் சேர்ந்துகொண்டது. வேறு வழியில்லாமல் பக்கத்து வீட்டு அண்ணன்

ஒருவர்தான், நான் அவனைப் போய் அழைத்து வருகின்றேன் என்று சொன்னார்.

“வேண்டாம். என் பொண்டாட்டி செஞ்ச தப்புக்கு அவனை எதுக்கு இந்த ராத்திரில தொந்தரவு பண்ணணும்” என்றான்.

“இல்லை. இது உண்மைன்னு அவரு சொன்னா நான் இப்போதே என் குழந்தையைத் தூக்கிட்டு கண்காணாத இடத்துக்குப் போயிடுவேன். ஆனால் இது பொய்ன்னு ஆகிப் போச்சுன்னா இனிமே இவர் சாகும்வரைக்கும் என் குழந்தையைத் தொடக்கூடாது” என்றேன்.

உண்மையில் கூட்டம் கொஞ்சம் தடுமாறியது. ஆனால் யாரும் வாய் திறக்கவில்லை. “அண்ணே, இன்னைக்கு ராத்திரி எத்தனை மணியானாலும் பரவால்ல, உண்மையைத் தெரிஞ்சிக்காம நான் தூங்கமாட்டேன்” என்றேன். கொஞ்ச நேரத்தில் ஓட்டுனர் அண்ணன் வந்து இறங்கினார்.

அண்ணே... உண்மையைச் சொல்லுங்க என்று சொல்லும்போதே, இவன் வீட்டின் உள்ளே சென்று கதவைத் தாழ்ப்பாள் போட்டுக் கொண்டான். அனைவரும் ஒருவர் முகத்தை ஒருவர் பார்க்கும்போதே அத்தை ஒப்பாரி வைத்தாள்.

“என் குடும்பத்தை அழிக்க வந்த மூதேவி இவ. என் பையனைக் கொல்லப் பார்க்குறா” என்றாள்.

நான் எதுவும் பதில் சொல்லாமல், “அண்ணே... உண்மையைச் சொல்லுங்க... நீங்க என்னை யாரு கூட ரோட்ல போறத பார்த்தீங்க. எந்த ஆம்பள கூட நான் படுக்கப் போறத பார்த்துட்டு இவர் கிட்ட சொன்னீங்க” என்றேன்.

அவர் அந்த மொத்த கூட்டத்தையும் நிலைமையையும் பார்த்தவுடனே பதறி உடனே உள்ளே சென்றார். நடுஇரவில் ஊரே அவர் பதிலுக்கு காத்திருந்தது எனக்கு புதிய பட்டம் தருவதற்கு.

“அண்ணே... கதவைத் திறங்கண்ணே. அண்ணியைப் பத்தி நான் எப்போ உங்ககிட்ட அப்படிச் சொன்னேன். அவங்க பிள்ளையோடு தனியாக நடந்து போறத பார்த்ததா தானே சொன்னேன். அவங்க எந்த ஆம்பள கூடயும் போறதாவா நான் சொன்னேன். ஏன் இப்படி என் மேல அபாண்டமாக பழியைப் போடுறீங்க” என்றார் கலங்கிய

குரலில்.

உள்ளே அவன் அமைதியாக இருந்தான்.

நான் ஆவேசமாகக் கதவைத் தட்டினேன். "திறங்க... காது தொறந்து கேளுங்க. நீங்கதானே சொன்னீங்க?! நான் கண்டவன் கூட படுக்க குழந்தையைத் தூக்கிட்டு போனதாகவும் இவர் பார்த்ததாகவும் நீங்க தானே சொன்னீங்க" என் கத்தல் கேட்டு அத்தை குழந்தையை இப்போது எடுத்தார்.

"சொல்லுங்க... அத்தை. நான் தப்பு செஞ்ச மாதிரியான ஒரு பிம்பத்தை நீங்களும் எதுக்கு உருவாக்கப் பார்க்கிறீங்க...?"

அத்தை அமைதியாக "சரி... விடும்மா" என்றாள்.

"அதெப்படி... அவரை வந்து இவங்க முன்னால மன்னிப்பு கேட்கச் சொல்லுங்க" என்றேன்.

அனைவரும் ஒரு நொடி சிரிப்பது போல உணர்ந்து... "இல்லேன்னா நான், இவருதான் என்னை கொல்ல பார்த்தாருன்னு சொல்லிச் சாவேன். இது என் பிள்ளை மேல சத்தியம்" என்றேன்.

வந்திருந்த ஓட்டுனர் அண்ணன் கதவை உடைக்காத குறையாகத் திறக்கச் சொன்னார்.

கொஞ்ச நேரத்தில் மெதுவாக வெளியே வந்தவன், அனைவரிடமும் "இல்லை... நான்தான் தப்பா சொல்லிட்டேன்" என்றான்.

உண்மையில் அந்த இரவு வாழ்வில் பெரிய வெற்றி கிடைத்ததாக உணர்ந்து நிம்மதியாக அதிகாலையில் தூங்கினேன். என்னை ஊர் முன்னால் அவமானம் கொள்ள செய்ய எந்த எல்லைக்கும் செல்வான் என அறிந்திருந்ததால், நன்றாக எழுதி விடுவேன் என்ற நம்பிக்கை இருந்தும் நான் மீதி பரீட்சைகள் எழுதாமல் தவிர்த்தேன்.

அப்புறம் மீண்டும் மூன்று மாதங்கள் கழிந்து அடுத்த இரண்டு பாடம் என அடுத்த ஒன்றரை வருடம் நீண்டது இந்தப் போராட்டம். இப்படியாகத் தான் நான் பத்தாவது படித்து முடித்தேன்.

★★★

எதிரில் நான் பேசியதை இவ்வளவு நேரமாகக் கேட்டுக்கொண்டே அமர்ந்திருந்தவன், எனது முகத்தை அதிர்ச்சியாகவும் ஆச்சரியமாகவும் பார்த்துக்கொண்டு... 'உண்மையில் பிரமிப்பாக இருக்கிறது' என்றான்.

இவ்வளவு நேரமாக என் முந்தைய வாழ்வின் நினைவுகளை, சிறுவனாகத் தெரிந்த அவனோடு பகிரும் போது, அதை கேட்டுக்கொண்டே இருந்தவன், இரண்டாவது முறை ஊற்றிய விஸ்கியைக் கோப்பையிலிருந்து விழுங்கி உள்ளுக்குள் குளிர்ந்திருந்தான்.

நான் பொதுவாக எந்தப் பெண்களிடம் செல்லும்போதும் மது அருந்தும் பழக்கம் இல்லாதவன் என்றான். ஆனால் முதன் முறையாக ஒரு வாடிக்கையாளர் என்னிடம், அப்படியொரு நிபந்தனையோடு வரச் சொன்னதால், இன்று மது அருந்தினேன்" என்றவாறே எழுந்து சிறுநீர் கழிக்கச் சென்றான்.

திரும்பி வந்தவன், 'நான் கால் குப்பிதான் வாங்கி வந்தேன். இனி போதும் தானே?' என்றான்.

"இல்லை. நீ இன்னும் கொஞ்சம் வாங்கிக் கொண்டு வந்து விடு என்று பணத்தை எடுத்துக் கையில் கொடுத்தேன்.

எந்த மது வகை வேண்டும் என்று கேட்டபோது 'சிக்னேச்சர் விஸ்கி ஒரு அரை' என்றேன். அதோடு பிடித்தமான நெத்திலி வறுவல் மற்றும் சிக்கன் பொரித்தது மற்றும் வேர்க்கடலை என சொன்ன ஒவ்வொன்றாய்த் தேடி வாங்கி வந்தான்.

என்னையும் குடிக்கச் சொன்னான்.

"இல்லை... தண்ணீர் அடிப்பதில்லை என்று இரண்டுமுறை சொன்னாலும் கேட்காமல், 'அடித்தே தீரவேண்டும்' என்றான்.

நீண்ட யோசனைக்குப் பின் முதல் ரவுண்டு முடிந்த போது அருகில் வந்து பின்னாலிருந்து என்னைப் பரிவோடு இதமாய் அணைத்துக் கொண்டான். நான் கொஞ்சம் வித்தியாசமானவள் என்பதை அப்போது தான் உணர்ந்திருப்பான் போல.

"ஏதோ சொல்ல நினைத்து... அதை மறைத்து, 'உங்க வயசு...?" என்றான்.

"ஏன்... வயசு கேட்டுதான் பெண்களை சேர்வாயா?"

“இல்லை... சும்மா...” என சமாளிக்க முயன்றான்.

“எவ்வளவு இருக்கும்னு தோணுது...?”

“ஒரு நாற்பது...” மனதுக்குள் ஐம்பது என்று நினைத்திருப்பான் போல...

“ஓ... சரியாகவே ஊகித்துவிடுவாய் போல. ம்ம்... நாற்பத்தி இரண்டு” என்றேன்.

தலையை மட்டும் ஆட்டினான்.

“சொல்லுங்க... அப்புறம் என்னாச்சு...?” என் குடும்ப வாழ்க்கையில் அவனும் அக்கறையோடு பங்குபெற விரும்புவதாக காட்டிகொள்ள முனைவது தெரிந்தது...

அமைதியாகச் சொன்னேன்... “இங்க பாரு. என் மனபாரத்தை இறக்கி வைக்கலாங்கிற நோக்கத்துலதான், இதை நான் உன்கிட்ட சொல்றேன். உன் மேல் அன்பு... மயிரு மங்கட்டைன்னு எதுவும் நெனைச்சுக்காத.”

நான் அவன் போதையில் இருக்கிறானா என்று சந்தேகம் கொண்டு வாங்கி வந்திருந்த குப்பியைப் பார்த்தேன். ம்ம்.... கொஞ்சமாகத் தான் அருந்தியுள்ளான். இவ்வளவு நேரம் நான் சொன்ன வாழ்வின் முக்கிய கால கட்டத்தின் இறுதிப் பகுதி... என்னவானது.... என அறிந்துகொள்ளும் ஆசை அவனிடம் இப்போது உருவாகியிருந்தது. அவனுள் ஏறியிருந்த போதையைத் தாண்டி என்னையே ஆர்வத்துடன் குறுகுறுப்பாய் பார்த்துக்கொண்டே இருந்தான்.

எப்போதும் யாரும் இதுவரைக்கும் அவனை இப்படி உட்காரச் சொல்லி, ஆசுவாசமாய் கதை சொன்னதுமில்லை கேட்டதுமில்லை போல. வந்ததும் வராததுமாக அவனது வாடிக்கையாளர் பெண்கள், தங்கள் வாழ்வில் யார் மூலமோ அறிந்த ஒரு விஷயத்தை அவனை வைத்து உணர்ந்துகொள்ளவே இது நாள் வரைக்கும் அழைத்து வந்திருப்பார்கள் என்று நினைத்துக் கொண்டேன்.

இடுப்புக்கு மேல் கண் கொண்டு செல்லவே அனுமதிக்காத பல பெண்களைத்தான் வடபழனியில் இருக்கும் பல ஹோட்டல்களில் பார்த்திருப்பான். தான் ஒரு ஆண் என்பதைப் பல நாட்கள் மறந்து அற்பப் புழுவாக உணர்ந்து மருகியிருப்பான் போல.

ஒரேயொரு முறைதான் ஒருத்தி அவளது உதட்டைக் கவ்வி இழுக்க ஒப்புக்கொண்டாள் என்று அவன் சொன்னபோதே அவன் மீது எனக்கு ஆர்வம் தோன்றியது. அவள் ஏதோ பன்னாட்டு வங்கியில் உயர் பொறுப்பில் இருந்தவளாம். நான் கண்ட மற்றைய பெண்கள் அனைவருமே என்னைத் தொடையிடையில் மோப்பம் பிடிக்கும் நாயாகவே உணரச் செய்துள்ளார்கள் என்று அவன் சொன்ன போது அவன் மீது கொஞ்சமாய் பரிதாபமும் தோன்றியது.

மனம் இன்று போல் ஒரு தெய்வீக நிலையில் இருந்ததே இல்லை. அவனிடம் என் வாழ்வின் அனைத்து முக்கிய நிமிடங்களையும் பகிர்ந்துகொள்ள வேண்டும் என்ற உந்துதல் பிறந்தது. அவன் மீது மிகவும் கருணையும், ஒரு விதத்தில் காதலும் தோன்றத் தொடங்கியிருந்ததை உணர்ந்தேன். நான் எதையோ யோசிக்கும் வேளையில்...

"உங்க குழந்தை இப்போ..!?" என்றான் மெதுவாக...

"அவள் இப்போது நாமக்கல்லின் மிகப் பெரிய தனியார் பள்ளியில் பயில்கிறாள்" என்றேன்.

"அப்புறம்..." என்றான்.

அந்த அவமானமான இரவுக்குப் பின்னர் எனக்கும் அவனுக்கும் ஒருவருக்கொருவர் பழிவாங்கும் உணர்ச்சி பெருக்கெடுத்ததாய் இப்போ யோசித்தால் உணர முடியுது.

அவன் அதிர்ச்சியில் பேசாமல் என் முகத்தையே பார்த்தான்...

இரண்டு வாரம் முடிந்திருக்கும்... ஒருநாள்... அத்தை ஓடி மூச்சிரைக்க வந்து சேர்ந்ததும் சொன்னார்... "அவன் விஷம் குடிச்சிட்டதா சொல்றாங்கம்மா..!"

உண்மையில் அன்று மதியம்தான் ஆட்டுக்கறி வறுவல் மற்றும் ரசம் என நிறைய சாப்பிட்டுவிட்டு கிளம்பினான். மதியம் முடியும் வேளையில் அத்தை வந்து இப்படிச் சொன்னதும், மனம் ஆச்சரியம் கொண்டதோடு அப்படியே ஒன்றும் புரியாமல் அமர்ந்தேன்.

உண்மையில் அவன் என்னோடு பாய்வதற்கு நேரம் பார்த்துக் காத்திருந்தான். என் நடத்தை சரி இல்லை என்பதால் வாழ்வே வெறுத்துதான் விஷம் அருந்தியதாகச் சொல்லிக்கொண்டு அவனுடைய

நண்பன் ஒருவனை அழைத்துக்கொண்டு மருத்துவமனை சென்றவனின் பேச்சைக் கேட்டு உடனே வயிற்றைக் கழுவினால், நான் சமைத்துக்கொடுத்த உணவு முழுவதும் வாந்தியாக வெளியேறியது. அந்தப் பெண் மருத்துவர் கொஞ்சம் கோபம் கொண்டாலும், என் கண்ணீருடனான கோரிக்கையை ஏற்றுக் கடுமையாக ஏதும் சொல்லாமல் அனுப்பி வைத்தார்.

அந்த மருத்துவர் என்னிடம் தனிமையில் ஒன்றைச் சொன்னார். இப்படி பொய் சொல்லி வருபவர்கள், என்றைக்கேனும் ஒருநாள் உண்மையிலேயே குடிப்பார்கள். கொஞ்சம் கவனமாகப் பார்த்துக்கொள், என்று.

அன்று இரவு முழுவதும் அழுதேன். ஒரு முடிவுடன் மீதி பரீட்சைகள் எழுதி பத்தாவது வெற்றி பெற்றேன். உண்மையில் அன்றைய மனநிலையின் மகத்துவத்தை, புளகாங்கிதத்தை யாரிடமும் சொல்லிப் புரியவைக்கவே முடியாது.

இதற்குள் மகள் வளரத் தொடங்கியிருந்தாள். ஒருமுறை குழந்தை, பாட்டியிடம் ஒரு பென்சில் வேண்டும் என்று கேட்டது. ஆனால் உண்மையில் அவ்வளவு சொத்துகள் இருந்தும் அன்று அத்தை, "ஆமா, படிச்சி அப்படியே கிழிக்கப் போவுது" என்று சொன்ன ஒரு வார்த்தைதான் என்னை வேலைக்குப் போகத் தூண்டியது என்றால் மிகையில்லை.

ஏதோ ஒரு நாளில் என் உடல்நலம் சட்டென குன்றத்தொடங்கியது. என்னால் ஒரு அடி கூட கால் எடுத்து வைக்க முடியவில்லை. வயிறு அப்படியே உருகிக் கீழே இறங்கிவிடுவது போல வலி. மீண்டும் மீண்டும் முயன்றும் முடியாமல் படுக்கையில் விழுந்தேன். மருத்துவமனைக்கு அழைத்துச் சென்ற அன்றுதான் அவன் அறிந்துகொண்டான் நான் குழந்தை பிறக்காமல் இருக்க காப்பர் டி பொருத்தியுள்ளேன் என்பதை. என்னை அங்கே படுக்கையில் இருக்கும்போதே காறி முகத்தில் உமிழ்ந்தான்.

நான் அதைப் பெரிதாக எடுத்துக் கொள்ளவில்லை. என் வாழ்வின் மிகச் சரியான முடிவு என்று இன்று வரை நான் நம்புகிற ஒரு விசயம் அதுதான். ஆனால் ஏதோ ஒரு நிலையில் இப்படி ஆனதால் அதை மாற்றும்படி ஆனது. உடம்பு அதை ஒத்துக்கொள்ள மறுப்பதாக சொல்லி மருத்துவர் அதை மாற்றிவிட்டு கொஞ்ச நாள்கள் அப்படியே

இருக்குமாறு சொல்லி அனுப்பினார்.

உண்மையில் எனக்குத் தெரியும், அது இரண்டாவது குழந்தை உருவாகக் காரணமாக மாறும் என்று. அதுதான் நடந்ததும். இரண்டாவது கரு உருவானதாக உணரத் தொடங்கிய நாளே, அதைக் கரைப்பதற்காகக் கிளம்பி மருத்துவமனை சென்றேன். ஆனால் தனியாக முடியாது என அவர்கள் உறுதியாக நின்றதால் அத்தையையும் கூட்டிச் சென்றேன்.

நான் எதற்கு மருத்துவமனை செல்கிறேன் எனச் சொல்லாமல்தான் அவரை அழைத்துச் சென்றேன்.

மருத்துவமனையில் மருத்துவர் கேட்டபோது, இல்லை நான் இந்த குழந்தையைப் பார்த்துக்கொள்கிறேன் என அடம்பிடித்தார் அத்தை. "நான் இருக்க மாட்டேன்... குழந்தையை நீங்க பார்த்துக்கோங்க. முதல்லேயே ஒரு பெண் குழந்தை. பொறக்கப் போறதும் ஒரு பொண்ணா இருந்தா! நீங்க எனக்காக என்ன பண்ணிட முடியும்?" என்றேன் ஆவேசம் வந்தவளாய். அத்தை கொஞ்சம் பயந்துதான் போனாள். ஆனாலும், இல்லை... அவங்கிட்ட சொல்லணும்" என்றார். "இல்லை... இந்த விசயம் அவருக்குத் தெரிஞ்சா, என்னையும் என் குழந்தையையும் நெருப்புல கருகுன கட்டையாய்த்தான் பார்ப்பீங்க" என்றேன் விடாப்பிடியாய்.

வேறு வழியே இல்லை என்பதால் என் அடம்பிடித்தலுக்கு அடங்கி, குழந்தையை அழிக்கச் சரி என ஆமோதித்தார். ஆனால் அத்தை மீண்டும் மீண்டும் சொன்னார் ஒருவேளை இனி உனக்கு குழந்தை பாக்கியம் இல்லாமலேயே கூட போய்விடும். ஒன்றுக்கு இரண்டு முறை யோசித்துச் சொல் என்றாள்.

அந்த விஷயம் அப்படியே முடியவில்லை... நான்... என மீதி சொல்லத் தொடங்கும் வேளையில்...

இடையில் புகுந்து அவன் கேட்டான்...

"இப்போ உங்களுக்கு ஒரு குழந்தை மட்டும்தானா...?"

நான் வாயில் விரலை வைத்து மூடிக்கொண்டு கேளு என்பது போல சைகை செய்தேன்.

அவனுக்கு என்ன சொல்வது என்று தெரியாமல், "நான் உங்களுக்கு

இப்போ என்ன உதவி பண்ணணும்" என்றான்.

"சொல்றேன்.... மீதியைக் கூட கேளு... அப்புறம் அதை யோசிக்கலாம்" என்றேன்.

சரி என்பதுபோலத் தலையாட்டினான். நான் தொடர்ந்தேன்...

அந்தக் கர்ப்பம் கலைத்த தகவல் அவனுக்கு அத்தை மூலம்தான் சென்று சேர்ந்திருக்க வேண்டும். அன்றும் தற்கொலை செய்ய போவதாகச் சொல்லி நாடகம் ஆடினான். உண்மையில், அவன் அன்று செத்துப்போக வேண்டும் என்று தீர்க்கமாக விரும்பினேன். ஆனால் விதி என் ஆசையை அன்றும் நிறைவேற்றவில்லை என்பது தான் உண்மை. நான் முதன் முதலாக முடிவுடன் மகளை ஒரு அங்கன்வாடியில் சேர்த்துவிட்டு ஒரு துணிக்கடையில் விற்பனைப் பெண்ணாக அதேவாரம் வேலைக்குச் சேர்ந்தேன்.

அதை அறிந்த நாளில் அவன் என் தலையில் மண்ணெண்ணெயை ஊற்றிக் கொளுத்தத் தயாரானான். நான் உயிரைக் கையில் பிடித்துக்கொண்டு ஓடி தண்ணீர் நிறைந்திருந்த கிணற்றில் குதித்தேன். அன்றிலிருந்துதான் தலைமுடி இப்படியாகச் சிறுத்துப் போனது. உண்மையில் சிறுவயதில் உடம்பை விட முடி அதிகம் என்று சொல்லி, என்னைக் கேலி செய்தவர்கள் கூட உண்டு.

மனம் முழுவதும் விரக்தியுடன் அவனது சாவுக்கு தினமும் காத்திருந்தேன். ஆனால் விதி வேறு உருவில் மீண்டும் என்னைத் திணறடிக்க முயன்றது. அக்கா தற்கொலை முயற்சி செய்தாள் என்ற தகவல் மூலமாக. நான் அவளைக் காண வேண்டாம் என்ற ஒரே முடிவுடன் இருந்தேன்.

நாள்கள் செல்லச் செல்ல பல விவரங்கள் அறியத் தொடங்கி, கிராம அலுவலர் தேர்வுக்குத் தயார் ஆவது என முடிவு செய்து அதற்கான வேலைகளில் தீவிரமாய் இறங்கினேன். அப்போதைய தமிழ்நாடு அரசு அம்முறை பெண்களுக்கு அப்பதவியில் முன்னுரிமை என அறிவித்ததும் எனக்குத் தோதாக அமைந்தது.

காலையில் எழுவது முதல், இந்த வேலை உறுதியாய்க் கிடைக்க வேண்டும் என்று படிக்கத் தொடங்கினேன். குழந்தையை அங்கன்வாடியில் விட்டுவிட்டு மீண்டும் வேலைக்குச் செல்லத் தொடங்கினேன். அங்கே காலையில் ஒருநாள் கடைக்குத் திடீரென

வந்தவன், கடை முதலாளியிடம் நேராகச் சென்று, "இவளை நீ படுக்கக் கூப்பிடுறதா என்கிட்டே சொன்னாளே!" என்று அவரை அடிக்கப் பாய்ந்தான்.

ஆனால் கடை முதலாளி முதலில் இதைப் பெரிதாக எடுக்காமல் மீண்டும் வேலையில் தொடர அனுமதித்தார். அவன் மீண்டும் மீண்டும் இப்படித் தொந்தரவு செய்யவே, முதலாளி, "ஏம்மா உன் புருசன் தினமும் வந்து இப்படி பண்றான். இது என் குடும்பத்திலையும் பிரச்சனையைத் தான் உண்டு பண்ணும். தொழில் நடக்கிற இடத்தில் இப்படி... அதனால, அவனை இனி இங்கே வரக்கூடாதுன்னு சொல்லு, இல்ல.. நீ வேற வேலை தேடிக்கிறது தான் சரியா இருக்கும்" என்றார்.

இவன் என்னை வாழவிடமாட்டான் என்று தீர்மானமாகத் தோன்றியதால் அன்று மாலையில் போகும் வழியில் கடையில் வேலை பார்த்த ஆட்களிடம் சொல்லி, ஒரு அறை மட்டும் கொண்ட சிறிய வீடொன்றை ஏற்பாடு செய்துகொண்டேன். என் அம்மா இறங்கிய அதேபோன்ற நிலையில் நானும் அன்று மாலையில் அவன் வருவதற்கு முன்னமேயே மகளைக் கூட்டிக்கொண்டு அந்த சின்னஞ் சிறிய புதிய வீட்டில் அடைக்கலமானேன்.

அவனுக்கு அது வசதியாகப் போனது தெரியும். ஆனாலும் கேள்வி கேட்க ஆள் இல்லாத நிலையில், அவன் திரும்ப என்னை அழைத்துக்கொள்ள வரமாட்டான் என்று என் மகள் மிகவும் நம்பினாள். இரண்டு நாள் கழித்துத் திரும்பவும், வீட்டுக்கு வரச் சொல்லி மிரட்டிவிட்டுப் போனான். வீட்டு உரிமையாளரிடம் என்னை வீட்டை காலி செய்து அனுப்பச் சொன்னான். ஆனால், வீட்டு உரிமையாளர் வேறொரு சாதியைச் சேர்ந்தவர் என்பதால் வேறு மாதிரி கூட அவன் திரும்புவான் என்று யூகித்து உரிமையாளரது மனைவியின் உதவியை நாடினேன். அவர்தான் என்னை அழைத்து, காவல் நிலையம் சென்று புகார் பதிவு செய்ய வைத்தார்.

அந்தப் புகாரின் அடிப்படையில் விசாரித்து, இனிமேல் தொந்தரவு செய்ய மாட்டேன் என எழுதிக் கொடுக்க அதிகாரி சொன்னபோதும் முதலில் மறுத்தவன், கன்னத்தில் ஓங்கி வாங்கிய அறையோடு எழுதிக் கொடுத்தான்.

மறுநாள் அங்கன்வாடியில் கொண்டு விட்ட குழந்தையை, மதியம் வந்து அழைத்துச் சென்று விட்டான். மாலையில் வீடு வந்து சேர்ந்த நான் அதையறிந்து மீண்டும் காவல் நிலையம் ஓடினேன். அவர்கள் வந்து இரவில் குடிபோதையில் இருந்த அவனிடமிருந்து குழந்தையை மீட்டுத்தர முடியாமல், அது பின்னரும் ஊர் மக்கள் மற்றும் காவல் துறையினர் பிரச்சனையாக உருமாறி... அப்பப்பா... இப்போது நினைத்தால் கூட மனம் பதறுகிறது.

பிறகு நான் வேலைக்குச் செல்லும் நாள்களில், வழியில் எந்தவொரு புல்லட் சத்தம் தூரத்தில் கேட்டாலும் உடனே எங்கேனும் மறைந்து விடவே மனம் பதற்றம் கொள்ளும் அளவுக்குச் சென்றிருந்ததால், வேறு வழியுமில்லை என்பதால் அவனிடமிருந்து சட்டபூர்வமாக விவாகரத்து பெறுவதே சரியென்று முடிவெடுத்தேன்.

அந்த முடிவு அவனுக்குக் கொஞ்சம் அதிர்ச்சியாக இருந்ததோ என்னவோ. அத்தையை என்னிடம் சமரசம் பேச அனுப்பி வைத்தான். அத்தையிடம் அன்று சொன்னேன். உண்மையில் நீங்கள்தான் இந்தக் குடும்பம் மற்றும் உங்கள் மகன் சிதைந்து அழியக் காரணம். உங்கள் காம வெறி மற்றும் உங்கள் சுயநலம் மட்டும்தான். உங்கள் பேரப்பிள்ளை ஒரு பென்சில் கேட்டபோது நீங்கள் சொன்ன வார்த்தைதான் உண்மையில் எனக்கு உத்வேகம் தந்தது. உங்களது மகனைப் பற்றிய பல விசயங்கள் உங்களுக்கு முன்னமே தெரியும், தெரிந்திருந்தும் நடித்து என் வாழ்வை அழித்ததில் உங்கள் பங்குதான் அதிகம். இனிமேல் அந்தக் காட்டுமிராண்டித்தனமான மனிதனுடன் வாழ முடியாது. அதை விடவும் உண்மையாகச் சொன்னால் இது பெண் குழந்தை. என்னைப் போல படிக்காமல், இப்படிப்பட்ட ஒரு அப்பனுடன் ஒரு நாள் கூட இனிமேல் வளர்ந்தால், அது வாழ்க்கையே இல்லை. அதனால் தயவு செய்து என்னைத் தொந்தரவு செய்யாதீர்கள் என்றேன்.

"நான் என்ன தப்பு செஞ்சதா நீ நெனைச்சாலும் எனக்குக் கவலையில்லை. ஆனா ஒரு குண்டுமணி அளவுக்கு வசதி வாய்ப்பு இல்லாம, பணம் இல்லாம இருக்கப்பவே, எதைக் கண்டு நீ இப்படிப் பேசுற? இந்தத் துக்கடா வேலையை வெச்சுக்கிட்டா? அவனுக்கு இன்னமும் நெறைய பொண்ணுங்க கெடைப்பாங்க... ஆனா உனக்கு...?

“ஆமா... இல்லைன்னா நீங்களே கூட பொண்ணுங்கள தேடி குடுப்பீங்கன்னு எனக்குத் தெரியும். உங்க மகனே கேவலமா பேசுற அளவுக்கு ஒரு தாயா வாழ்ந்துகிட்டு, பெருமை பேசுறது சொத்தை மட்டும் வெச்சுக்கிட்டுதானே. ஆனால் சொந்த... சீ... பேசக் கூசுது. வெளியே போங்க” என்றேன்.

அத்தையின் முகம் கோபத்தில் தீ படர்ந்தது.

நிலைமை ரொம்பவும் பிரச்சினையாக மாறும் என உணர்ந்து கடை ஓனர் மூலம் தெரிந்த வக்கீலிடம் சென்றேன். இப்படி என்னை வீட்டுக்கு வந்து மிரட்டுவதாகவும் சொல்லி உடனடியாக எனக்கு இந்த உறவிலிருந்து வெளியேற உதவ வேண்டும் என்றும் கோரினேன். உண்மையில் அவர் அப்போது அனைத்திற்கும் சரி என்று சொல்லிதான் வழக்கைப் பதிந்தார்.

ஆனால் நாள்கள் செல்லச் செல்ல... “சமரசம் செய்யலாமே” என என்னையே மனமாற்றம் செய்ய அந்த வக்கீல் முயல்வது தெரிந்தது.

அப்படி ஒருமுறை இந்த விசயம் பற்றி கடையில் பேச்சு வந்தபோது முதலாளிதான் சொன்னார். “உன் வக்கீலை போய் எதுக்கு உன் புருஷன் அடிக்கடி பார்க்குறான். கொஞ்சம் எச்சரிக்கையா இரும்மா. அப்படி சரியில்லைன்னு தோணுச்சுன்னா நீ அந்த வழக்கோட நகலெல்லாம் வாங்கி வேற ஒரு வக்கீல் கிட்ட குடுத்துடு. அந்த வக்கீல் மேல எனக்கே கொஞ்சம் சந்தேகமாத்தான் இருக்கு” என்று அவர் சொன்னதும் அதிர்ந்தேன்.

எதிரில் கேட்டுக்கொண்டே அமர்ந்திருந்தவன் கஷ்டப்பட்டு எழுந்து மீண்டும் சிறுநீர் கழிக்கச் சென்றான். வந்து அமர்ந்தவனிடம் கேட்டேன்.

“உன்கிட்ட சிகரட் இருக்கா...?”

“ஆமா... ஏன்...?”

“அதைக் கொஞ்சம் பத்த வெச்சு ஊது.”

அவன் கண்ணை உருட்டி ஆச்சரியமாகச் சொன்னான். “பொதுவா நான் சிகரட் வெச்சிருக்கறத கூட சொல்ல மாட்டேன். புகை பிடிச்சிட்டு எந்தப் பொண்ணுகிட்டயும் இந்த வேலைக்குப் போகவும் மாட்டேன். ஆனால் நீங்க...!”

“ம்ம்... எனக்கு அது பிடிக்கும்” என்றேன்.

சரி என்றவாறே அவன் முதலில் அதைப் பற்ற வைத்து இழுத்து தலையைத் திருப்பிப் புகையை வேறு பக்கமாக விட்டான்.

“உங்க பொண்ணு நல்லா படிக்குமா...?”

“ஆமா...”

“இப்போ எத்தனாவது படிக்கிறாங்க?”

“எதுக்கு...?”

“சும்மா...”

“பனிரெண்டாவது படிக்கிறா...”

“ம்ம்...”

“நீங்க உண்மையில் விவாகரத்து வாங்கினீங்களா...?”

“நான்... “ஆம்” என்று தலையை அசைத்தேன். “ஆமா... அப்புறமா”

“எப்படியோ சாதிச்சுக்கிட்டீங்க போல... எப்படி...?” என்றான்.

“ம்ம்... திரும்பவும் என் வக்கீலைப் பார்க்கப் போனேன். அப்போ கூட அந்த வக்கீல் நடிச்சுக்கிட்டே, ‘அவன் மேல் எந்தக் குற்றமும் நம்மால் ஆதாரத்துடன் நிரூபிக்க முடியாது. நீதிமன்றம் குழந்தையை உங்களிடம் கொடுக்கலாம். ஆனால் அவருக்கு அவ்வளவு சொத்து இருக்குது. இந்தக் குழந்தைதானே அதை அனுபவிக்க வேண்டும். நீங்க சும்மா ஊரு உலகத்துக்கு பொண்டாட்டி மாதிரி நடிச்சு வாழ்ந்தா கூட போதுமே. ஊர்ல பாதிப் பேர் அப்படித்தான். கணவன் மனைவின்னு ஊருக்காக வேசம் போட்டுக்கிட்டுதான் வாழுறாங்க. வீட்டுக்குள்ள போனா, பல வீடுகள்ல தனித்தனி அடுப்புதான். பல இடங்கள்ல நானே இதைப் பார்த்திருக்கேன். அதனாலதான் சொல்றேன். உங்களுக்கு அவரைப் பிடிக்கலைங்கறத நான் ஒத்துக்கிறேன். ஆனா இந்தக் குழந்தை என்ன பாவம் செஞ்சுது. நீங்க கூட ஒருமுறை பேசும்போது அப்பா இல்லாமல் பட்ட கஷ்டம் பத்தி சொன்னீங்க. அதனால்தான் ஒண்ணுக்கு ரெண்டு தடவையா ஒரு பெண்ணா நல்லா யோசிச்சு முடிவெடுங்கன்னு சொல்றேன்.”

“நீங்க அவர்ட்ட காசும் சாராயமும் வாங்குனது எனக்கு தெரியும் வக்கீல் சார். உங்களுக்கு என் நிம்மதி பத்தி, பிள்ளையோட எதிர்காலம் பத்தி அக்கறை இல்ல, யோசனையும் இல்ல. எனக்கு இனிமே உங்கள் மேல நம்பிக்கையில்லை. நீங்கள் இதுவரைக்குமான வழக்கு நடத்தின கணக்கை முடிச்சு அதோட நகல்கள் மட்டும் தந்தா கொஞ்சம் உதவியாக இருக்கும்” என்றேன்.

அவர் கோபம் கொள்வது தெரிந்தது.

“இது என் வாழ்க்கை பிரச்சனை. நீங்க ரொம்ப இலகுவாக நினைக்கலாம். நான் பட்ட அவமானம்...வேதனை... உங்கள் அம்மா இல்லை, உங்க அக்கா, தங்கை யாராவது இதே நிலைமையில இருந்தா, ஒருவேளை உங்களுக்குப் புரியும் போல. நான் உங்களுக்கு இப்போ வெறும் வாடிக்கையாளர்தானே” என்றேன்.

ஆனால் வேறு வக்கீலைக் கண்டுபிடிப்பதற்குள் பெரும்பாடுபட்டு விட்டேன். ஒரு வழியாக முதல் தவணை வழக்கு விசாரணைக்கு வந்தபோது, நான் சென்றபோதும் அவன் வரவில்லை. பின்னர் அது தொடர்கதையானது. பொதுவாக இது மாதிரியான வழக்குகளுக்கு ஆண்கள் வருவார்கள். பெண்கள்தான் பல காரணங்கள் சொல்லி வழக்குகளை இழுத்தடிப்பார்கள்.

ஆனால் இங்கே நேரெதிராக நடந்துகொண்டு இருந்தது.

ஆச்சரியமாக என்னைப் பார்த்துக்கொண்டே அடுத்த வாய் விஸ்கியை உள்ளே விழுங்கியவன்...

நானும் இப்போது திருமணம் செய்யும் யோசனையில்தான் உள்ளேன் என்றான். உங்கள் கதை எல்லாம் கேட்கும்போது, இக்காலத்து ஆண்கள்தான் இப்படி புலம்புகின்றனர். ஆனால் நீங்கள் உங்கள் காலத்தில் பட்ட வேதனைகள் கொஞ்சம் அதிகம்தான் என்றான்.

நான், “ஹம்...” என்று அதைப் புறம் தள்ளிவிட்டுத் தொடர்ந்தேன்...

பின்னர் மூன்று வருடம் காத்திருந்துதான் அவன் சம்மதித்தான். அந்நேரம் வேறு ஒரு பெண்ணைத் திருமணம் செய்யலாம் என அதே சித்தப்பாவும் அவனது அம்மாவும் சேர்ந்து திட்டம் தீட்டி தான் அவனை அந்தக் கையொப்பம் போட வைத்ததாகப் பின்னர் அறிந்தேன்.

ஆனால் என் பிள்ளைக்கு அவனது சொத்தில் பாதியை பதினெட்டு வயதுக்கு பின்னர் எடுத்துக்கொள்ளலாம் என்று எழுதிக் கொடுக்க வைத்தேன். அது போகவும், நான் விடாமல் அதுவரை அவளைப் பராமரிக்க பணம் வேண்டும் என்று அடம்பிடித்து பத்து லட்சம் வாங்கினேன். ஆனால் அதில் இதுவரைக்கும் ஒரு காசு கூட நான் எடுத்தது கிடையாது. ஒருவேளை வேறு திருமணம் செய்தால் அதன் பின்னர் எதுவும் கிடைக்காது எனத் தெரியும். ஆனால் அதன் பின்னர் நடந்ததுதான் வேறு.

“...”

கண்கள் விரிய கேட்டுக்கொண்டே இருந்தான்.

இவர் சொத்தை பிள்ளை மேல் எழுதி வைத்தார் என்பதை அறிந்துகொண்ட பெண் வீட்டார் அந்தத் திருமணத்தில் இருந்தும் பின்வாங்கி விட்டார்கள். அது அவனுக்கும் கூட இருந்தவர்களுக்கும் அவமானமாகப் போனது. நான் பேசிக்கொண்டு இருக்கும்போதே...

என் முகத்தை நெருங்கி, “என்னைப் பார்த்தா உங்களுக்கு எப்படித் தோணுது” என்றான். வாயில் இப்போது விஸ்கி மற்றும் புகை வாடை...

“அழகாகத்தான்...!” என சமாளித்தேன். உனக்குக் கிடைத்த பெண்களில் அல்லது இதுவரை நீ புணர்ந்தவர்களில் எத்தனை மதிப்பெண் எனக்குக் கொடுப்பாய் என்றேன்.

“அப்படிக் கேட்டால்... நீங்க உண்மையில் ஒருவிதமான ஒப்பிட முடியாத அழகுதான்.”

“ம்ம்... சரி” என்றவாறே சிரித்தேன்.

கொஞ்சமாய் சிரித்தவன், என்னை ஏறிட்டுப் பார்த்துவிட்டு “என்னை இப்படியே உட்கார வைச்சு உங்கள் கதைகள மட்டும் பேசிப்பேசி நேரம் விடியப் போறதே தெரியாம, இப்படியே அனுப்பிடணும்கறது தான் எண்ணமா..? ஒரு ராத்திரி முழுக்க இப்படிப் பேசியே கழிச்சிட்டீங்கன்னா உங்களுக்குத்தான் நஷ்டம்” என்றான்.

“ம்ம்... உண்மை தான்.” அவன் முகத்தை செல்லமாய் வருடினேன். வாழ்வில் ஒருமுறை கூட இப்படி நான் விரும்பி ஒரு ஆணின் முகத்தை வருடியதே இல்லை என்பதை விட அந்த அளவுக்கு

மனம் ஒப்பி தைரியம் வந்ததேயில்லை. கணவனாக வாய்த்தவனோடு படுக்கும்போது கூட வந்ததில்லை என்பதே உண்மை.

இவனுடைய அழகான ஜீன்ஸ் கால்சட்டையை நீக்கி, ஆசை தீரப் பார்க்க வேண்டும் என்று மனம் விரும்பியது. 'வேண்டாம்... இன்னும் நேரம் நிறைய இருக்கிறது. இவன் இன்னும் கொஞ்சம் போதையில் இருக்கும்போது இவனே அதை நீக்குவான். இவனை அடைவதென்பதை விட எனக்கொரு அடிமையைப் பார்ப்பது தான் என்னுடைய இப்போதைய தேவை.'

அவன் முன்னால் உடுத்திருந்த சேலையை நீக்கத் தோன்றவில்லை. அவனது போதை ஏறிய கண்களைக் காண மகிழ்வாக இருந்தது. உன் வயது என்ன என்றேன்.

"எதுக்கு...? அது..."

"சும்மா தெரிஞ்சிக்கத்தான்."

"இருபத்தி மூணு முடிந்து இருபத்தி நாலு ஆகப் போகுது, வரும் ஏப்ரல் மாதம்."

"ஓ... இதுவரைக்கும் எத்தனை வாடிக்கையாளர்கள்" என்றேன்.

"ஒரு பத்து இருக்கும்"

"ஓ... அப்போ நான் பதினொராவது ஆளா..?" என்று சொல்லி சிரித்தேன்.

அவன், "நான் இப்போ என்ன செய்யணும்."

"சொல்றேன்... என்ன அவசரம்...?"

"அப்புறம்... என்னாச்சு" என்றான்.

"என்ன ஆவதற்கு. அவன் நான் வேறு ஆண்களிடம் தொடர்பில் இருப்பதாகவும் அதனால் மகளின் வாழ்வு அழிந்துவிடும் எனவும், அவன் தந்த காசை மகளின் வாழ்வுக்கு உபயோகம் செய்யாமல் நான் கரைத்துக்கொண்டு இருப்பதாகவும், அதனால் பாட்டி என்ற முறையில் அவனின் அம்மாவே வளர்க்க விரும்புவதாகவும், அதன் காரணமாகவே தான் வேறு திருமணம் போன்றவற்றைக் கூட செய்யாமல் வாழ்வதாகவும் சொல்லி வீட்டுக்கு மீண்டும் வக்கீல்

நோட்டீஸ் வந்தது.

இந்நேரத்தில் அவனுக்கு வேறு சில பெண் தொடர்புகள் கிடைத்ததாகவும் அறிந்தேன். ஆனால் அப்போது இருந்த நிலையில் அமைதியாகத்தான் இருந்தேன். ஆனால் இந்த நோட்டீஸ் வந்ததும் என்னை நானே மறந்தேன். வீட்டுக்கு நேராகச் சென்று அவனின் சட்டையைப் பிடித்து நானா... நீயா இப்படி துரோகம் செய்வது என அழுது ஆர்ப்பாட்டம் செய்யத் தோன்றியது. ஆனால் இது நிச்சயம் என் வாழ்வையும் குழந்தையின் வாழ்வையும் நாசமாக்கும் என்று உணர்ந்து ஒரே வாரத்தில் அப்போது வசித்து வந்த வீட்டை மாற்றினேன். கொஞ்சம் தொலைவாக, வேறொரு பெரிய கடையில் கொஞ்சம் அதிக சம்பளத்தில் வேலைக்குச் சேர்ந்தேன். அப்போது தான் அந்தக் கடையில் வேலை பார்க்கும் ஒரு பெண் மூலம் அரசாங்க வேலைக்கு முயற்சி செய்யலாம் என ஒரு நம்பிக்கையும் ஆசையும் உருவானது.

கொஞ்சம் கொஞ்சமாக அதற்கான வழிமுறைகள் பற்றித் தெரிந்து கொண்டு அதை நோக்கி ஓட வேண்டும் என்று முயற்சி செய்யத் தொடங்கினேன். ஆனால், ஒருபுறம் நம்பிக்கையில்லாமல் இருந்தது. மறுபுறம் இது இல்லாமல் முடியாது என்று தோன்றியதால் இரண்டில் ஒன்று பார்த்து விடலாம் என்ற எண்ணத்தில்தான் அதற்கான புத்தகங்கள் ஒவ்வொன்றாய் சேகரித்து இரவு பகலாகப் படித்தேன். தூக்கம் இல்லாத இரவுகளும் அந்த வாழ்வின் போராட்டமும், ஆண் இல்லாத வீடு என்பதால் பலவிதப் பிரச்சினைகளோடும் நாள்கள் கழிந்தன.

அவன் அனுப்பிய இரண்டாவது வழக்கு தூசி போல மறைந்தது. குழந்தையைக் கூட நான் விரும்பும் நேரத்தில்தான் அவன் பார்க்க முடியும் என்று முடிவானதால் பெருமூச்சு விட்டு நிமிர்ந்தேன் என்றே சொல்ல வேண்டும்.

சுமார் ஆறேழு மாதம் கழிந்து ஒரு நாள் வாழ்வில் முதன்முதலாக ஒரு புதிய திருப்பத்தை எனக்கு விதி கொடுத்தது. ஆம் நான் கிராம நிர்வாக அலுவலர் தேர்வில் வென்று கொஞ்சம் தூரத்தில் அதே மாவட்டத்தில் பணியாணை பெற்ற அந்த நாள் இன்றும் நினைவில் பசுமையாய் இருக்கிறது. மகள் பள்ளிக்கூடம் விட்டு வரும்போது நான் கண்ணீரில் குளித்து மகிழ்ச்சியின் எல்லையில்

திக்குமுக்காடி அமர்ந்திருந்தேன்.

அதைப் பற்றி இப்போது யோசிக்கும்போதே மீண்டும் கண்கள் நிறைந்துவிடும்.''

அவன் அதை சற்றும் எதிர்பார்த்திருக்க மாட்டான் போல. சட்டென எழுந்தவன் என்னிடம் கேட்காமல் என் கையை எடுத்து உள்ளங்கையில் மெல்லமாக முத்தம் தந்து தன் கன்னத்தோடு சேர்த்துத் தழுவிக் கொண்டான்.

பின்னர், ''ரிலாக்ஸ்... ரிலாக்ஸ்'' என்று என் காதில் மெல்லமாக முனகியவன், மூச்சுக்காற்றுடன் சேர்த்து முத்தமிடுவது உணர்ந்து, கால் பெருவிரல் அதிர்ச்சியில் இழுத்துக்கொண்டதைப்போல உணர்ந்தேன். அது என் வாழ்வின் முதல் பேருவகை.

வாழ்வின் நாற்பது வருடத்துக்கும் மேலான நாட்களில் இரண்டாவது ஆணின் ஸ்பரிசம். பரிச்சயமான முறையில் இப்படியொரு முத்தம் ஒரு ஆணால் ஒரு பெண்ணுக்குத் தர முடியுமா...? உண்மையில் இப்போதுதான் அதை யோசிக்கத் தொடங்கினேன்.

''எப்படி இப்படியொரு முடிவை எடுத்தேன். இந்த வயதில் சிறுவனான இவனுடன்...'' இந்த மாநகரம் தந்த தைரியமாகக் கூட இருக்கலாம்.

சென்னைக்கு வந்து செல்வது இது நான்காவது முறை. ஊழியர்களின் மாநாடு மற்றும் சில வகுப்புகளுக்கு என முன்னமே வந்தபோது வேறு ஒரு பெண்தான் இப்படி ஒரு வாய்ப்பு இருப்பதாகச் சொன்னாள். அப்போதெல்லாம் பயத்துடனேயே இருந்தேன். ஆனால், சென்ற முறை பயணத்திற்கு ஆயத்தமாகும் ஒரு நாள் பேச்சுவாக்கில், மகள் கொஞ்சம் ஆவேசமாக ''நீ எனக்காக என்ன செய்தாய்'' என்றபோது உள்ளுக்குள் உடைந்துபோனேன். உண்மையில் அவளுக்காகத்தானே நான் வாழ்வதே. நேற்றுவரைக்கும் கூட அவளின்றி ஒரு உறவேது' என்றே சிந்தித்துச் சிந்தித்து தலை வீக்கம் கண்டுள்ளேன். அவள் கோபத்தில் அப்படிக் கேட்டிருந்தாலும், அவள் வேறொரு வீட்டுக்கு ஒருநாள் செல்லத்தான் போகிறாள். அப்போது நான் மட்டுமாக என்ன செய்யப் போகிறேன் என யோசித்துக்கொண்டே பல இரவுகள் கடத்தியபோதுதான்... எதேச்சையாக ஒரு புதிய தொடுதிரை கொண்ட அலைபேசி வாங்கினேன். அதன் பின்னர் கொஞ்சம் கொஞ்சமாக

புதிய மனுசியாக மாறினேன் என்பதே உண்மை.

இப்போது அலைபேசி தொலைக்காட்சியின் அருகில் மின்னேற்றம் செய்ய செருகியிருந்ததைப் பார்த்தேன். மனம் அவனின் தீண்டல்களை விரும்பத் தொடங்கியிருந்தது.

அவன் முன் கழுத்தில் முத்தங்களைப் பதித்துக்கொண்டே இருந்தான். பரிவோடு இதுவரை ஒரு முத்தம் கூட படாத இடம் அது. மனமும் உடலும் ஒருசேர கூசியது. இன்னதென்று சொல்லத் தெரியாமல் என்னை மீறி கண்கள் மேல் நோக்கிச் செருகத் தொடங்கியதை உணர்ந்து, நான் சரியான முடிவையே எடுத்திருப்பதாகக் கருதினேன்.

இடையில் அலைபேசி அழைப்பு கேட்டு... அவன் தலையை என்னிடமிருந்து விலக்கி "ஒரு நிமிசம்" என்றேன்.

அலைபேசி எடுத்துப் பேசினேன். அத்தைதான்...

"என்னம்மா... எங்க இருக்க...? சாப்பிட்டியா...? அங்க எப்படி வசதி எல்லாம்!"

"ம்ம்... நல்லா இருக்கேன் அத்தே... நீங்க சாப்பிட்டீங்களா?"

"ம்ம்... பத்திரமா இருக்கதானே... சாப்பிட்டதானே... என்றவாறே இணைப்பைத் துண்டித்தார்."

மீண்டும் அலைபேசியை மின்னேற்ற வைத்துவிட்டுத் திரும்பி அவன் அருகில் சென்றேன். அவனை நெருங்கிக் கட்டி அணைத்தேன். அவன் வாயிலிருந்து வந்த விஸ்கி மற்றும் அந்த சிகரட் வாடை பழைய நினைவுகளை மலரச் செய்தன. ஆயினும் இது நறுமணமாக. என் உதட்டை அவ்வளவு மென்மையாக என்பதை விட உதிரத் தயாராக இருக்கும் ரோஜா இதழைக் கவனமாகப் பறிப்பது போல சன்னமாக அவனது உதட்டைக் கொண்டு உறிஞ்சி எனது எச்சிலை விழுங்கத் தொடங்கினான். நான் மெய்மறந்து முதுகெலும்பு சில்லிட, அவனுள் என்னை இழந்துகொண்டே இருந்தேன். அவன் என் உதடுகளை விடுவதாகத் தெரியவில்லை. கொஞ்சம் மூச்சுக்காற்று கிடைத்தால் நன்றாகத்தானே இருக்கும் எனத் தோன்றினாலும், அவனை விடுவித்தால் இந்த மகிழ்ச்சி தடைபடுமே எனக் கருதியதால், சரி மூச்சே நின்றாலும் பரவாயில்லை என அந்தத் தருணத்தை விரும்பித் தொடர்ந்தேன்.

என் முடியை நீவி நீக்கிவிட்டு, சட்டென பின் கழுத்தில் உதட்டை ஒற்றி எடுத்தான் மாற்றி மாற்றி... பனிப்புயல் வேகமாகக் கிளம்பி பாய்வதைப் போல உடம்பு முழுவதும் என்னையும் மீறி குளிர் பரவியதை உணர்ந்தேன்.

வாழ்வில் பலப்பல வருடங்கள் கழிந்து முனகுவது காதுகளில் எனக்கே எதிரொலித்தது. அழித்துவிடத் துடிக்கும் சுனாமி அலைகள் போல அவனை விழுங்கி முடித்திட வேண்டுமென்று மனம் ஆர்ப்பரித்தது.

எதுவும் பேசும் நிலைமையில் இல்லை என்பதால், “கட்டிலில் உட்காரலாமா” என்றேன் மிக மெதுவாக முயன்று.

அவன் கேட்டதாகக் காட்டிக்கொள்ளவே இல்லை. வாயின் உள்ளே இருந்த மொத்த எச்சிலையும் விழுங்கி இருப்பான் போல. நாக்கு வறண்டது. அவன் மூச்சின் வேகம் அதிகரிக்க அதிகரிக்க அவன் எனது கை விரல்களை எடுத்து வாயில் வைத்து ருசிக்க தொடங்கியதும், என் மூச்சுக்காற்று புயலாக மாறிக்கொண்டிருந்தது. காற்றை மீறிப் பறக்கும் ஒரு வாகனத்தில் அமர்ந்திருப்பது போன்று உடல் அதிர்ந்தது.

சட்டென என்னை விடுவித்து அந்த அழைப்பு யாரிடமிருந்து என வினவினான்.

“அத்தையிடம் இருந்து.”

“ஓ...” என்றவன். மீண்டும் யோசித்து, “எந்த அத்தை...?”

“என் மாமியார்தான்” என்றேன்.

“அவங்க... இப்போவும் பேசுவாங்களா...?” என்றான்.

“ஆமா... ஏன்?”

“இல்லை... பொதுவாக இவ்வளவு நடந்த பின்...”

“அவங்க ஒரு அம்மாவாகத் தானே நடந்துகிட்டாங்க?!” என்றேன்.

“இருந்தாலும் அவர்கள் செய்ததில் சரி என எதுவும் இல்லை அல்லவா...?”

எல்லாம் அந்த நேரத்தில் அல்லது நிலைமையில் எடுக்கின்ற சில

முடிவுகளும் நடிப்பும்தானே. அப்புறம் யோசித்துப் பார்த்தால் பல பிரச்சனைகளுக்கு, அத்தகைய முடிவுகளை அன்று ஏன் அப்படி எடுத்தோம் என்பதே கூட நமக்கே புதிராகத் தோன்றும். உண்மையில் நம்மைப் பற்றி நமக்கே ஒன்றும் தெரியாமல்தான் வாழ்கிறோம் என்பதும் புரியும். அதனால்தான் மனிதர்களைப் பல நேரங்களில் புழுவை விட பலவீனமாகப் பார்க்க நேரிடுகிறது.

அவன் பதில் சொல்லாமல் விலகி கோப்பையில் மீதியிருந்ததை ஒரே மூச்சில் குடித்துக் கீழே வைத்தான். அமைதியாகக் கேட்டான் "உங்களுக்கும் ஒண்ணு ஊத்தட்டுமா...?"

"பயங்கர கசப்பு" என்றேன்.

"அப்படிச் சொல்ல முடியாது. கொஞ்சம் சோடா மற்றும் கொஞ்சம் அதிகமாக குளிர்பானம் சேர்த்தால் தெரியாது" என்றான். "வாழ்க்கையில் இனியொரு வாய்ப்பு கிடைக்குமா என்று தெரியாதுதானே?"

"சரி..." என்று கொஞ்சமாக தலை ஆட்டினேன். அமைதியாக அவன் முகத்தைப் பார்த்தேன். நீ எப்படி இப்படி என்றேன் கொஞ்சம் தயக்கத்தில்.

"அது பெரிய கதைதான். ஆனால் பெரும்பாலானவர்களுக்கும் நிகழ்வதுதான். ஒரு காதல் தோல்வி. பிறகு, அதை யோசித்து யோசித்துக் கொஞ்ச நாட்கள். அந்தப் பித்து தெளிய நண்பர்கள் சொல்லும் ஒரு அனுபவம் தேடி அலைந்தேன். ஒருமுறை வங்கி ஒன்றில் ஏதோ வேலை காரணமாகச் சென்றேன். அது அப்போது உணவு நேரம் என்பதால் அங்கேயே அமர்ந்திருந்தேன். அப்போது ஒரு பெண் கொஞ்சம் பழக்கமானாள். அவளோடுதான் முதல் அனுபவம். அவளுக்கு அப்போதே முப்பது வயது இருக்கும் போல. எனக்கு அன்று வெறும் இருபது கூட இல்லை. பொதுவாக ஆண்கள் சொல்லும் ஒரு வார்த்தையை அவள் சொன்னபோது, அதிர்ச்சியில் உறைந்தேன். ஒரு கன்னி ஆணை இப்போதுதான் என்று. அப்படி ஒரு பெண், என்னை நோக்கிச் சொன்னதைக் கேட்டு கொஞ்சம் கூச்சத்துடனும் அதிர்ச்சியுடனும் நின்றேன். ஆனால், ஏதோ ஒரு நிம்மதி உள்ளுக்குள் தோன்றியது.

கன்னி என்று சொல்லித்தான் யாரையும் தேட வேண்டும் என்று அவள்தான் யோசனை சொன்னாள். அவளே ஒருமுறை, இரண்டு

காலும் செயல் இழந்து வாழும் வேறொரு பெண்ணோடு அறிமுகப்படுத்தி வைத்தாள். உண்மையில் கொஞ்சம் அன்று பெருமையாக உணர்ந்தேன். பின்னர் இதையே ஒரு வேலையாகச் செய்யலாமே என்று நினைத்துதான் இப்படி... இதுவரைக்குமாக..."

நான் அவன் கண்களையே பார்த்துக்கொண்டிருந்தேன். உண்மையில் "பெண்கள் செய்வதில் எது உன்னை அதிர்ச்சியும் ஆச்சரியமும் கொள்ள வைக்கிறது இதுவரையான நாட்களில்?"

"அப்படி யோசித்தால் எல்லாமே புதிய அனுபவம்தான். இதோ இன்று கூட... தண்ணீ போடு, சிகரட் பிடி என்று சொல்லும் நீங்கள் கூட. பங்குச்சந்தையின் மாற்றம் போலத்தான் இன்றைய பெண்களின் மனங்களும்... எதையும் கணிக்க முடிவதில்லை" என்றான்.

"இருந்தாலும்... மிகவும் நம்பமுடியாத அனுபவம் என்றால்...?"

ஒரு விஷயம் என்னை மிகவும் ஆச்சரியம் கொள்ள வைத்துக்கொண்டே இருப்பது... கட்டிலில் என்னோடு இருக்கும்போது தங்கள் கணவன் அல்லது காதலர்களோடு அலைபேசியில் பேசும் பெண்களைத் தான் நான் பயமும் அதிர்ச்சியுமாக இப்போதும் நம்ப முடியாமல் பார்க்கிறேன்.

நானே கொஞ்சம் ஆச்சரியம் அடைந்தாலும் அதில் உள்ள அரசியல் சரிநிலையை உணர்ந்து வாய்விட்டுச் சிரித்தேன்.

"ஏன்...சிரிக்கிறீங்க?"

"இல்லை... உண்மைதான். அந்தப் பெண்களுக்கு அது ஒரு உளவியல் வெற்றி. அந்த மாதிரியான நிலையை இதோ சில நொடிக்கு முன்னர் நானே கூட உணர்ந்தேன். அந்த அலைபேசியில் பேசியபோது.

"ம்ம்..." "இப்போது எனக்கும் ஒரு விதத்தில் குழந்தை நுழைந்த மிட்டாய்க்கடை போல இனம்புரியாத கிளர்ச்சி உருவாக தொடங்கியுள்ளது. நானே இப்போது அப்படிச் செய்யச் சொல்லலாம் என்று யோசிக்கிறேன்" என்றான்.

"ம்ம்... நல்ல யோசனைதான்" என்றவாறே எழுந்து சிறுநீர் கழித்துவிட்டு வெளியே வந்தேன்.

"ஒண்ணு கேட்டா கோபப்பட மாட்டீங்கதானே!"

“சொல்லு...”

“இல்லை... அன்னைக்கி உங்க அத்தையைப் பத்தி கோவத்தோட இதெல்லாம் தப்புன்னு சொன்ன நீங்க... இப்போ இங்கே...” என்று பேசிமுடிக்கும் முன்னமே...

“ம்ம்... இந்தக் கேள்வி எனக்குள்ள இத்தனை வருடங்களில் பலமுறை எதிரொலித்துதான் இத்தனை நாட்களைக் கடத்தினேன். உண்மையில் மனம் அந்தக் கேள்வியைப் பல விதங்களில் கேட்டுக்கொண்டுதான் இருக்கிறது இந்த நொடியிலும். ஆனால் அதைப் பல வித பிரயத்தனம் செய்துதான் இன்றைய பொழுதைக் கடந்துகொண்டிருக்கிறேன். அத்தை தனது விடுதலையை அல்லது எதைப் பற்றியும் யோசிக்காமல் தனக்கான வாழ்க்கையைத் தேர்ந்தெடுத்து வாழ்ந்தார் என்றே இப்போது தோன்றுகிறது.

“இது இப்போது உங்கள் மனதுக்குச் சொல்லிக்கொள்ளும் நியாயம் தானே...?”

“அப்படியும் சொல்லலாம் அல்லது அன்று இருந்த ‘பாரு’ என்ற பெண் அல்ல இன்று என்றும் கொள்ளலாம். இதெல்லாம் என் சுயநலத்தின் காரணமாக நானே சமைக்கும் கதைகள் என்று கூட நீ நினைக்கலாம்” என்றபோது எனது வார்த்தைகளிலும் மூச்சுக்காற்றிலும் கொஞ்சம் வேகம் இருப்பதை உணர்ந்தேன்.

அவனும் உணர்ந்திருப்பான் போல... வேகமாக பேச்சை மாற்றும் முயற்சியில், சிரித்துக்கொண்டே, “சரிதான்” என்றவன்... “இரவு உணவு வேண்டாமா நமக்கு” என்றான்.

“ம்ம்... நீ வெளியில் சென்று வாங்க வேண்டாம். அலைபேசி வழியே சொன்னால் கொண்டு வந்து தருவார்கள்தானே?”

“இங்கேயே இருக்கும். அதைச் சொல்ல வேண்டாம். வெளியில் இருந்து நல்ல உணவாகக் கொண்டு வரச் சொல்கிறேன். உங்களுக்கு சைவமா அல்லது அசைவமா...?”

“உனக்கு...”

“எனக்கு உங்கள் விருப்பம் போலவே.”

“எனக்கு சைவம் போதும். புது இடம் வேற...”

அவனது அலைபேசியை எடுத்து நோண்டினான். அவன் செய்கைகளை வைத்த கண் வாங்காமல் பார்ப்பதைப் பார்த்தவன் அதைக் குடித்து முடி என எனது கோப்பையைப் பார்த்துத் தலையாலும் கண்ணாலும் சைகையில் சொல்லிச் சிரித்தான்.

பின்னர் அலைபேசியை எடுத்து மின்னேற்றம் செய்ய வைத்தவன், “ஆயிற்று... ஆர்டர் போட்டாச்சு. இதற்கும் காசு நீங்கதான் கொடுக்க வேண்டும்” என்றான் சிரித்துக்கொண்டே.

மனம் கொஞ்சமாக மடங்கி விரிந்தது ஒரு நொடி. ஆனால் அதைக் காட்டிக்கொள்ளாமல் “என்ன சொன்னாய்?” என்றேன்.

“சைவம்தான்... நீ பேசிக்கிட்டே இருக்கிற. ஆனா, அந்த ஒரு கோப்பையைக் கூட காலி செய்யாமல் இருந்தால் எப்படி...?”

“உணவு வருவதற்குள் முதல் சுற்று ஆட்டத்தை முடித்தால் என்ன...?” என்றேன்.

“ஏன்...?”

“உணவு உண்டபின் ஒருவேளை வேகம் இல்லாமல் ஆனால்...!”

நானே எதிர்பார்க்காத நொடி சேலையை அவனே மேலே ஏற்றினான். எனக்குக் கொஞ்சமாய் போதை ஏறியது போலத் தோன்றியதால் சரி என அமைதியாக இருந்தேன். அவன் நின்றுகொண்டே முயங்கத் தொடங்கினான்.

ஒன்று இரண்டு மூன்று என மணித்துளிகள் செல்வதை வாழ்வில் முதன் முறையாக எண்ணிக்கொண்டே இருந்தேன் மனதின் ஆழத்தில். இடையில் எப்போதோ கேட்டான்... “அந்த ஆள் இப்போ என்ன பண்றான்...?”

“யாரு...?”

“எக்ஸ்...”

“செத்துப் போயிட்டான்” என்றேன் மெதுவாக. ஒரு நொடி அப்படியே நின்றவன் மீண்டும் மிக வேகம் கொண்டு இயங்கத் தொடங்கினான். உண்மையில் அவன் என் உடம்புக்குள் இருக்கிறான் என்பதையே அவன் முன்னால் நிற்பதைப் பார்த்து தான், அந்தக் கணத்தில்

நம்பிக் கொண்டிருந்தேன். அதைவிடவும், மகிழ்ச்சியாக மனமும் உடலும்...

சிறிது நேரம் சென்றதும் அவனே கேட்டான்... "வேறு என்ன செய்ய...? எதையாவது சொன்னால் அதை இப்போதே செய்கிறேன்...!"

"அவசரமில்லை..." என்றேன்.

அப்படியே கீழே இறங்கி உட்கார்ந்தான். என் கால் விரல்களை எடுத்து முத்தமிட்டான். அவன் கண்களில் ஒரு கருணையும், மனதை அறிந்துகொண்ட மகிழ்வும் தெரிந்தது. கொஞ்ச நேரம் அப்படியே செய்தவன் பின்னர் எழுந்து சென்று உள்ளே கழுவும் சத்தம் கேட்டது.

நான் அப்படியே அமர்ந்திருந்தேன். கிடைத்தற்கரிய விடுதலையை வாழ்வில் உடம்பும் மனமும் ஒருங்கே அடைந்தது போல் உணர்ந்தேன்.

கொஞ்ச நேரத்தில் அழைப்பு மணி அடிக்கவும் அவனே கதவைத் திறந்து உணவுப் பொட்டலம் காசு கொடுத்து வாங்கினான். பொய்யாக இருவரும் அறிந்தே ஒருவருக்கொருவர் உணவை வாயில் ஊட்டிக் கொண்டோம். நேரம் செல்லத் தொடங்கியது. பேச்சின் இடையில் கேட்டான்... "எப்படி அவர்...?"

நான் வேலை கிடைத்து ஊர் மாறத் தயார் நிலையில் இருக்கும்போது, வேலை செய்த கடையில் அது கடைசி வாரம். ஒரு நாள் மதியம் அந்தப் பழைய ஓட்டுனர் அண்ணாதான் என்னைக் காண அந்தக் கடைக்குள் வேகமாக வந்தார். 'தங்கச்சி... அவர் மீண்டும் விசம் குடித்து விட்டார்' என்றார்.

"அவர் சும்மா நடிப்பார..ண்ணே" என்றேன் சிரத்தையில்லாமல்.

'இல்லை... உண்மையாகவே. நான் மருத்துவமனையில் இருந்துதான் வருகிறேன்' என்றார். எப்படி... ஏன் என்றே தெரியாது. நான் முழு பைத்தியம் போல சட்டெென ஆனேன். அப்படியே இறங்கி கடையிலிருந்து பெரிய ஆஸ்பத்திரி நோக்கி ஓடினேன். மக்கள் பார்க்கிறார்கள் என்பதையும் மறந்து அழுதுகொண்டே சாலையில். அங்கே வெளியே கிடத்தப்பட்டிருந்த உடலைக் கண்டபோது உண்மையில் இறந்துவிட்டான் என்று நம்பவேயில்லை.

விசாரித்தபோது இதற்கு முன்னர் இதேபோல் சில முறை பொய் சொன்னதால் அவர்கள் இதுவும் பொய் என எதுவும் கவனிக்காமல் அங்கேயே படு என்று சொல்லியிருக்கின்றனர். கடைசியாக மகளைப் பார்க்க வேண்டும் என்றுதான் சொல்லியிருக்கிறான். அவனிடம் அவளை ஒருமுறை கூட்டிச் சென்றிருக்கலாம் என இப்போதும் சில வேளைகளில் தோன்றும் என்றவாறே, வழிந்த கண்ணீரைத் துடைத்தேன்.

அவன் கொஞ்சமாக பனீர் மசாலாவில் சிறிய துண்டு ரொட்டி ஒன்றைப் புரட்டி வாயில் ஊட்டினான். நான் அதை வாயில் வாங்கி மெல்லும் போது எழுந்து நெற்றியில் ஒரு நீண்ட முத்தத்தைப் பதித்தவன், அவனது அலைபேசியில் வந்த அழைப்பைப் பார்த்து ‘அம்மா’ என்றவாறே அதை எடுத்துப் பேசத் தொடங்கினான். நான் அவனைப் பார்த்துக்கொண்டே அமர்ந்திருந்தேன்...

★★★முடிந்தது★★★

ராகேஷ் கன்யாகுமரி

பிறந்து வளர்ந்தது இந்தியாவின் தென்கோடி எல்லையான குமரி மாவட்டத்தில். அப்பா சதீச குமார். விவசாயி. அம்மா சாவித்திரி. கல்லூரிப் படிப்பும் பணியும் சென்னையில். அசோகமித்திரனின் ‘பிரயாணம்’ சிறுகதை என்னுள் இலக்கிய ஆர்வத்தைத் தூண்ட, தொடர்ச்சியான புத்தக வாசிப்பால் ஏற்பட்ட நம்பிக்கையால் உருவானதுதான் இந்த *‘அம்மாவின் மகள்’* நாவல்.

www.ingramcontent.com/pod-product-compliance
Lightning Source LLC
LaVergne TN
LVHW100256051026
849517LV00006B/2111